Phan Nhật Nam

Phận Người
Vận Nước

Nhà Xuất Bản SỐNG
2014

Phận Người - Vận Nước
Phan Nhật Nam

Copyright © 2013 Nhà Xuất Bản Sống - USA
ISBN: 978-1-941848-01-2

Chủ Biên   Khánh Hòa
Mỹ Thuật   Vũ Đình Trọng
Phát Hành   Thái Hoàng

Tranh bìa - Hình minh họa
Nguyễn Ngọc Hạnh; The Vietnam Experience; Requiem by The Photographers Who Died in Viet Nam and Indochina Internet

Nhà Xuất Bản Sống
Xuất bản tại Hoa Kỳ - 9/2013
Tái bản lần thứ Nhất - 10/2013
Tái bản lần thứ Nhì (có hiệu đính) - 7/2014

15751 Brookhurst St., #225
Westminster, CA 92683
Đặt mua sách: 714-856-4635 * 714-531-5362
Email: tuanbaosong@gmail.com

Ấn phí: $25. Bưu phí: $25

DẪN NHẬP
VIẾT TỪ TRÁI TIM LỬA

Đây là cuốn sách tôi canh cánh viết từ bao năm nay. Mối canh cánh làm nặng lòng bởi một bổn phận không hoàn tất, không còn cơ hội, hoàn cảnh để điều chỉnh, làm lại. Đấy là bổn phận của một Người Lính Thua Cuộc, mà nói cho cùng thì không phải từ khuyết điểm của người lính ấy.

Người cộng sản không phải hên may nên đoạt thắng, và chúng tôi những người lính Quân Lực Việt Nam Cộng Hòa cũng không hề thua vì kém chiến đấu. Chúng tôi đã thua trận từ những nguyên nhân vượt khỏi trách nhiệm người lính, quá xa tầm súng và sức chịu đựng của chiếc lưng. Chiếc lưng mang khối nặng ba-lô đã khởi đi từ một thuở rất lâu, những năm sau Thế chiến thứ Hai, khi trên thế giới, toàn loài người đang cố gắng chữa trị vết thương, xóa bỏ dấu ấn sự chết.

Từ thời điểm đáng ghi nhớ và cũng đáng nguyền rủa đó, dân tộc Việt Nam, toàn thể những con người sống trên vùng đất chữ "S" vùng Đông - Nam Châu Á bị đẩy vào vũng lửa của một cuộc chiến tranh bị hạ nhục, mạ lỵ, vu khống và không cân sức.

Cho dù tất cả các cuộc chiến tranh đều có chung yếu tính sự Ác và Hủy Diệt, nhưng đây là một trong những cuộc chiến tồi tệ nhất của dòng sống con người. Cuộc chiến vô ích, dai dẳng, khắc nghiệt nhất của lịch sử dân Việt. Và Người Lính Việt Nam, Quân lực Việt Nam Cộng hòa gánh chịu phần nặng nề, thua thiệt và đau đớn nhất.

Gần bốn mươi năm sau khi cuộc chiến chấm dứt, vết thương bị lăng nhục vẫn còn tươi máu. Trên tất cả những vùng đất, thị trấn, xóm làng, thành phố tan tác, loang lổ của khắp miền Nam hôm nay vẫn nguyên độ nóng của dấu bom, miếng đạn, hằng ngày vẫn thấy ra những người tóc ngả màu xám bạc mệt nhọc, mòn mỏi cúi mình trên tập vé số, tì tay lên chiếc xe phế binh tự chế hoen rỉ bên lề đường đặc lềnh bụi khói mờ mờ che màu cờ đỏ của một buổi đổi thay tàn nhẫn.

Tệ hại hơn, qua thế kỷ 21, sau hội nghị Thành Đô

1990, thì không phải màu đỏ sắc máu tươi của lá cờ Đảng cộng sản và nhà nước Cộng hòa xã hội chủ nghĩa Việt Nam với thủ đô Hà Nội mà là màu hồng phấn của Hồng Lâu Mộng, của Đông Phương Hồng, của đảng cộng sản và nhà nước Cộng hòa nhân dân Trung Quốc có thủ đô là Bắc Kinh.

Nơi nghĩa trang Quân đội Long Bình Thủ Đức, lũ chó hoang vẫn có thể đào xới, tìm kiếm kéo lê những lóng xương rã mục, Trung Liệt Đài sụp xuống chiếc mái, biến thành nơi tích chứa phân của đơn vị bộ đội cộng sản làm nhiệm vụ khai thác đá và chăn nuôi vùng Tăng Nhơn Phú.

Người lính Việt Nam Cộng Hòa và thế hệ con, cháu họ vẫn là đám *"ngụy tiện dân"* bị xếp hạng thứ *"13"*, trên đứa trộm cắp, giết người lãnh án tù chung thân khổ sai, loại cùng đinh xã hội. Và cuối cùng, ở đây, nơi xứ người, trên đất Mỹ, *"những người đi theo diện HO"* đã nên thành một giai cấp, một cộng đồng trong lòng một cộng đồng. Một tổng số của tập hợp bị xem nhẹ và coi thường. Chân dung người lính đó từ lâu đã bị ngộ nhận. Hôm nay, chúng ta nên viết lại. Phải vẽ lại đúng vóc dáng kỳ vĩ nỗi chịu đựng lặng lẽ đầy bi tráng này.

Nhưng không chỉ có thế, vào buổi cuối đời, nơi đất Mỹ, đọc lại những điều đã viết từ 1970, 80 sau 1975, khi đi tù về 1989... Lòng chợt chùng xuống bởi câu hỏi thống thiết: Có ai đã Khổ đến như thế? Có ai đã Đau đến như thế?

"Ai" đây là toàn khối người Việt, không phân biệt Bắc Nam; không phân biệt Cộng Hòa Cộng Sản. Đấy là những thanh niên, thiếu nữ miền Nam thuộc lực lượng thanh niên xung phong đi đào kênh rạch, móc bùn với đôi tay trần gọi là đi làm công tác thủy lợi;

đấy là những thế hệ người vượt biên do công an tổ chức, do công an bán bãi và nếu sống sót được trên đường chạy trốn sau khi bị phát hiện, tàn sát ngoài biển, trên sông, tấp vào một xóm làng nào đó thì cũng do công an giả dạng đón tiếp, cứu giúp... để cuối cùng bị hiếp (nếu là phụ nữ), giết phi tang sau khi bị trấn lột đến tài sản nữ trang đã nuốt vào bụng, giấu nơi chỗ kín.

Có ai khổ đến như thế với gia đình người chồng thương binh cộng sản, người vợ dũng sĩ diệt Mỹ với con nhỏ bế trên tay, đi bộ hơn trăm cây số từ Lộc Ninh về ngã ba An Xương, Hóc Môn mà mục tiêu cuối cùng là Tòa Thánh Tây Ninh để được có chỗ ngồi ăn xin. Gia đình điển hình của *"Bên Thắng Cuộc"* này được gặp trong buổi tối mưa dầm trên đường Nhị Bình, Hóc Môn không thể do trí tưởng tượng để viết thành văn chương mà là sự thật phải viết đến. Sợ không viết đủ mà thôi.

Nhưng gần bốn mươi năm có đủ điều kiện, cơ sở vật chất và tình thế chính trị, tổ chức Đảng và nhà nước gọi là Cộng hòa xã hội chủ nghĩa ở Hà Nội kia lại biến tướng nên thành một tổ chức bạo lực, khủng bố cấp nhà nước với một đội ngũ công an được bố trí xuống từng tổ khu phố, kiểm soát giao thông, gác đường, thâu tiền mãi lộ với những viên sĩ quan cấp tá chỉ huy; sĩ quan công an cấp tướng chỉ đạo nhóm côn đồ giả danh an ninh khu phố đi trấn áp biểu tình người dân khiếu kiện.

Những con người khốn khó hàng chục năm giường trời chiếu đất nơi vườn hoa Mai Xuân Thưởng Hà Nội vì nhà cửa ruộng vườn bị cưỡng chế do kế hoạch phát triển sản xuất lên hàng công nghiệp nặng - Thật sự chỉ để vào tay tập đoàn tư bản đỏ gồm nhóm lợi ích, gồm những *"thái tử đảng"* mới nổi lên từ thành phố miền Nam được *"giải phóng"* từ sau 1975; từ đồng bằng Bắc bộ bị quy hoạch từ đổi mới sau đại hội Đảng lần thứ 6, lần thứ 11, 12...

Những đại hội Đảng tiếp tục thực hiện Nghị quyết Trung ương Đảng: Điều 4 Hiến Pháp là bất di dịch - Đảng lãnh đạo toàn quyền trên vận mệnh Dân tộc Việt. Và cuối cùng, những thế hệ người sinh trưởng, lớn lên sau 1975 cũng dần nếm đòn thù cộng sản do phát biểu tiếng lời yêu nước trước họa xâm lăng hiện thực của Bắc Kinh. Những thế hệ người trẻ được giáo dục theo di huấn của ông Hồ Chí Minh về kế hoạch 100 năm trồng người.

Viết mấy để cho đủ với Phận Người - Vận Nước Việt Nam.

Thế nhưng, dẫu là một thế hệ thất bại nhưng chúng tôi không hề thất vọng như lời thơ của Nguyễn Chí Thiện viết từ đêm tối giữa ngục tù cộng sản:

Ta vẫn tin đất trời kia chẳng phụ

Công đất vun bồi nuôi dưỡng thân ta

Trong đêm cùng vùng nhiệt đới bao la

Trái tim lửa sẽ bùng lên vạn ánh.

Bởi tin chắc như thế nên cuốn sách được hình thành và Người Đọc hẳn dự phần vào lần cố kết nên Mối Tin Cậy này.

Phan Nhật Nam
Sinh nhật 70 tuổi (1943-2013).

Phần 1

Theo cùng mệnh nước nổi trôi

Lịch sử từ năm 1945 cần được viết lại

Chính phủ của Thủ tướng Trần Trọng Kim, 1945.

Phần 1

Bắt đầu từ Mùa Hè năm 1945, Thế chiến Thứ Hai đi vào giai đoạn kết thúc. Tại Âu Châu, nước Đức dần lâm thế bị động do cùng một lúc phải hứng chịu hai mặt giáp công. Cuộc tiến công từ hướng Tây gồm liên quân Hoa Kỳ, Anh, Pháp và đồng minh Tây Âu khởi sự từ lần đổ bộ vĩ đại lên đất Pháp ở bãi biển Normandie vào ngày 6 tháng 6 của năm trước.

Ngày 6 và 9 tháng 8 Mỹ quyết định thả hai quả bom nguyên tử xuống hai thành phố kỹ nghệ Hiroshima và Nagasaki, đồng thời Hồng Quân Liên Xô sau khi kết thúc chiến tranh ở Châu Âu với Đức đã tuyên chiến với Nhật. Thấy rõ không thể cứu vãn được tình thế, ngày 15 tháng 8 Nhật Hoàng tuyên bố đầu hàng đồng minh. Hậu quả của tình thế thế giới tác động trực tiếp đến các nước trong vùng Đông Nam Á trong đó có Việt Nam.

Oan nghiệt thay khi nhân loại dần ra khỏi cơn ác mộng chiến tranh thì đất Việt lại bắt đầu dậy cơn lửa đạn với một lực lượng gọi là Mặt trận Việt Minh do Đảng cộng sản Đông Dương làm hạt nhân tổ chức và chỉ đạo.

Để hiểu rõ tình thế của Việt Nam vào những ngày tháng 8 năm 1945 chúng ta cần tìm hiểu Mặt trận Việt Minh là gì, do ai lãnh đạo và lực lượng này đã đưa đất nước đi về đâu?

Câu trả lời đầu tiên cần nói rõ là: Mặt trận Việt Minh là tổ chức chính trị bạo lực đã cướp chính quyền hợp pháp của Vua Bảo Đại tại Hà Nội vào những ngày tháng 8 năm 1945 cách đây đúng 66 năm.

Trước tiên cần nhắc lại những sự kiện chính trị liên quan đến tình thế Việt Nam. Do nhu cầu liên kết những nhà hoạt động cách mạng người Việt ở Trung Hoa trong thập niên 30-40 của thế kỷ trước với mục tiêu dành độc lập từ tay người Pháp, các ông Hồ Học Lãm, Nguyễn Hải Thần với sự giúp đỡ của Quốc Dân Đảng Trung Hoa đã thành lập Việt Nam Độc Lập Đồng Minh Hội gọi tắt là Việt Minh Hội tại Nam Kinh vào tháng 1 năm 1936. Nhờ sự giới thiệu và uy tín của ông Hồ Học Lãm đối với nhà cầm quyền Trung Hoa Dân Quốc, vào gần cuối năm 1940 một số cán bộ cộng sản người Việt gồm Lâm Bá Kiệt được giới thiệu đến nhà cầm quyền Trung Hoa. Lâm Bá Kiệt là bí danh của ông Phạm Văn Đồng là người sau này giữ chức Thủ tướng của chế độ mới tại Hà Nội kể từ 1955. Thủ tướng Đồng cũng là người ký công hàm thuận nhượng Hoàng Sa - Trường Sa cho Trung cộng từ 14 tháng 9 năm 1958 mà hậu quả di hại với thực trạng Biển Đông ngày nay.

Vào đầu năm 1941, Nguyễn Ái Quốc tức Hồ Chí Minh từ Trung Hoa về nước đặt căn cứ ở hang Pắc Bó, Châu Hà Quảng, tỉnh Cao Bằng để trực tiếp chỉ huy lực lượng cộng sản đang hoạt động ở ba nước Việt, Miên và Lào. Sau khi củng cố nội bộ, huấn luyện đảng viên, phát triển cơ sở, Nguyễn Ái Quốc tổ chức Hội nghị Trung ương Đảng cộng sản Đông Dương lần thứ 8 vào tháng 5 năm 1941 đưa Trường Chinh Đặng Xuân Khu lên làm Tổng bí thư Đảng chuẩn bị cho lần cướp chính quyền vào tháng 8 năm 1945 tại Hà Nội.

Ngày 19 tháng 5 năm 1941 Mặt trận Việt Nam Độc lập Đồng minh Hội gọi tắt là Mặt trận Việt Minh ra mắt công khai tại Cao Bằng. Kể từ đó, những Đảng viên cộng sản Việt Nam, nhân viên của Quốc tế Cộng sản Nga - Hoa, hoạt động ở Trung Hoa cũng như ở trong nước Việt Nam đều núp dưới danh xưng Việt Minh nên đã đánh lừa được giới quan sát viên quốc tế cũng như tại Việt Nam.

Hồ Chí Minh và Mặt Trận Việt Minh mới gồm đa số là Đảng viên cộng sản, nắm rõ được biến chuyển của tình hình thế giới nhờ thông tin của Đệ tam Quốc tế cộng sản và của cả OSS (Office of Strategic Services) tức là Tổ chức tình báo của Hoa Kỳ, tiền thân của CIA (Central Intelligence Agency) ngày nay.

Cũng do Việt Minh đã hợp tác và cung cấp tin

tức cho OSS về những hoạt động của quân đội Nhật Bản ở Đông Dương. Từ tháng 4 năm 1945, ban lãnh đạo Việt Minh bắt đầu tổ chức Ủy ban Giải Phóng tại các vùng họ hoạt động, thống nhất các lực lượng võ trang thành Việt Nam Giải phóng quân đặt dưới sự lãnh đạo thống nhất của Võ Nguyên Giáp, đồng thời thành lập các Ủy ban Dân tộc Giải phóng từ tháng 7 của năm 1945 đầy biến động này.

Vì vậy, ngay khi Nhật đầu hàng Mỹ vào ngày 14 tháng 8 năm 1945, trong lúc lãnh tụ các đảng phái quốc gia chưa trở tay kịp vì thiếu thông tin liên lạc quốc tế và thiếu chuẩn bị khởi nghĩa trong nước thì Việt Minh ra lệnh cướp chính quyền ở khắp các tỉnh thuộc lãnh thổ Việt Nam.

Trở lại với Triều đình Huế với Vua Bảo Đại cùng lần thành hình của Đế Quốc Việt Nam. Đế Quốc Việt Nam là một chính thể chỉ tồn tại từ 11 tháng 3 đến 23 tháng 8 của năm 1945. Tuy chỉ trong 5 tháng ngắn này, chính phủ của Hoàng Đế Bảo Đại đã thực hiện được một sự việc vô cùng quan trọng đối với lịch sử mà hôm nay cần nhận định lại để xét xem Lý Chính Danh thuộc về ai. Sự kiện quan trọng ấy là là lần Tuyên bố độc lập và thống nhất qua việc tái nhập xứ Nam Kỳ vào lãnh thổ Việt Nam trên danh nghĩa.

Chúng ta hôm nay có bổn phận cần nhắc lại và nói rõ về biến cố lịch sử vô cùng quan trọng này mà hầu như số đông nhiều thế hệ người Việt đã không biết đến.

Chúng ta cần nhắc lại trong những năm từ 1939 đến 1945 của Đệ Nhị Thế Chiến, sau khi chính phủ Pháp ở Ba Lê đầu hàng quân Đức vào năm 1940 thì quân đội Pháp mất quyền kiểm soát Đông Dương và quyền này rơi vào tay người Nhật.

Tuy nhiên, người Nhật vẫn giữ lại những viên chức người Pháp và chỉ điều khiển sau hậu trường. Nhưng do yêu cầu của tình thế nên ngày 9 tháng 3 năm 1945, Nhật đổi chính sách và thực hiện cuộc đảo chính ở Việt Nam nhằm bắt giam các tướng lãnh và tước khí giới của quân đội Pháp. Đại sứ Nhật ở Đông Dương là Matsumoto Shunichi giao cho đại diện Pháp là Đô đốc Jean Decoux tối hậu thư buộc người Pháp phải chấp nhận vô điều kiện quyền chỉ huy của Nhật trên mọi phương diện.

Ở Huế, Đại úy Kanebo Noburu vào trình báo Vua Bảo Đại quyền lực của Pháp đã bị loại bỏ. Hiện thực tình thế nầy giới chức lãnh đạo Nhật ở Đông Dương thỏa thuận trao trả độc lập cho Việt Nam trên danh nghĩa. Hai ngày sau, 11 tháng Ba Vua Bảo Đại triệu cố vấn tối cao của Nhật là Đại sứ Yokoyama Masayuki vào điện Kiến Trung để tuyên bố nước Việt Nam độc lập.

Bản Tuyên Ngôn Độc Lập này có chữ ký của sáu vị Thượng thư trong Cơ Mật Viện là cơ quan hành pháp tối cao của Vương Triều Bảo Đại. Đấy là các Thượng thư Phạm Quỳnh, Hồ Đắc Khải, Ưng Úy, Bùi Bằng Đoàn, Trần Thanh Đạt và Trương Như Đính. Vua Bảo Đại công bố một chiếu chỉ đề ngày 27 tháng Giêng ta tức năm thứ 20 niên hiệu Bảo Đại đến với Quốc Dân Việt Nam báo hiệu thời kỳ tự chủ, độc lập của đất nước. Nhà vua lên ngôi từ năm 1926 lúc mới 13 tuổi khi còn đang du học ở Pháp.

Nhắc lại những sự kiện quan yếu kể trên để hiểu rõ hơn nội dung và tinh thần của bản Tuyên Ngôn Độc Lập của Việt Nam sau hơn nửa thế kỷ bị người Pháp đô hộ kể từ năm 1884 trên toàn cõi nước Việt. Chiếu chỉ của Vua Bảo Đại có nội dung như sau: *"Theo tình* hình thế giới nói chung và hiện tình Á Châu, chính phủ Việt Nam long trọng công bố rằng: Kể từ ngày hôm nay, Hòa Ước Bảo Hộ ký kết với nước Pháp được hủy bỏ và vô hiệu hóa. Việt Nam thu hồi hoàn toàn chủ quyền của một Quốc gia Độc lập."

Với Dụ số 1 ra ngày 17 tháng 3 nhà vua nêu khẩu hiệu "Dân Vi Quý" có nghĩa lấy Dân Làm Quý là phương châm trị nước. Nhà sử học Trần Trọng Kim được bổ làm nội các Tổng trưởng thời kỳ mới, giao nhiệm vụ thành lập nội các vào ngày 17 tháng 4.

Đây là chính phủ đầu tiên của nước Việt Nam Độc Lập và ông Trần Trọng Kim trở thành vị Thủ tướng đầu tiên của lịch sử dân chủ của quốc gia Việt Nam. Với tập hợp được những trí thức có danh tiếng lúc bấy giờ, thành phần nội các ra mắt quốc dân ngày 19 tháng 4 gồm các vị: Tổng trưởng nội các hay Thủ tướng Giáo sư Sử học Trần Trọng Kim. Phó Tổng trưởng nội các hay là Phó Thủ tướng kiêm Bộ Trưởng Ngoại giao Luật sư Trần Văn Chương.

Ông Trần Văn Chương chính là thân phụ của bà Ngô Đình Nhu mà sau này giữ chức Đại sứ Việt Nam Cộng Hòa tại Mỹ cho đến biến cố Phật Giáo năm 1963 xảy ra ở trong nước.

Bộ Trưởng Nội vụ là Bác sĩ Trần Đình Nam là nhân vật sau này giữ nhiệm vụ Niên Trưởng Giám sát viện nền Đệ Nhị Cộng Hòa Việt Nam (từ 1963 đến 1975).

Bộ Trưởng Tư pháp Luật sư Trịnh Đình Thảo sau năm 1960 giữ chức vụ Phó Chủ tịch Hội đồng Cố vấn Chính phủ Cách mạng Lâm Thời Cộng Hòa miền Nam Việt Nam tức là là tổ chức chính trị do nhà nước Hà Nội dựng nên từ 1960 để làm bình phong che giấu âm mưu lấn chiếm miền Nam của Bộ Chính trị Trung Ương Đảng Cộng Sản...

Với những thành phần có thể gọi là ưu tú nhất của xã hội Việt Nam thời bấy giờ mà cũng là hôm nay. Tiếc thay Nội các của Thủ tướng Trần lại không có được bản lãnh mưu thuật chính trị để đối đầu với sách lược xảo trá cộng sản do Hồ Chính Minh chỉ đạo. Thế nên vận nước dần chuyển theo một tình thế nguy nan do mưu đồ cướp chính quyền bằng bạo lực qua những nguyên nhân và diễn tiến liên tục xảy ra trong những ngày của tháng 8 năm 1945.

Tháng 6 năm 1945 chính phủ của Thủ tướng Trần Trọng Kim đặt Quốc hiệu là "Đế Quốc Việt Nam"; lấy Quốc ca là bài *"Đăng đàn cung"*; Quốc kỳ có *"Nền vàng Hình chữ nhật giữa có Hình quẻ Ly gồm Ba vạch màu đỏ thẫm"*.

Cần phải mở một dấu ngoặc ở đây để thấy rằng như thế Cờ quẻ Ly của Đế Quốc Việt Nam đã là tiền thân của Quốc kỳ của Quốc Gia Việt Nam (1948-1955) và Việt Nam Cộng Hòa (1955-1975). Đây là cờ biểu tượng chính thống xuất hiện trên toàn lãnh thổ việt Nam trước khi có lá Cờ Đỏ Sao Vàng của Chính phủ Lâm thời do Mặt trận Việt Minh cướp được từ chính quyền của Thủ tướng Trần Trọng Kim theo một biến cố sẽ trình bày trong phần tiếp theo sau.

Cũng cần nói thêm để biết được rằng: Lá Cờ Vàng Ba Sọc Đỏ sau nhiều vận động chính trị giữa Cựu Hoàng Bảo Đại và những giới chức cao cấp của Pháp đã trở nên là một Biểu tượng Quốc gia chính thống cụ thể qua những biến cố sau đây:

Ngày 7 tháng 12 năm 1947, tại cuộc họp trên tàu chiến Pháp ở Vịnh Hạ Long, Cựu Hoàng Bảo Đại và Pháp đã đàm phán và ký kết Hiệp ước Vịnh Hạ Long. Hiệp ước này thể hiện sự đồng thuận của hai bên về việc thành lập Quốc gia Việt Nam trên cơ sở nguyên tắc độc lập và thống nhất của Việt Nam trong Liên Hiệp Pháp.

Chính phủ Quốc gia hoạt động dưới một hiến chương lâm thời, chọn Cờ Vàng Ba Sọc Đỏ làm Quốc Kỳ và bản *"Thanh Niên Hành Khúc"* với lời nhạc được sửa đổi làm Quốc ca. Ngày 5 tháng 6 năm sau, 1948, Quốc gia Việt Nam ký kết với Pháp một Hiệp ước Vịnh Hạ Long khác với nội dung Pháp công khai và trọng thể công nhận nền độc lập của Việt Nam.

Cuối cùng tháng 1 năm 1949, chính phủ Pháp thỏa thuận chấp nhận yêu cầu của Quốc trưởng Bảo Đại là miền đất Nam Kỳ phải trở lại với Quốc gia Việt Nam.

Ngày 8 tháng 3 năm 1949 sau nhiều kỳ đàm phán, Tổng thống Pháp Vincent Auriol và Cựu Hoàng Bảo Đại đã thuận ký kết Hiệp ước Elysée xác nhận nền độc lập của Việt Nam, chính thức thành lập Quốc gia Việt Nam trong khối Liên Hiệp Pháp đứng đầu là Quốc trưởng Bảo Đại trước diễn trường chính trị thế giới. Điển hình cho sự xác nhận này là sự kiện liên quan đến vấn đề hôm nay:

Tại Hòa hội San Francisco tháng 9 năm 1951, trước sự hiện diện của 51 quốc gia trên toàn thế giới đại diện Quốc gia Việt Nam là Thủ tướng Trần Văn Hữu đã đọc bản tuyên bố xác định chủ quyền đã có từ lâu đời của Quốc gia Việt Nam trên quần đảo Hoàng Sa và Trường Sa. Với những lời lẽ hàm súc và chứng cớ lịch sử chính xác, Thủ tướng Hữu đã long trọng tuyên cáo trước công luận thế giới chủ quyền toàn diện và tuyệt đối của Quốc gia Việt Nam đối với vùng quần đảo Hoàng Sa -Trường Sa.

Hóa ra trong trận chiến giữ nước lực lượng quốc gia dân tộc luôn là những người bảo vệ Tổ quốc Việt Nam hơn hẳn phía cộng sản. Nay chúng ta nhắc lại lời của Thủ tướng Trần Văn Hữu như một chứng cớ hùng hồn nhất để nói cùng Bắc Kinh và Hà Nội quyết tâm sắc son của người Việt quốc gia:

"Thật là nghiêm trọng và cảm kích cho Việt Nam được đến San Francisco tham dự công việc của hội nghị hòa bình. Sở dĩ phái đoàn Việt Nam được hiện diện tại đây là nhờ các tử sĩ của nước Việt và lòng hy sinh vô bờ bến của dân tộc Việt Nam. Là một dân tộc đã chịu đựng biết bao đau khổ để được sống còn và giành sự trường tồn cho một nòi giống đã có hơn 4 ngàn năm lịch sử".

Cho dù không đứng vững được bao lâu, nhưng Nội các Trần Trọng Kim đã cố gắng đặt nền móng xây dựng một thể chế độc lập và tự chủ đầu tiên không lệ thuộc người Pháp. Tuy không được chuẩn bị kỹ lưỡng cũng như thiếu rất nhiều về nhân sự và vật lực để điều hành một quốc gia vừa mới thành hình.

Trong khi đó công tác đối ngoại thì phải cố gắng dung hòa giữa các thế lực quốc tế và chủ thuyết Đại Đông Á của Nhật. Đối nội thì có nhiều phe phái muốn giành chính quyền, chính phủ mới vẫn đạt được một số điều kiện căn bản, nhóm lên nhiều hy vọng độc lập và tự chủ cho đất nước.

Trong những bước đầu tiên là Bộ Trưởng Tư pháp Trịnh Đình Thảo ra lệnh thả hàng ngàn tù nhân chính trị bị Pháp giam giữ từ trước, trong đó có rất nhiều cán bộ cộng sản như Lê Duẩn, Phạm Văn Đồng. Chính phủ của Thủ tướng Trần Trọng Kim còn thành lập Hội Đồng Cải cách cai trị, tư pháp và tài chính gồm 16 nhân sĩ nổi danh được giao nhiệm vụ xúc tiến việc soạn thảo cơ cấu mới cho quốc gia.

Bộ Trưởng Bộ Thanh niên Phan Anh giữ nhiệm vụ tổ chức Đội Thanh niên Tiền tuyến theo tinh thần quốc gia để huy động quốc dân giữ an ninh vì không có Bộ Quốc phòng. Bộ Trưởng Phan Anh lại là một trong những nhân vật đầu tiên có mặt trong Chính phủ Liên Hiệp Kháng chiến với chức vụ Bộ Trưởng Quốc phòng do ông Hồ Chí Minh làm chủ tịch vào năm sau, 1946. Sau khi Việt Minh buộc Hoàng Đế Bảo Đại thoái vị trong ngày 23 tháng 8, Đội Thanh niên Tiền tuyến dưới quyền lãnh đạo của Phan Anh đi theo hẳn cộng sản mở đầu cho bi kịch lịch sử tháng 8 năm 1945.

Phần 2

Sau 66 năm chúng ta hẳn có đủ yếu tố để biết đâu là sự thật về ngày 19 tháng 8 năm 1945 mà phía cộng sản kể cho đến hôm nay luôn gọi là ngày *"cướp chính quyền"*. Để tìm hiểu nguyên nhân và diễn tiến về ngày biến cố kia xảy ra như thế nào trong thực tế, chúng ta hãy trở lại từ đầu với những chứng cứ đã được lịch sử minh xác đồng nghĩa với Sự Thật. Bởi cuộc kháng chiến chống Pháp kéo dài trong 9 năm từ 1946 đến 1954 là xương máu chung của toàn thể Quốc dân Việt Nam chứ không riêng của Đảng cộng sản Việt Nam với những luận điệu chỉ có tính cách tuyên truyền trong quần chúng như: *"Cách mạng Tháng Tám của Việt Nam, hay cách mạng Tháng Mười Nga của Liên Xô"*.

Tuy nhiên, vì đây là một dấu mốc vô cùng quan trọng quyết định nên vận mệnh của đất nước và dân tộc kéo dài trong một giai đoạn ngắn ngủi chỉ từ ngày 9 tháng 3 đến ngày 2 tháng 9 xuyên qua thời điểm 19 tháng 8 năm 1945.

Chúng ta cần trở lại thời điểm: Bắt đầu từ năm

1940, một năm sau lần khởi cuộc Đệ Nhị Thế Chiến, Chính phủ Pháp ở Ba Lê đầu hàng quân Đức nên thuận nhường cho Nhật chủ trị Đông Dương vì lúc ấy Nhật là đồng minh gánh chịu nhiệm vụ chiến lược yểm trợ Đức ở mặt trận Châu Á. Vì lý do này, Toàn Quyền Pháp ở Đông Dương là Decoux thuận để cho quân Nhật vào Bắc Kỳ, hải quân Nhật sử dụng hải cảng Hải Phòng, còn không quân Nhật được quyền chiếm đóng các phi trường Gia Lâm (Hà Nội), Lào Kay, Phủ Lạng Thương.

Cũng vì vậy máy bay và chiến hạm của đồng minh (chủ yếu là Mỹ) đã tấn công các vị trí đóng quân của Nhật đóng trên lãnh thổ Việt Nam khiến cho đồng bào người Việt phải chịu nạn bom đạn chung với hai lực lượng quân sự Pháp và Nhật. Nhưng rồi sự hợp tác bất đắc dĩ giữa chính quyền bảo hộ của thực dân Pháp và Phát-xít Nhật trên đất nước ta phải đến lúc chấm dứt. Do đó, vào đêm 9 tháng 3 năm 1945 Đại sứ Nhật là Matsumoto Shunichi đã chính thức trao tối hậu thư cho Toàn Quyền Jean Decoux, ra lệnh cho quân viễn chinh Pháp trên toàn cõi Việt Nam phải buông súng đầu hàng Nhật vô điều kiện.

Tiếp theo là một trận chiến ngắn ngủi chưa tới 48 tiếng đồng hồ, quân Pháp tại Đông Dương từ toàn quyền tới binh sĩ đều bị quân Nhật bắt làm tù binh. Chỉ có một phần quân Pháp thuộc Sư Đoàn của Tướng Gabriel Sabattier nhờ đóng sát biên giới trong tỉnh Lai Châu nên trốn thoát sang được đất Tàu.

Từ tình hình này ba nước Việt Nam, Lào và Cao Mên tạm thời cởi được chiếc cùm của Thực dân Pháp nhưng lại mang vào cái gông của Phát-xít Nhật. Quân đội Nhật trở nên là chủ nhân trực tiếp kiểm soát toàn vùng Đông Dương. Lợi dụng khi Pháp và

Nhật đang tranh giành nhau quyền làm chủ thuộc địa, Mặt Trận Việt Minh nương theo chiều gió bành trướng và phát triển mạnh mẽ qua huấn lệnh: *"Nhật - Pháp đánh nhau và hành động chúng ta".*

Cần nhắc lại Mặt Trận Việt Minh của Hồ Chí Minh thủ diễn tuy cùng có tên chung là Việt Minh nhưng tổ chức và sách lược khác với Việt Nam Độc Lập Đồng Minh Hội của cụ Hồ Học Lãm thành lập từ năm 1936 tại Trung Hoa. Kể cả tên hiệu Hồ Chí Minh là bí danh đầu tiên của cụ Hồ Học Lãm. *Cọp tha thì ma bắt ấy là sự thay đổi, quan trọng nhất trong giai đoạn này là quan chức quân sự người Nhật thay thế viên chức thực dân Pháp.*

Cụ thể là ngày 16 tháng 3 năm 1945 Tư lệnh Quân Đoàn 38 đồn trú tại Đông Dương là Tướng Tsuchihashi Yuitsui từ Sài Gòn ra Hà Nội lên ngai Toàn Quyền Đông Dương thay thế toàn quyền người Pháp. Cơ cấu tổ chức cũng y như thời Pháp, một miền có một Thống đốc hay một Thống sứ cai trị. Trong tháng 5 năm 1945, Nhật giao hoàn Bắc Kỳ lại cho chính quyền Nam Triều ở Huế nên Vua Bảo Đại kiêm lãnh Trung và Bắc Kỳ gọi là chung là An Nam có một cố vấn tối cao người Nhật bên cạnh chỉ đạo.

Sự thay đổi chính trị dù sôi động nhưng vẫn không làm người Việt lưu tâm bởi nạn đói khủng khiếp năm Ất Dậu (1945) đang xảy ra khắp tại miền Bắc và Trung Kỳ. Thật ra nạn đói đã có dấu hiệu từ năm 1944 khi Pháp thuận cho Nhật vào Đông Dương để cả hai cùng chia nhau xương máu của dân Việt.

Đã nghèo lại càng đói rách bi thảm hơn khi xuất hiện thêm cái gọi là Mặt Trận Việt Minh lúc nào cũng cần gạo, tiền và nhân lực. Thiên tai hằng năm, ruộng đất khô cằn, kỹ thuật canh tác cũ kỹ nên người nông dân miền Bắc và các tỉnh Bắc Trung Kỳ muôn đời hầu như chỉ đủ lương thực nếu không có gì xảy ra.

Nhưng từ cuối năm 1943, Pháp đã bắt dân chúng Việt Nam bán hết gạo thóc để dành, đồng thời gạo tiếp tế từ miền Nam cũng bị bế tắc vì máy bay của đồng minh luôn oanh tạc đường tiếp vận Bắc - Nam. Nạn đói đã lan tràn khắp đồng bằng sông Hồng, sông Mã, khiến cho người chết đói nằm như rạ. Người đói phải bỏ làng ra đi kéo về thành thị xin ăn, kiếm sống nhưng một số lớn đã gục chết bên vệ đường vì đói khát. Dân chết thê thảm là dịp may để cán bộ Mặt Trận Việt Minh khai thác tuyên truyền đánh Pháp diệt Nhật cứu nước.

Như trên đã trình bày sau ngày 9 tháng 3 năm 1945 do Nhật đã hốt trọn quân Pháp tại Đông Dương khiến cho quân đội Mỹ đóng tại Nam Trung Hoa mất hết nguồn tin tình báo về hoạt động của quân đội Nhật. Thế nên dù biết ông Hồ Chí Minh là cán bộ cao cấp của Cộng sản Quốc tế, nhân viên Tình Báo Hoa Kỳ (OSS, tiền thân của CIA sau này) đã hợp tác với ông Hồ để sử dụng làm đầu mối tin tức của vùng Đông Nam Á, đồng thời để tiếp cứu phi công Mỹ bị phòng không của Nhật bắn hạ trong khu vực Bắc Việt Nam - Khu vực nằm trong chiến khu do lực lượng Việt Minh kiểm soát.

Ông Hồ được Charles Feen - Nhân viên tình báo trong Đội Yểm trợ Không lực Hoa Kỳ (AGAS) đóng tại Nam Trung Hoa đặt cho bí danh là Lucius.

Trở lại Chính phủ Trần Trọng Kim thành hình vào ngày 17 tháng 4 tồn tại cho đến ngày 25 tháng 8 của năm 1945. Cụ Trần Trọng Kim sinh năm 1883 tại Hà Tĩnh và là một học giả uyên bác nổi danh qua các tác phẩm biên khảo như Phật Giáo, Nho Giáo, Lược Sử

Việt Nam mà đến nay vẫn còn nguyên độ giá trị. Cụ Trần nguyên là Thanh tra Tiểu học, năm 1939 ông được bổ nhiệm Dân Biểu Bắc Kỳ. Ngày 30 tháng 3, 1945 lúc đang tị nạn trốn sự bắt bớ của Mật Thám Pháp tại Thái Lan, cụ Trần Trọng Kim được viên chức Nhật đưa về Huế giúp Vua Bảo Đại thành lập chính phủ. Vì chỉ tồn tại trong một thời gian ngắn ngủi giữa một tình thế vô cùng rối ren nên Nội các Trần Trọng Kim thường bị các nhà biên khảo đánh giá không chính xác, nhất là qua cách xuyên tạc vì mục tiêu chính trị của Đảng cộng sản.

Nhưng ngày nay nhiều sử gia với lăng kính vô tư đã phải công nhận rằng Nội các Trần Trọng Kim đã đề ra một sách lược phản ánh đúng đắn về một nước Việt Nam độc lập không chịu ảnh hưởng của người Pháp. Do Nội các cụ Trần đã tập hợp được một số thành phần ưu tú nhất của đất nước như các vị Nguyễn Xuân Chữ, Hoàng Xuân Hãn, Trần Văn Chương, Trần Đình Nam... Kể cả những giới chức sau này theo cộng sản như các Luật sư Trịnh Đình Thảo, Phan Anh. Tất cả đã tạo nên một chính phủ với những nhân sự có thể gọi là ưu tú nhất của xã hội Việt Nam thời bấy giờ mà cũng là hôm nay.

Dù chỉ hoạt động trong vòng 4 tháng nhưng Thủ tướng Trần và Nội các của ông đã thực hiện phần nào các mục tiêu lớn của kế hoạch đã đề ra. Ngay trong phiên họp đầu tiên vào ngày 4 tháng 5 năm 1945, Nội các đã soạn thảo hiến chương, quyết định lấy lại Quốc hiệu nước là Việt Nam tức là Quốc hiệu từ thời Vua Gia Long lên ngôi năm 1802. Quốc hiệu nầy hàm ý minh định sự vẹn toàn lãnh thổ Đại Việt với ba miền Nam - Trung - Bắc với Quốc kỳ Nền Vàng Ba Sọc Đỏ như đã trình bày.

Trong khi đó, quân lực Pháp thuộc quyền của De Gaulle theo quân đội đồng minh trở lại Đông Dương thỏa hiệp phối hợp cùng lực lượng cộng sản trong Mặt Trận Việt Minh qua bảng hiệu làm thuê cho cơ quan OSS của Mỹ, mưu định đánh phá làm sụp đổ ngôi nhà Việt Nam vừa được dựng lên.

Vua Bảo Đại hay đúng hơn Nội các Trần Trọng Kim gần như không có một lực lượng quân sự nào kể cả Nghĩa Dũng Quân hậu thân của lính Khố Đỏ thời Pháp để lại và lực lượng cảnh sát cũng do người Nhật nắm giữ. Mãi tới tháng 6 năm 1945, xứ Nam Kỳ mới được Nhật giao hoàn về Chính phủ Nam Triều của Vua Bảo Đại, Nội các Trần Trọng Kim lúc ấy mới có quyền tổ chức một lực lượng Bảo An.

Nói tóm lại, vì vận mệnh của Việt Nam lúc ấy nằm trong sự bảo vệ của quân đội Nhật cho nên khi Nhật Hoàng chấp thuận đầu hàng đồng minh thì Việt Nam rơi vào khoảng trống quyền lực và không có quân đội bảo vệ. Tổ chức cộng sản ẩn danh sau Mặt Trận Việt Minh manh tâm cưỡng chiếm vận mệnh quốc gia một cách dễ dàng với một lực lượng du kích đơn sơ chỉ vài ba cây súng tay mà Đảng cộng sản đã rêu rao nên thành một cuộc cách mạng vĩ đại của tháng 8 năm 1945.

Những yếu tố góp phần làm sụp đổ Nội các Trần Trọng Kim cũng có thể kể đến việc những cán bộ cộng sản như Nguyễn Mạnh Hà, Hoàng Minh Giám, Tôn Quang Phiệt, Phạm Ngọc Thạch, Phạm Văn Bạch... đã trà trộn vào đủ mọi cơ quan từ Trung ương ở Huế cho tới tận Nam Kỳ. Và khi Nội các sụp đổ vào những ngày quân Nhật đầu hàng Đồng Minh đã tạo nên một khoảng trống quyền lực khiến cộng sản dễ bề thao túng.

Cụ thể về ngân quỹ dự trữ của Việt Nam tại Ngân hàng Đông Dương, Nhật chẳng những rút hết số tiền đã có do Pháp ký thác hơn 800 triệu Phật Lăng mà còn in thêm tiền không bảo chứng, tạo tình trạng lạm phát, góp phần cho nạn đói và trộm cướp khắp nơi.

Mặc dù bị thành phần cộng sản trong Mặt Trận Việt Minh phá hoại, xúi giục dân chúng đánh cướp các kho gạo dự trữ công cộng, hành hung cản trở những viên chức phát gạo chẩn bần... Hoặc bất nhân hơn là bán tin, chỉ điểm cho máy bay của Hòa Kỳ đánh phá các trục giao thông, tàu thuyền chở gạo từ Nam ra Bắc khiến đã làm trầm trọng thêm nạn đói với hơn 1 triệu người chết đói.

Tuy nhiên từ tháng 6 năm 1945, Chính phủ Trần Trọng Kim cũng đã ngăn được một phần nạn đói do trúng mùa Chiêm và nhất là gạo trong Nam đã chở ra được ngoài Bắc dù Mỹ đã đặt mìn phong tỏa Hải Phòng cùng các hải cảng lớn.

Trong vấn đề cải cách, chính phủ đã ban hành lệnh giảm hay bỏ hẳn nhiều loại thuế bất công và bóc lột người dân nghèo có từ thời Pháp, nhất là loại thuế thân đánh vào mỗi thân phận người dân thuộc địa. Về giáo dục lấy chữ Quốc Ngữ làm ngôn ngữ chính trong các chương trình giảng dạy, đã tổ chức khóa thi Tiểu học đầu tiên bằng chữ Việt mới vừa cải cách.

Chính phủ Trần Trọng Kim cũng đã lập ra một Ủy ban Quốc gia phụ trách nền Quốc học. Để chứng tỏ sự tự cường, tự do, chính phủ đã công bố nhiều buổi lễ, hồi phục và vinh danh các anh hùng liệt nữ mọi thời từ Hùng Vương Quốc Tổ cho tới những nam nữ liệt sĩ đã hy sinh trong cuộc chống Pháp xâm lăng.

Tất cả tên đường phố đều được đặt lại với tên các anh hùng của lịch sử Việt Nam như Lê Lợi, Quang Trung, Trần Hưng Đạo, Nguyễn Thái Học... Báo chí cũng được dịp nở rộ và tự do phát triển.

Tuy nhiên, công lao lớn nhất của Chính phủ Trần Trọng Kim đáng được nhắc nhớ trong dòng lịch sử dân tộc là đã tranh đấu với Chính phủ Nhật lấy lại tất cả lãnh thổ Việt Nam.

Thật vậy tương tự như Pháp, ban đầu người Nhật cũng chỉ hứa suông trả nước lại cho người Việt Nam, nhưng thực tế là chỉ nói miệng. Cũng nhờ Chính phủ Trần Trọng Kim mềm mỏng dùng ngoại giao lần hồi chẳng những thu hồi được ba Kỳ, mà còn lấy lại những thành phố nhượng địa cho Pháp như Hà Nội, Hải Phòng và Đà Nẵng vào tháng 7 cùng năm 1945.

Từ những thành quả vừa kể ra, Vua Bảo Đại mới ban hành 4 Đạo Dụ thành lập Hội đồng Tư vấn Quốc gia để chuẩn bị soạn thảo Hiến Pháp. Nhiều lãnh tụ chính trị miền Nam như Hồ Văn Ngà, Trần Văn Ân đều được tham dự trong Ủy ban của Chính phủ. Nhưng giữa lúc hòa bình đang hé lộ trên quê hương thì Nhật Bản đầu hàng, Thủ tướng Trần Trọng Kim từ chức và Vua Bảo Đại chưa kịp lập Nội các mới tất cả tạo nên biến động chính trị làm thay đổi tất cả vận mệnh Việt Nam.

Nguyên ông Phạm Khắc Hòe lúc ấy giữ chức Ngự Tiền Đổng Lý được gần gũi với Vua Bảo Đại nhưng lại làm nội ứng cho cộng sản, ông này giềm pha, kiếm chuyện ngăn cản không cho phái đoàn của Thủ tướng Trần Trọng Kim từ Huế vào Sài Gòn tiếp nhận chính quyền do Nhật giao lại. Tất cả đã tạo nên khoảng trống khiến nhóm hung thần cộng sản Nam Kỳ gồm Trần Văn Giàu, Dương Bạch Mai, Nguyễn Văn Tạo,

Nguyễn Văn Trấn dễ dàng tổ chức chiếm đoạt một chính quyền bỏ trống. Khắp nơi những đảng phái và người quốc gia đều đứng lên chống Việt Minh. Tại Nam Kỳ, nhóm Cộng Sản Đệ Tứ liên hợp với hai giáo phái Cao Đài và Hòa Hảo thành lập Mặt Trận Quốc Gia Thống Nhất. Khâm sai Nam Kỳ Nguyễn Văn Sâm trước họng súng, cũng giao quyền cho Việt Minh.

Cụ thể điển hình phải kể đến biến cố trong ngày 17 tháng 8, lực lượng Việt Minh đã đàn áp phong trào ủng hộ Chính phủ Trần Trọng Kim do công chức Bắc Kỳ tổ chức tại Hà Nội, khiến cụ Nguyễn Xuân Chữ, Chủ tịch Ủy ban Chính trị tại Bắc Kỳ phải giao quyền cho cán bộ cộng sản kéo theo sự sụp đổ hoàn toàn của Chính phủ Quốc gia.

Và cuối cùng ngày 23 tháng 8 năm 1945, Vua Bảo Đại nghe theo lời xúi giục o ép của viên cán bộ cộng sản nằm vùng Phạm Khắc Hòe nên thoái vị trao ấn kiếm Vương Triều Nguyễn cho đại diện Việt Minh là Trần Huy Liệu và Tôn Quang Phiệt. Cả hai thực chất là cán bộ cộng sản thuộc Đệ Tam Quốc Tế do Hồ Chí Minh chỉ đạo.

Một que diêm có thể gây nên một đám cháy rừng. Trong đêm đen thăm thẳm Việt Nam tám mươi năm nô lệ, những đốm lửa từ que diêm Nội các Trần Trọng Kim vừa thắp sáng niềm hy vọng của một đất nước sắp có Tự Do - Độc Lập - Thống Nhất thì giông tố cộng sản đã chuyển đến, đẩy vận mệnh dân tộc rơi vào một địa ngục tối tăm.

Tóm lại, công cuộc gọi là cướp chính quyền của cộng sản từ tay người Nhật hoặc Pháp không hề có mà đơn giản chỉ là cuộc lật đổ một chính quyền còn non trẻ. Đấy là Nội các Trần Trọng Kim với 126 ngày nắm giữ chính quyền trên một đất nước hoang tàn, chết đói đầy đường, không một đồng trong ngân quỹ, 95% người dân không biết chữ.

Ngày 13 tháng 7 năm 2010, Giáo sư người Pháp Philippe Devilliers 90 tuổi, cựu phóng viên tờ *"Le Monde"* người đã có mặt tại Việt Nam vào những ngày của năm 1945, đã trao tặng cho cá nhân Giáo sư Phan Huy Lê ở Hà Nội 203 tấm ảnh gọi những *"tấm ảnh lịch sử"*. Cụ thể theo báo Tuổi Trẻ ở Sài Gòn số ngày 19 tháng 8 năm 2010 để kỷ niệm biến cố gọi là "Cách Mạng Tháng 8" là tấm ảnh chụp cuộc biểu tình của *"Tổng Hội Công Chức"* trong ngày 7 tháng 8 năm 1945, ủng hộ Chính phủ Trần Trọng Kim với Lá Cờ Vàng Ba Sọc Đỏ của công chức Hà Nội.

Việt Nam đã được hai lần trao trả độc lập từ chính quyền Nhật và Pháp qua Vua Bảo Đại. Cả hai lần Độc Lập Quốc Gia đều bị Hồ Chí Minh và tổ chức cộng sản phá hỏng, đưa đẩy đất nước vào hai cuộc chiến gọi là đuổi Pháp đánh Mỹ đẫm máu hoàn toàn không cần thiết.

Đấy là những cuộc chiến được quyết định từ Chu Ân Lai, Lưu Thiếu Kỳ, Mao Trạch Đông với sự đồng thuận sau này từ Nixon, Kissinger là những người không hề biết đến Mối Đau Việt Nam.

Phan Nhật Nam

Huế trong lửa mùa xuân

Tôi sinh ở Huế, nhưng không lớn lên từ đó. Không kỷ niệm, không nhớ thương, không một mối tình. Giữa tôi và Huế là xa lạ, dửng dưng, không mong ước trở lại. Nhưng, tôi đã sinh ra ở đấy, đất đai đó là nơi trú ngụ đầu tiên và trên vùng đất này bạn bè tôi, những người bạn từ Sài Gòn, của một tỉnh miền Nam, hoặc miền Bắc di cư vào đã đánh trận đầu tiên trong thành phố, và ngã xuống chết bất ngờ giữa đám gạch xanh rêu lạnh lẽo.

Vậy nên tôi phải viết về Huế. Viết về một tuổi thơ đã qua, buổi trở lại bi thảm. Viết về một mất mát, nhưng cũng cho lần tìm thấy cảm động làm rưng rưng nước mắt. Cảm động qua một lần tái ngộ khắc nghiệt nguy nan.

Khi lớn lên sau này, nếu có ai hỏi: Người xứ nào? Tôi thường tần ngần một lúc. Sự ngập ngừng phát sinh từ những mù mờ về Huế. Tôi sinh ra ở đó, nhưng biết được gì về thành phố ấy. Tên đường không rõ, chùa Thiên Mụ ra sao? Thế nào là cô gái trường Đồng Khánh? Nhớ, cố nhớ lại một kỷ niệm xa nhất, những hình ảnh, những sự việc còn sót lại trên ký ức mù mờ lãng đãng... Nhớ đến điểm khởi đầu mà tuổi nhỏ đã ghi nhận...

Năm 1947, tôi bốn hay năm tuổi gì đó theo gia đình về Huế trong đêm khuya. Thuyền đi theo dòng sông, dòng sông đen, chiếc thuyền len lỏi qua hàng cây um tùm trên sông nước. Sông nào? Đứa nhỏ không biết. Cây gì? Cây chà là. Sao lại *"cây chà là"?* Chắc hẳn do bất chợt trong đêm khuya năm xưa ấy nghe đâu ra một lần nên tôi đặt tên cho những đám lá cây là *"cây chà là".* Mãi đến sau này khi khôn lớn, nhớ lại, tìm hiểu hóa ra là tiếng kêu của người lái thuyền đụng phải những xác chết mà bộ đội Việt Minh cộng sản thả trôi sông mắc vào trà lá. Tai ương đầu tiên của chiến tranh đứa nhỏ đã phải nghe thấy, hứng chịu, sống cùng. Thuyền ghé bến, tôi lên bờ trên tay cha bồng, ôm chiếc chiếu trong lòng.

Tôi về Huế lần đầu tiên. Tôi đến Huế trong đêm khuya, trên dòng sông. Trí nhớ nào đủ để ghi một hình ảnh mông lung như sông nước trên tâm hồn trẻ nhỏ? Và tiếp đi ra khỏi Huế sau một thời gian ngắn khiến Huế không đủ tạo nên thành kỷ niệm sâu ký ức. Tôi còn lại hình ảnh nào nữa về Huế? Những buổi chiều cuối năm gió rét, thổi qua đường phố im vắng, hình ảnh một bà già lưng còng xuống thấp, bán giò chả, tiếng rao lê dài qua khu phố theo gió đi xa, nghe tê tái phiền não hơn cả chiều đông trên thành phố hậu chiến không đèn sũng bóng tối.

Thế là hết kỷ niệm của Huế. Còn gì không? Chẳng còn gì ngoài dạng hình cô gái nhỏ cùng tôi chơi với chiếc xe hai bánh, có một bàn đạp, một tay lái, chân để trên bàn đạp, chân chống xuống đất và chúng tôi thay phiên đẩy vào lưng nhau để tăng tốc độ. Tốc độ của đôi chân trẻ con nhưng cũng quá nhanh trên mặt đường lồi lõm đá. Con đường không người, hai hàng phố cửa đóng, vẻ hoang tàn hậu chiến, nét linh động chỉ là hai đứa chúng tôi. Cô bạn nhỏ tên Phương L. Mấy mươi năm sau vẫn còn nhớ nguyên âm tiếng và cách tự giới thiệu: Tao tên Phương L. Thế là hết kỷ niệm về Huế và tôi đi xa...

Xa về Nam, Huế đó trả lại cho người, tôi về miền có biển có núi. Huế không có biển. Ở biển mình nghe được thằng Cuội chặt củi trên cung trăng. Một gã bạn trong khu xóm nhỏ Đường Gia Hội đã nói như vậy. Tôi về những vùng có biển và lớn lên từ những nơi này. Huế không có biển và tôi yêu biển biết bao nên xứ Huế được lãng quên từ đó.

Đà Nẵng và Nha Trang, thành phố bốn bề là biển, biển trước mặt, biển sau lưng, rẽ qua trái ra biển, rẽ qua phải đến sông, sông cũng dẫn ra biển. Ngồi trong nhà gió biển lọt vào, rịn hơi muối trên da tay, đêm mùa đông nghe tiếng sóng cuồng nộ từ xa tưởng chừng như sóng ùn ùn lại để kéo trôi phăng thành phố.

Thịt bò khô ở Nha Trang, con ghẹ tươi ở Đà Nẵng

đối với tôi là những món ăn ngon nhất, quyến rũ nhất. Chạy nhảy trên những hòn đá ở Tiên Sa, Đà Nẵng vỏ hà cắt đứt bàn chân, vết thương tươi đỏ đầy máu không tạo thành đau đớn, chỉ nhức nhối nhẹ nhàng, ngâm xuống nước mặn thành cay, nồng nàn như tuổi mới lớn, như tình yêu, ước vọng của năm mười sáu, mười bảy...

Máu chảy hòa nước biển, nước biển theo vết thương ngấm vào thân thể, người như hạt muối được hong khô dưới ánh mặt trời. Tôi ham mê đùa giỡn với sóng, trong khung trời xa thăm thẳm không biên giới với luồng gió có mùi của trời đất trên ngọn hải đăng ở Đà Nẵng. Tháp hải đăng xây bằng đá, xanh mướt, xanh bóng vì rêu phủ, vì gió bào, vì muối xát. Ánh sáng hải đăng chập chờn soi rọi theo cơn gió bất tận từ bốn phía ào ào thổi động ngàn lau quanh sườn núi. Tôi sống, lớn lên, yêu đời, yêu quê hương từ đó. Từ những nơi có gió, ở một chỗ nào xa xăm tận cùng trời đất.

Đà Lạt với nét đẹp não nùng tưởng chừng như nốt nhạc ngân hoài không dứt. Đà Lạt đẹp với thành phố, hồ Than Thở, hồ Xuân Hương. Nhưng phải đến Ankoret, lên ngọn núi đằng sau nhà máy nước nhìn xuống thác Vàng. Thấy cả trời đất hòa với nhau.

Hồ Ankoret trong vắt như khối thủy tinh, xanh tươi hơn ý niệm, nằm trong lòng núi tưởng chừng như một chiếc gương khẽ gợn vì gió, vì sương đọng, vì núi nghiêng, hay vũ trụ đang chuyển hình hay ta đang trong ảo giác... *Trời ở trên. Trời cũng dưới đáy hồ! Có tiếng động... Không, chẳng có gì... Phải chăng lá thông rơi bay, cỏ đang mọc, hay nước hồ xô chuyển... Nào ai biết!* Không ai biết gì của thiên nhiên im lặng đó, chỉ nhìn, nghe thật hết với giác quan mở rộng. Trong vòng tay của núi và biển, tôi đi xa Huế biền biệt. Huế của đêm tối hồi cư, dòng sông đen đe dọa của tuổi thơ làm sao lôi kéo được tâm hồn tôi trở lại.

Bấy giờ là năm 1967. Chiến tranh đầy trên quê hương như đàn ruồi trên đống rác. Tôi đang ở Sài Gòn. Với Sài Gòn, làm sao thấy được mặt trời mọc lúc nào và lặn ở đâu? Ở đâu là bốn hướng Đông, Tây, Nam, Bắc? Thế nào là màu xanh của biển của rừng? Màu xanh tím và hơi mát của đường Cường Để, nhà thương Grall trông thật tội nghiệp, vá víu và còm cõi biết bao! Sài Gòn với một khoảng thiên nhiên mơ mộng của xa lộ, vài cây dừa xơ xác, một dãy đất hoang cỏ mọc, úa vàng bị đóng khung bởi Cát Lái, Thủ Đức, Bình Lợi...

Việt Nam 1967, tôi lính chiến như một thanh mã tấu cùn quá cỡ, được ném vào trong một đống rác vĩ đại. Đà Nẵng thì hết rồi biển Thanh Bình, hàng cây dương liễu mới lớn của mười năm trước nay cằn cỗi, đầy dây kẽm gai để che chở trại lính. Bờ biển thuở xưa có cái lô cốt bị chìm thời Đệ Nhị Thế Chiến bây giờ đầy nhà cửa. Thôi còn gì nữa đâu, hết cả khoảng trời xanh, hết cả tiếng sóng vỗ cuồng bạo vào bờ đêm mùa đông, biển tối âm u, hàng dương liễu ngập nước như một khu rừng nổi... Không còn gì nữa, núi Tiên Sa quân đội Mỹ đặt đài Radar, con đường lên núi đỏ thẫm giữa màu xanh của lá như một vết thương chưa khép. Đâu còn nắng sớm thơm mùi biển mùa Xuân ở Nha Trang. Đâu còn ngày đầu đời lính với yêu thương trên bãi cát trước Ty Bưu Điện loáng màn đêm. Năm 1967, tôi còn được vùng thơ mộng nào trên quê hương?

Trong thời gian này, tôi trở về Huế. *"Trở về"* sao

lại dùng từ ngữ này? Tôi có đi thì mới có về. Hay tôi đang trở về quê hương? Chiếc C-130 xuống phi trường Phú Bài vào một buổi chiều mưa mờ mặt. Ô mưa! Mưa đúng nghĩa của mưa trời đất. Mưa đầy mặt, mưa cách nhau khoảng năm mươi thước không trông thấy. Mưa không thấy hạt, chỉ màn nước thật đầy bao phủ lên tất cả. Vạn vật xám xạm ốm yếu thê lương. Không chân trời. Không hàng cây. Không nhà cửa. Tất cả chỉ là khối xám lù mù im lặng. Không một hoạt động nào tồn tại được, tất cả nằm yên dưới sức nặng dị thường của hạt mưa!

Mưa từ bao giờ?

Hỏi người bạn đơn vị đã ra trước.

Lâu lắm rồi, cả tuần nay.

Không tạnh?...

Tạnh sao nổi!

Mưa khắp nơi như từ không gian trút xuống và vạn vật đang tan loãng thành nước. Tôi bước xuống vũ trụ lạnh tanh này với cảm giác người tan vào mênh mông.

Mưa xứ Huế ào ào phủ xuống đầu chúng tôi khi từ máy bay chạy nhanh vào trạm hàng không. Hẳn có người ghét mưa Huế vì phải chịu đựng nó quá lâu, tôi cũng sẽ oán thán khi đi dưới cơn mưa, nước ruộng ngập gần nửa người, bùn gần đến đầu gối, đi từ Quảng Điền lên Phong Điền. Nhưng bây giờ mưa Huế đang chung quanh... Mưa của quá khứ, của tuổi thơ, tuổi lớn đang hòa vào nhau đều đều, quay cuồng trong một không gian im lặng.

Huế đón chúng tôi trong cơn mưa, đơn vị lên xe di chuyển qua thành phố, ra lại vùng ngoại ô, đóng quân ở một làng có cái tên độc đáo, đặc biệt nhất của Việt Nam: *Sịa*. Sịa là gì? Không ai rõ và giải thích được. Danh tính không chỉ là một tên gọi nhưng mang một âm vang đặc biệt, như một nốt nhạc kỳ lạ. *Sịa* - Tôi sẽ luôn luôn nhớ, hoài hoài thắc mắc sao quê hương có những địa danh vừa kỳ cục vừa lạ lùng... Chân quê nhưng không thô thiển, mang vẻ mộc mạc, bình dị và độc đáo! Ở đâu có Sịa? Chắc chỉ có Huế và đúng là chỉ có Huế...

Hành quân. Các mục tiêu 1, 2, 3... Đại đội 91, 92 chiếm 1 và 2 xong đợi ở đấy, làm blocking-force[1] về hướng Đông để Đại đội 93 của tôi chiếm mục tiêu 3. Mục tiêu 3, tôi nhìn vào bản đồ: Đồng Xuyên, làng Đồng Xuyên khu xóm nhỏ phía Tây giáp ruộng, phía Đông cồn cát. Sau cồn cát là gì? Phá Tam Giang. Phá thì lạ lắm, nhưng Phá Tam Giang thì quá quen thân. Vì vào lớp Ba hay lớp Nhì, thế hệ chúng tôi hai mươi năm trước hầu như ai cũng đã một lần đã ê a trong cuốn *"Tập Đọc Vui"* bài học thuộc lòng:

"Đường vô xứ Huế quanh quanh. Non sông nước biếc... Sợ truông nhà Hồ, sợ Phá Tam Giang".

Phá Tam Giang là tuổi thơ thứ mười của tôi. Tuổi nhìn đời đầy câu hỏi thắc mắc: *"Tại sao yêu em rồi nhưng không muốn vô?"*. Đấy, tôi đã quen biết với Phá Tam Giang lâu hai mươi năm rồi. Phá Tam Giang, nỗi mơ mộng đầu tiên của đứa nhỏ với rung cảm ngây ngất khi đọc đến: *"Yêu em anh cũng muốn vô..."*. Dẫu chẳng biết *"yêu là gì?"* và *"em để chỉ những ai?"*. Đi dọc theo bờ của phá, bên trái *Dãy Phố Buồn Thiu*, nơi nhà báo Bernard Fall vừa chết tuần trước. Fall là người không thuộc biến cố Việt Nam tường tận nhất trong số học giả Tây phương trong vòng hai mươi năm qua, nay vì trái nổ oan khiên bỏ lại cuộc sống với những nghiên cứu dở dang.

Đi dọc theo phá. Đi hoài. Đi mãi, trời đất bao la, cái bao la dày đặc u uất, không rộng rãi của biển, xanh thẫm của núi, đây là hoang vu tiền sử, cỏ xanh úa, hay xanh nâu mệt nhọc trải dài đến chân trời. Chim bồ nông, hạc, hải âu bay từng đàn nặng nặng, buồn buồn, chim bay như cố gắng, như thở dài, như hấp hối, bay một đoàn đầy trời, rồi cả đàn cùng dừng lại, tiếp tục bay đi, không phương hướng, không ào ạt, không khỏe không hùng, đàn chim loang lổ đen trắng thấp thoáng trên cỏ khô, lúa mục buồn đến rợn người!

Đây là hoang vu mà sao lặng gió, con phá rộng mông mênh không bờ bãi, không vết sóng. Có một cánh buồm không no gió, hay đấy là buồm hoang, thuyền ma? Trời xám, cỏ xám, con sóng nhỏ, cánh buồm phiền, đàn chim mệt mỏi... Phải chăng đây là cảnh gần tàn? Đời sắp đóng, trời đất âm u để sửa soạn cho một lần đổ sập. Bây giờ mới thấy Nha Trang quá trẻ trung, Đà Lạt quá sang trọng, Sài Gòn khô cằn không sinh khí. Phải chăng đây mới là dạng hình thật của quê hương? Tôi nghĩ vậy. Câm nín, u uất, nặng trĩu buồn rầu. Quê hương ta, khuôn mặt thật chắc là đây.

Lên đến quận Phong Điền nhìn lại bản đồ, 17 cây số đường chim bay. Người nát ra từng mảnh vụn, trời rét nhưng người quá dơ, bùn từ tóc, từ mặt, bám đầy trong mũi, trong tai, bùn rơi từ cái dụi mắt chớp mày. Xuống bến sông, bên kia là Quảng Trị, bên này Thừa Thiên, sông chảy ra Phá Tam Giang, sông chảy từ Quảng Trị vào, từ núi ra, thuộc một nhánh nhỏ của sông Ô Lâu, nhưng đến đây chảy qua Mỹ Chánh sông mang tên khác. Hỏi cô giáo. Cô giáo e thẹn như thiếu nữ mới lớn. Cô giáo mặc áo đen quần trắng, áo len đen, da trắng mát tự nhiên, môi đỏ hồng, mắt

thật xanh.
- Cô giáo bao nhiêu tuổi?
- Dạ 25.
- Sông gì?
- Dạ thưa, sông Thu Rơi.
Tôi cười:
- Cô nói đùa hay thật?
- Dạ thưa sông Thu Rơi.

"*Dạ thưa sông Thu Rơi.*" Tôi cảm động. Ai đối thoại với người lính lễ độ, kính nể đến như vậy. Sông mang tên Thu Rơi, tên thật thường nhưng chất ngất lãng mạn và đôn hậu, dân làng đã nghĩ sao khi chấp nhận tên này? Phải chăng là thi sĩ? Phải chăng tên đã thành hình như câu hò, câu hát?

Ngược đường về, từ mục tiêu 15 trở về lại mục tiêu 1, ấp Đồng Xuyên, ấp Mỹ Xá, đã đọc đi đọc lại nhiều lần từ bao nhiêu ngày trên bản đồ, đã đi qua bốn ngày trước rồi nay trở lại sao lòng lại nôn nao cảm động? Đồng Xuyên, Mỹ Xá... Đúng rồi! Nơi chốn này thuở xưa cha mẹ tôi đã một lần đến, sau lệnh tổng phản công của Việt Minh năm 1946. "*Vỡ mặt trận rồi chạy về Đồng Xuyên, Mỹ Xá, sau đó nhà mình về lại Gia Lê*". Mẹ tôi thường hay nói vắn tắt như vậy, để trả lời mỗi khi tôi hỏi về những biến cố của năm 45, 46... "*Vỡ mặt trận...*"

Tôi luôn nhớ mẹ qua câu nói với từ ngữ đặc thù này. Mẹ hay dùng những từ của người Huế mà những ngày ở Đà Nẵng, chúng tôi, hàng xóm đôi khi ngẩn ngơ không biết. Mẹ tôi là người Huế, trên cánh đồng này bà đã gánh tôi bên một đầu đòn gánh, bên đầu kia áo quần, xoong chảo qua lửa đạn hai mươi hai năm trước.

Mẹ đã chân trần, đầu trần, cong chiếc lưng học trò mảnh mai để gánh con băng qua những đồi cát mênh mông bắt đầu từ Mậu Tài ra đến Đồng Xuyên, Mỹ Xá... Phải nơi đây, cha mẹ tôi đã thương yêu nhau trong cảnh chết, tiếng nổ trên đầu, viên đạn xé không gian bay ghim vào thịt da người dưới đất. Nơi này, cha mẹ tôi đã lấy chính xác thân che chở tôi qua bão lửa.

Hôm nay, mùa đông 1967, tôi đi qua trên đất như có hồn, cỏ có dấu vết. Biết đâu cha mẹ tôi đã ngừng ở đây, lấy nón quạt cho tôi, cha tôi đã cúi mình trên bờ mẫu để gạt lấy phần nước trong mát nhất cho con. Dòng nước hôm nay còn chảy qua, cha mẹ làm sao biết được hơn hai mươi năm sau đứa con lại một lần nhìn xuống để thấy gương mặt thật của mình trên dòng nước quê hương.

Về Huế, nghỉ quân đóng ở Nam Giao, nơi thuở xưa Vua nhà Nguyễn tế lễ trời đất. Trăng mùa đông huyền bí soi ánh sáng nhạt thếch xuống một vùng cổ mộ... Somerset Maugham, Dostoevsky, Võ Phiến... trải dài trên khắp tác phẩm của họ bóng dáng quê hương sâu sắc thương yêu, thắm thiết ghi nhớ. Nếu không là những ca ngợi nồng nàn, thì cũng là bối cảnh cho những tình yêu, thù hận hay ám ảnh khôn nguôi.

Tôi không là nhà văn, nhưng nếu được chọn lựa tôi sẽ viết về Huế trong tác phẩm của mình. Lạ lùng lắm, bí ẩn lắm, ngôi mộ nằm yên, cây tùng, cây thông đứng lặng, ánh sáng trăng soi xuống gạch đá như thở, như hấp hối, thì thầm, rầu rĩ. Sông Hương đứng từ ngọn đồi Lăng Khải Định nhìn xuống, không phải là con sông với dòng nước chảy, nhưng là núi xô nhau đi về thành phố, sức xô đẩy lả lơi theo cùng cỏ tranh, hoa dại... Đây không là núi mà chỉ là những ngọn đồi nối tiếp; đồi phủ kín với một thứ đá nhỏ màu nâu trùng điệp nối dài, nắm tay nhau, dựa vai vào nhau, chuyển động nô đùa trên mặt nước.

Thế nên Vua Gia Long chọn Huế là cũng phải vì đây có sông, có núi, rừng thưa, rừng mới lớn chạy bước nhỏ dưới chân đồi như bầu bạn. Và đằng xa kia, xa ở chân trời là biển. Đủ hết, cả bốn mùa thời gian, cả vóc dáng thế giới hợp vào đây, không lớn, không vĩ đại, không ồn ào, nhỏ và xinh như non bộ, giả sơn, như cảnh mơ của em bé.

Dừng xe trên đồi, tắt máy, tắt đèn, đốt điếu thuốc, nhìn xuống con sông Hương, thả khói bay vào núi, bay xuống lòng sông, sương lạnh mưa sa hạt nhỏ... Có ai hỏi gì bây giờ, tôi chỉ xin im lặng như một thở dài trầm mặc. Vì tiếng hò đã cất lên... Tiếng hò xua nhau như sóng nhỏ vướng phải bụi bờ chìm xuống nghe quá thê thảm, quá buồn rầu. *"À... ơ... Ai về Đại Lược".*

Chữ *"Lược"* xuống thật thấp như cố nuốt tủi hờn, chặn dòng nước mắt, che giấu cô đơn... *À... ơ...* Không thêm một chữ nào có ý nghĩa ngoài âm chữ *"ơ"* được đưa lên cao từ từ rồi mất vào theo gió đẩy, với màu trăng, làm rợn những gai ốc trên da thịt. Hò như thế mới gọi là hò Nam Ai để có thể diễn tả hết cái buồn rầu chất chứa của cả một đời người đã phổ vào những tiếng *"à",* tiếng *"ơi"* vô nghĩa.

Một phút, hai phút trôi qua thuyền đã đi được một khoảng sông, câu hò mới có được bốn chữ *à ơ* ngân dài trên nước, oan uổng thê lương dật dờ như thây ma. Tôi nghe bằng tai nhưng hồn tôi ai đem treo trên đầu ngọn gió, ai đem ướp dưới đáy sông... Tôi muốn bật nên tiếng khóc. Muốn rưng rưng nước mắt. Sao có cảnh sắc trầm mặc? Sao tiếng hò thê lương, buồn đến độ này? Phải chăng cảm xúc của cả dân tộc do đã mất mát những gì quá đỗi lớn lao? Những đổ vỡ vĩnh viễn không bao giờ sống lại. Không thể nào sống lại.

Ở Huế một tuần, bún nước, bún khô, bánh khoái, nem chua, tôi ăn thật nhiều, thật ngon. Tôi vốn không quen ăn ngon, không coi trọng chuyện ăn uống. Lính tráng kham khổ quen cơm hẩm, dăm miếng thịt hộp, vài cọng rau, một bi-đông nước lạnh là xong bữa ăn. Bao nhiêu năm như thế tôi không có thì giờ để chọn món ăn, về đến Sài Gòn gặp gì ăn đó cho lạ miệng, cho vui chứ không ham.

Nhưng ở Huế ăn phải thích, ăn nữa không thấy chán, ăn bao nhiêu bún cũng được. Lại phải đến quán cho kịp giờ, trễ là hết, quá năm giờ là tiệm bún ở hẻm nhỏ đường ngang với đường Gia Hội nhất định hết. Người Huế lạ lùng như vậy, không thay đổi, không bị lôi cuốn. Mười năm trước vẫn một nồi bún, bây giờ cũng vậy, khách đông, khách chờ, khách đòi hỏi. Mặc! Hết là hết, không nấu thêm dẫu ngày có đông khách; ngày mưa ngày gió không nấu bớt. Vì khách là khách quen, nhà ở xóm bên kia đường, đằng cuối phố, nhà nào, mấy người, ý thích của mỗi ai, người bán đều biết rõ.

Bán như thể trò chơi, đồ ăn như một tác phẩm, nhiều quá sẽ thành thừa mứa, tầm thường. Giữa khách và chủ là bạn thân, họ hàng. Người Huế sống với nhau thật khít khao. Nhà anh ấy, bác ấy có con thi đỗ, cúng giỗ cả xóm xúm vào làm giúp. Nhưng chính ở đây xuất phát nên cực đoan quá khích... Thầy ở trên chùa nhất định là đại từ, đại bi; dù vào đến Sài Gòn, nghe ai nói xấu đến thầy là lồng lộn, tức tối cãi cho bằng được vì tin chắc thầy toàn thiện, toàn hảo.

Chúng tôi trở lại Huế bằng máy bay trực thăng trong ngày mồng Năm Tết Mậu Thân. Trời thật lạnh, mưa phùn, u ám thê lương bao phủ thành phố. Máy bay nghiêng nghiêng trên đà xuống, hạ thấp dần, khu doanh trại Bộ Chỉ huy Sư đoàn I BB. Đại đội ùn ùn kéo ra khỏi phi cơ...

Sau ba ngày đánh nhau ở Quảng Trị với số mất mát khá lớn mặc dù chúng tôi đã được cả một đống vũ khí chất đầy một GMC. Mới đây, giao thừa chúng tôi còn gọi nhau trong máy truyền tin để chúc tụng những lời đầu xuân, rồi ngày mồng Hai, tôi nhớ rõ, bốn giờ sáng, từ đó là khởi đầu máu chảy.

Vừa hay tin Thừa chết, đến Lộc, đến Hổ, bạn quen lâu, mới quen, thương mến thật nhiều, tất cả ra đi từng loạt từng loạt. Trong những ngày đầu năm, trong những ngày đầy sương muối và mưa phùn, chúng tôi đã chiến đấu trong đơn độc và tuyệt vọng. Lính Mỹ án binh bất động nằm chờ thời. Không phi cơ, không pháo binh, chúng tôi đến Huế với vô cùng mỏi mệt.

Kiểm điểm lại quân số, tấn công và chiếm lại Huế, mục tiêu là mấy cổng thành. Ngày đầu, quân tiến thật nhanh tràn qua Tây Lộc, xong tiếp đến cửa chánh Tây, giao lại cho đơn vị bộ binh, tối đến cổng thành lại mất. Chúng tôi phải chiếm lại và từ lúc này cam go nguy nan đã xảy đến ác liệt. Phi cơ đã bắt đầu can thiệp, pháo binh có mặt và địch cũng tăng cường nhất định cố thủ.

Chúng tôi tiến lên từng đường, từng ngõ, từng nhà. Thành nội Huế với đường xá vuông vức như bàn cờ, tiến quân như đi trên cái chết, qua được một đường, tiếp tục bắn, che chở cho khinh binh. Khinh binh chạy thật nhanh, nhanh hơn nữa, nhanh để đua với tử thần, nhanh để sống, để thở, để cười, để còn về lại Sài Gòn.

Quân tiến thật chậm đến con đường Mai Thúc Loan thì bị chặn đứng. Can đảm đứng lên chạy băng qua là chết. Bộ Chỉ huy Việt Cộng đặt ở trường Bồ Đề nên con đường biến thành tuyến phòng thủ. Cửa Đông Ba cách hai trăm thước không thể làm sao tiến gần được. Việt Cộng đào giao thông hào, phát súng cho trẻ con mới lớn, gã du đãng muốn làm anh hùng, chủ tiệm bán cà phê được lên làm cấp chỉ huy.

Tất cả những con người với mặc cảm yếu kém, vô ích, bị khinh thường được Việt Cộng lợi dụng đến triệt để và tạo thành lực lượng lớn để đè bẹp chúng tôi. B40 nổ như muốn nhức óc. *Em bị rách áo*[2]*, hai đứa con đi phép dài hạn*[3]. Dồn dập, dồn dập, đơn vị kiệt sức, mệt mỏi, căng thẳng như con khô nung đỏ.

Lệnh tấn công trở lại với pháo binh và phi cơ yểm trợ. Lần đầu tiên trong đời lính chiến, chúng tôi đánh nhau trong thành phố và hủy diệt thành phố. Huế, Huế vừa tìm lại được, Huế của tâm hồn Việt Nam cố duy trì để trường cửu, đang sụp đổ, đang cháy đỏ tươi.

Trước mắt tôi, tường vôi, mái ngói bị ném lên tung tóe. Lửa cháy thành những ngọn lửa yêu ma kinh dị. Lửa củi, lửa than nghe ấm, nghe vỗ về. Lửa nhà cháy có tiếng kêu như than, như khóc, như tức tưởi, như hú lên vì sợ. Lửa nhà cháy ở thành phố là lửa tai ương, lửa bất hạnh, lửa có mùi... Mùi người chết, mùi của xương, của da, của thịt bị nung nóng thành than, thành một vật chất quái dị, khô đặc, nứt nẻ, nhưng đụng vào thấy ươn ướt nhầy nhầy...

Huế trước mắt tôi sụp vỡ từng mảng một, nghe đau xót như chứng kiến người thân bị hành xác. Tôi đã từng chứng kiến nhiều đám cháy ở Kiến Hòa, nơi chiến trường miền Nam. Đám cháy gây tiêu điều, hoang tàn, đổ nát, nhưng không thấy buồn như chảy máy tự thân, thảm thiết đến muốn khóc. Nhà cháy ở nơi miền Nam chỉ gây nên tiếc nuối, phiền buồn do chứng kiến tai ương. Nhưng ở Huế cháy, gạch Bát Tràng, ngói âm dương, tượng Di Lạc, tượng Thích Ca, Kim Cang, Thiện Ác, lớp rêu trên viên đá, trường thành, cây kiểng trồng từ đời Gia Long, Minh Mạng... Tất cả như có linh hồn, không phải đất, đá, cỏ cây thuần túy, chúng có kỷ niệm, trong lòng chúng là vết tích hoài hoài mà chúng ta ghi nhớ.

Đó là cổng thành nơi Toàn Quyền Decoux đã đi qua, đó là Phú Văn Lâu, nơi xướng danh những người thi đỗ. Này cung của Vua, lầu Hoàng hậu, con đường đi có mái để đưa Hậu về cung son. Con người đã đi qua, nhưng dấu vết lịch sử còn đó. Tôi, người mới lớn trên quê hương, thấy lạc loài. Bây giờ đã tìm được để tay bắt mặt mừng, thì Huế đã cháy, đã đổ. Tôi thấy tiếc, tiếc ngẩn ngơ, như thuở bé có đồ chơi, rồi phải tự tay đập phá.

Chiếc cổng thành xây bằng đá tảng đi qua mát lạnh đến mênh mông, bây giờ đổ xuống thiểu não như một thi thể già nua. Phi cơ xuống ầm ầm, tiếng nổ, đám khói mịt mù. Huế rên từng tiếng não nùng, tiếng rên la, gào thét của những mái cung điện, của những hàng cửa sổ trên ngọn lầu Ngọ Môn. Vong linh tiền nhân còn có nơi đây? Không còn ai! Chỉ còn bức tượng đá đăm chiêu nhìn ra một sân chầu bị trốc ngược.

Trong lửa cháy, người Huế dẫn nhau chạy trốn,

cha cõng con, chồng cõng vợ, con cõng cha mẹ già. Tất cả những bình yên đẹp đẽ, đài các của ngày xuân tan thật nhanh trong lửa đạn. Đào thêm một nhát cuốc nữa cho đủ sâu, cô gái tóc xanh trước ngày xuân pha máu này nay đầy bụi bám, vành khăn tang quấn vội trên đầu, tay nắm chặt lấy cán cuốc, cuốc những nhát cuốc đầu tiên trong đời để làm huyệt cho người thân. Người chết ở đâu nhiều quá, xác chết của lính hay Việt Cộng, chôn ở lề đường, sân chùa, sân trường, chôn ở đâu có đất. Thôi người chết hãy ngủ yên.

Người Huế chết như trò chơi, như nằm ngủ, theo lính chạy về Mang Cá, bị B40, bị AK quét ngã, ở khu Gia Hội thì bị pháo binh, ở khu Đập Đá thì chết vì súng cối từ chùa Diệu Đế bắn về. Chết. Chết ở đâu cũng có, vì đạn, vì mảnh, vì hơi ép, vì chôn sống. Một ngàn cách chết, đầu đường, góc phố, xác chết nằm cong queo, nằm thẳng, nằm sấp ngửa, kinh hoàng, uất ức, trăn trối...

Làm sao nói cho hết? Làm sao viết cho cùng? Hỏi trời, hỏi đất, hỏi Thượng Đế... Tôi muốn hỏi, muốn kêu, muốn hét nhưng hình như mọi phản ứng đều thừa, đều thiếu hụt không đủ nghĩa. Im lặng, tiếng than im lặng đó, chỉ có nó, chỉ có nó vang lên, vang lên.

Phi trường Phú Bài, đoàn quân sau mười lăm ngày lửa đỏ đi trong nghẹn ngào xơ xác, không tăng viện được, chúng tôi trả lại Huế cho đơn vị bạn. Đoàn quân im nín, trong mắt mọi người đều sáng lên ánh lửa như thầm nói. Xin cho tôi xa nơi này, nơi địa ngục. Riêng tôi, tôi hứa rằng sẽ trở lại, trở lại nơi đây, nơi bạn bè tôi đã nằm xuống không quan tài, vùi xuống cái nghĩa địa cô quạnh bên cạnh đồn

Mang Cá, tôi sẽ trở lại nơi đây vì tôi bỏ qua hình ảnh của những gã trai hai mươi, mười chín, những cô gái muốn làm anh hùng ngã tắt, những trí thức làm dáng một lần vì mặc cảm rồi lao theo quỷ dữ.

Những kẻ đó mới hôm qua còn tầm thường, còn đứng trong bóng tối, nay trở thành ủy viên, nay làm cách mạng mang AK, đi xe Honda, Suzuki ném lựu đạn... Ôi cái ảo tưởng anh hùng sao mà vẫn còn hấp dẫn đến thế! Tôi quên những hình ảnh nham nhở bi thương và đáng phẫn nộ đó vì tôi biết rằng ở Phú Cam, người Huế đã chống cự bằng Garant, Carbin M1 suốt cả mười mấy ngày dài. Họ đã chiến đấu dũng cảm nhất với ý thức rõ ràng về sự chọn lựa cho con người một vị thế.

Đáng lẽ tôi phải viết thêm để nói về trận đánh bi tráng và tuyệt vọng của Tiểu Đoàn tôi, Tiểu đoàn 2 và 7 Nhảy Dù trong suốt mười lăm ngày, kể từ ngày mồng Một và mồng Hai Tết, những trận đánh từ làng Đốc-sơ ở cầu An Hòa[4] vào đến sân bay Tây Lộc, chiến đấu trong đơn độc, không yểm trợ để chiếm cho được cổng An Hòa.

Tôi phải nói cho rõ, nói cho cùng cái can đảm tưởng như không thật của Đại Đội 92 với quân số trên bốn mươi người, chỉ hơn một đơn vị trung đội Mỹ năm, ba người, Thành *"Râu"* bị thương phải chống gậy chỉ huy chiếm cửa Thượng Tứ[5], bị kẹt suốt hai ngày đói và khát. Tôi phải nói cho hết niềm kinh hoàng tột độ của gã bạn thân, Nguyễn Lô, Đại Đội trưởng Đại Đội 74, Tiểu Đoàn 7 người cao không quá một thước sáu, lưng mang máy truyền tin, vừa chỉ huy vừa liên lạc, sử dụng khẩu đại liên 60 chận địch cho quân sĩ rút lui trong khi bị thương gãy chân kẹt giữa hai lần đạn trong suốt một buổi chiều.

Nhưng khốn nỗi tôi không tham dự trực tiếp trận đánh nên không thể viết trung thực được và điều giả dối ai nỡ đem vào văn chương. Nên nhân cảnh loạn ly tôi nói đến con người. Không nhớ có ai đã phán một câu đại để: *"Trong gian nguy mới nhìn rõ mặt người"*. Điều này đúng quá, những ngày khói lửa ở Huế, tôi mới có dịp để nhìn thấy người Huế, người của quê hương từ lâu tôi không gặp.

Tôi có một người chú họ, chú Bộ làm cảnh sát, bị Việt Cộng bắt cùng đám người công chức hoặc quân nhân, Việt Cộng dẫn họ đi tải đạn và cuối cùng thì bắn chết tập thể. Chú tôi, một người chậm chạp, có thể gọi là lù đù, ngớ ngẩn vì rượu đã làm cho ông suy nhược trí óc lẫn thể xác. Thế nhưng khi Việt Cộng bắt đi theo vác nặng bao nhiêu ông cũng chịu đựng nổi, mặc dù một chân đã bị gãy từ trước và đến lúc Việt Cộng bắt đầu hành quyết, không biết do một sức mạnh và khôn khéo nào, ông đã trốn thoát được, về nhà sau năm ngày lẩn trốn, ông vẫn chậm chạp và ngớ ngẩn như thuở nào.

Bác Soạn, người có ngôi nhà cạnh nhà bà nội tôi, luôn luôn đứng vào hàng ngũ những người chống đối chính phủ, bác thuộc phe phái thầy ở trên chùa, bác đã từng bị Tướng Loan bắt đem giam tại trại bài trừ du đãng Sài Gòn sau vụ biến cố miền Trung năm 1966. Việt Cộng chiếm Gia Hội, mời bác tham gia Hội Đồng Nhân Dân, bác nhận lời. Nhưng khi chúng bảo bác tố cáo những người quen theo tiêu chuẩn của chúng đặt, bác từ chối, chúng dụ dỗ, bác vẫn từ chối. Cuối cùng, bác bị chôn sống. Sau này khi quật mồ, một dòng máu còn tươi chảy ra theo hai cánh mũi, dấu hiệu uất hận của người chết.

Việt Cộng vào thành phố Huế cùng với sự trở về

của những thanh niên trên dưới ba mươi, lớp tuổi của những đồng chí của Ngô, Dinh, những người tôi quen thân đã trốn ra khu trong những năm trước, nay trở về với chức vụ ủy viên này nọ.

Tôi không hiểu có gì đã biến đổi những con người trẻ tuổi đó, những trí não với căn bản trí thức của ngày nào bây giờ trở thành những đầu óc cứng rắn, trì trệ, hung tàn và hiếu sát. Có gì đã biến đổi họ để ủy ban nhân dân có đủ quyết định chôn sống từng loạt người sau trường Tiểu học Gia Hội? Công chức thuế vụ, công chánh, cảnh sát, tội ở đâu hay vì đã từng bắt giữ một người đi xe đạp không đèn, người ấy bây giờ làm ủy ban nhân dân!

Thật tình tôi không hiểu động lực căm thù, chính sách khủng bố nào đã chỉ đạo cho những cuộc tàn sát tập thể trên. Người Việt Cộng vào thành phố được đón tiếp bởi những kẻ nằm vùng, chính lớp người này mới thật hung hãn, hống hách, cuồng sát và thâm hiểm một cách đáng sợ. Hình như bao nhiêu mặc cảm yếu đuối, thừa thải từ bao năm được bù trừ lại bằng vinh quang nhất thời, nên những kẻ này hối hả hưởng cho hết cái uy quyền què cụt trong giây lát.

Họ tố người này, bắt người kia, tuyên án giết người thể như một trò đùa. Những tên trẻ tuổi tay mang băng đỏ, lưng đeo AK, lái xe Honda lượn khắp thành phố, kênh kiệu, tàn ác như một loài thú.

Một cô gái trong ba ngày tố khổ và tuyên án gần hai mươi người. Nữ sinh viên mắt sáng, mũi cao xinh đẹp nhưng sao độc ác đến ngần ấy? Khi ban an ninh tiểu đoàn tôi bắt được, cô ả kháng cự lên tiếng thách thức, nhưng khi nòng súng của Sơn Bum dí vào người, cô gái mới tỏ vẻ sợ hãi. Tôi nghĩ rằng giây phút sợ hãi đó là cơn tỉnh giấc sau thời gian mộng du đẫm máu.

Những ngày ở Huế tôi còn được nghe tin Việt Cộng bắt Thượng Nghị sĩ Trần Điền và sau này chúng chôn sống ông. Tôi thuộc về hàng hậu sinh ở xa xứ Huế không biết nhiều về ông, chỉ biết ông qua vóc dáng một Trưởng Hướng đạo. Ông có Đệ Ngũ Đẳng Bảo Quốc Huân Chương, khi chính quyền Tổng thống Diệm kết án ông về vụ Ba Lòng, ông đưa chiếc huy chương cao quý này để biện minh lòng yêu nước[6]. Kết quả của vụ án ông được giảm khinh. Nhưng điều tôi nhớ về ông sâu đậm hơn hết là giọng nói đĩnh đạc, hùng hồn, âm thanh cuốn hút lấy người nghe trong một kỳ trại Hướng đạo năm 1957.

Lòng trẻ con của tôi thuở trước mở ra nhìn ông như một vị huynh trưởng sáng giá. Và quả thật như thế, khi Việt Cộng vào bắt ông tại Nhà thờ Dòng Chúa Cứu Thế Huế, ông thẳng thắn nhận là một Thượng Nghị sĩ của chế độ Cộng Hòa, ông vẫn giữ nguyên tinh thần bất khuất của một Tráng sinh Hướng đạo đã lên đường.

Con ông là San, khóa sau tôi, đi Biệt Động Quân, tôi nghĩ rằng với uy tín ở miền Trung, ông có thể *"chạy"* cho San về một chỗ ở văn phòng, nhưng ông không làm như vậy, San đã đánh trận lớn nhất của Vùng 1 Chiến Thuật năm 1965 tại vùng Ba Gia, Quảng Ngãi.

Người Huế thuở trước đã làm một chiến công không thành nhưng biểu lộ một can đảm kỳ lạ, dùng sức người để vây hãm và tấn công vào khu Morin của người Pháp trấn giữ đầy vũ khí[7]. Mùa xuân năm nay cũng vậy, những người bình thản như dòng sông ấy đã chịu đựng một nỗi bi thảm không bờ và họ đã chiến đấu hết sức của một người. Khu Phú Cam với súng cá nhân cũ kỹ Garant MI và Carbin, thanh niên và lính chuyên môn ở các trại Quân Cụ, Công Binh đã chống cự với Việt Cộng cho đến ngày cuối cùng.

Và tôi nghĩ rằng hình ảnh bi tráng nhất của chiến tranh này là trong một Huế điêu tàn, người Huế đã hát Quốc ca khi lá Cờ Vàng lên trên cột cờ loang lổ đạn... Người Huế đã cất cao giọng hát trong gió lạnh, trong mưa bay khi nước mắt lăn dài trên gò má. Huế ơi! Quê Hương! Tôi muốn khóc hôm ấy. Tôi muốn khóc biết bao nhiêu.

Tháng 2 năm 1968, ở Huế.
Viết lại Mùa Xuân Cali, 2013

Ghi chú:
(1) Blocking Force: Thành phần ngăn chận.
(2) Rách áo: Bị thương.
(3) Đi phép dài hạn: Tử thương.
(4) Cầu An Hòa: Đường vào thành phố Huế từ phía Tây.
(5) Cửa Thượng Tứ: Cửa Chánh Nam hoàng thành Huế.
(6) Ba Lòng: Chiến khu của lực lượng Đại Việt sau 1955.
(7) Morin: Khu thương xá khách sạn Pháp Kiều nằm đầu cầu Trường Tiền Huế trước 1954.

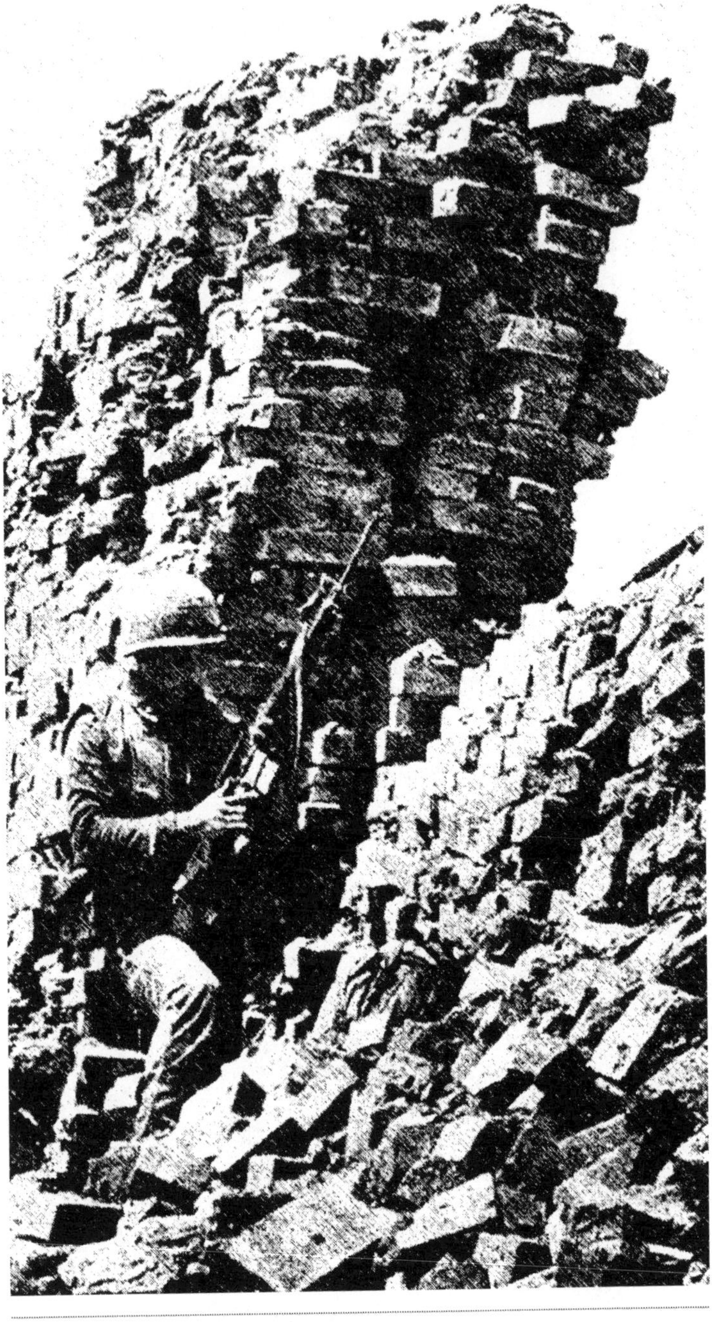

Một Mùa Hè Lẫm Liệt Trên Quê Hương

Chúng ta bắt đầu những ngày vào Hè, cũng là Lễ Tưởng Niệm của Liên Bang Bắc Mỹ đối với những người đã hy sinh cho tổ quốc vĩ đại mà hôm nay người Việt tị nạn đã được thụ nhận làm quê hương thứ hai sau ngày mất miền Nam, 1975.

Ngày Hè cũng là dịp nhắc nhở lại trận chiến 41 năm trước để chứng tỏ cùng dân tộc Việt và cộng đồng thế giới sức chiến đấu bền bỉ của Người Lính Miền Nam mà sau 38 năm nhìn lại tưởng chừng như một câu chuyện không thật - Huyền thoại thật về một quân đội Giữ Nước - An Dân mà hôm nay hiện tình Việt Nam đang xác chứng trước Lịch Sử và Quốc Dân.

KỲ I
Huế vẫn sống, Quảng Trị phải về lại

Bấy giờ, bắt đầu mùa Hè 1972, tháng thứ ba kể từ ngày Bắc quân mở cuộc đại tấn công miền Nam. Quảng Trị, Thừa Thiên là hai nơi hứng chịu tai ương tàn khốc của bom đạn nặng nề trước nhất và người dân của chốn đau thương này lại thêm một lần tay bế con, lưng cõng cha mẹ già xuôi theo Đường số 1 dưới che chở độc nhất, cũng là nguồn tin cậy cuối cùng - Người Lính. Lính Cộng hòa ơi, cứu bà con, lính Cộng hòa ơi! Trên đoạn chiều dài máu đóng khô vương vãi thây người...

Thị xã Quảng Trị, quận Hải Lăng, cầu Mỹ Chánh, không phải chỉ một vài-người, nhưng toàn khối dân bị thương nguy biến cùng gọi lên như thế một lần khi thở hơi cuối, mồm há hốc, tròng mắt thất thần dựng đứng. Họ gọi người lính khi nằm xuống nhìn máu chảy từ xác thân bị cắt xé, cửa dập, tay lần chuỗi Thánh Giá, hạt Bồ Đề, trên đầu, chung quanh đại pháo Bắc quân nổ liên hồi, tàn nhẫn.

Đạn nổ không bỏ sót một phần đất, chụp xuống đủ lên thân thể con người. Trong tình cảnh cùng khốn nguy nan ấy, người dân thực chỉ còn *"một lực giải cứu hy vọng duy nhất"* để gọi tới sau khi những che chở cầu xin tôn giáo đã bị đám giặc phương Bắc ngụy danh *"giải phóng"* kia chà đạp thậm tệ, tàn nhẫn khinh miệt. *Lính Cộng hòa ơi!* Người dân thêm một lần kêu lên như thế. Người hằng nhiều lần kêu lên như thế khi đối mặt cùng cái chết, khi lâm tử.

Đất không là Vinh Quang ngụy biến riêng cho Lính, đất còn là Thánh Địa oan khổ của Người. Người tầm thường, còm cõi, quắt queo, héo úa như nhánh *"nè"*[1] khô rốc tong teo, lay động dật dờ dưới cơn nắng hạ chí. Những người tội nghiệp, răng đen, môi nẻ, tóc rối mà tai ương hiển hiện trong tiếng nói, bất hạnh đặt mầm ở cách *"khóc kể"* rên xiết oán hờn. Bất hạnh đã có *"điềm"* từ giọng hò thê thiết đến rợn làn da khi những con thuyền chập chùng nương bóng tối lướt thướt trên sóng nhỏ qua Bảng Lãng, Vân Trình, Thế Chí, Đại Lược... Ạ... à... ơ... chỉ hai chữ với âm lượng vô hồi theo con thuyền đi gần hết khúc sông mà tiếng hò thê lương còn đầm đìa trong hơi gió, váng vất trên mặt nước.

Tuy điềm bất hạnh đã nghe rõ trong âm nói, nhìn ra qua dạng hình, hiện thực nơi lát khoai mốc meo thay hạt cơm qua từng ngày khốn đói; túp lều mái tranh hư nát, mấy con người cùng con chó gầy trơ xương chen nhau trên khoảng chiếu nhàu bẩn, đen xỉn; nương lúa cằn cỗi, đất sỏi đỏ nứt đường sâu khô rốc; khu vườn cây trốc gốc, mối đùn hoang phế như nấm mộ vô chủ. Nhưng những con người khốn khổ kia vẫn tồn tại và vượt sống. Sống với gì và như thế nào hở trời?! Nay lại thêm ba tháng máu lửa lẩn trốn dưới hầm đất, ăn khoai, sắn sống, hứng chịu ngàn trái đạn của cả hai bên.

Ngày quận Hải Lăng vừa được quân ta tái chiếm, đồ đạc cho vào thúng sau, đứa con ngồi thúng trước, người đàn bà nhỏ bé, quắt queo gánh *"gánh đời"* đi thoăn thoắt trên mặt cát trắng bầy nhầy lớp thịt người. Phải chăng người vùng Quảng Trị, Thừa Thiên được Thượng Đế cho sẵn khả năng chịu khổ và cách gánh chạy như *"giặc đuổi"* để chuẩn bị cho những tháng, năm, cảnh huống tàn khốc này? Có anh phóng viên đài truyền hình chặn hỏi:

- Chồng và mấy đứa con lớn bà đâu?

- Chết hết rồi. Họ (lính cộng sản) đem đi băm, vằm, chém nát, chôn sấp, dập ngửa mô không biết?!

- Bây giờ bà đi đâu?

- Hí? Người đàn bà xứ quê không hiểu câu hỏi.

Cho dù hiểu đi nữa thì bà ta cũng không biết đi đâu... *Quo Vadis? Mày đi đâu?* Chúa có hỏi đi chăng nữa người cũng không trả lời được. Đi đâu? Ngày đã hết, đời đã hết, chỉ còn con người lừng lững với mối đau mịt mùng thăm thẳm của riêng mình.

Nhưng người Quảng Trị, Thừa Thiên - Huế nhất định trở về, sống lại cùng làng xưa, chốn cũ bởi: Ông Trưởng đã ra Huế! Ông Trưởng đã ra ngoài Huế rồi bà con ơi! Người dân hăm hở, tin tưởng mạnh mẽ nói cùng nhau và những chuyến hàng Đà Nẵng - Huế[2] bắt đầu trở lại với hành khách chen chúc đầy ngập. Trên đoạn đường lầy lất, ươn ướt thịt da người phía Nam La Vang, lối *"về ngoài mền..."* thấp thoáng từng toán người gồng gánh chạy theo đoàn quân. *Mềm về Quảng Trị thôi bà con ơi, ông Trưởng đã vô ở Trung Mang Cá*[3] *giữ kỳ Tết Mậu Thân với mền rồi bà con nè...*[4]

Chiếc xe jeep mang cờ hiệu tư lệnh màu đỏ với ba ngôi sao trắng chạy chậm dọc đường Trần Hưng

Đạo hướng cầu Gia Hội. Vị tướng quân khẽ liếc về hai bên, che giấu cảm xúc trong ánh mắt u uất, cố giữ vẻ bình thản, ông đưa tay lên vành nón sắt tỏ ý nhấc khẽ để đáp lễ những người dân kính cẩn chào ông với cách nhìn hàm ân, kính phục.

Chợ Đông Ba ngầu đục váng vất những đường khói nhỏ bốc mùi khét và loang lổ vết nám đen trên lớp tường sơn vôi vàng nhạt - dấu vết của lần hỗn loạn hai ngày trước, 30 tháng 4, 1972, khi mặt trận Quảng Trị tan vỡ và đám lính phẫn nộ tràn vào thành phố với những người dân đang nháo nhác rùng rùng di tản. Quảng Trị mất. Mất chưng hửng, tức tối. Biệt Động Quân nương nhau dọc quốc lộ về Nam, Thủy Quân Lục Chiến co lại, Tiểu đoàn này đỡ Tiểu đoàn kia rút gần xuống Mỹ Chánh.

Về phần Sư Đoàn 3 Bộ Binh, không phải lỗi ở lính, cấp chỉ huy không gian, cũng có thể không do Tướng Giai, Tư lệnh sư đoàn (chưa có thể kiểm chứng rõ), đã rã ngũ một cách mau chóng, phi lý; dẫu ba trung đoàn bị thiệt hại từ ngày cuối tháng 3, đầu tháng 4, nhưng vẫn còn đủ quân số, vũ khí, phương tiện liên lạc, yểm trợ, bỗng nhiên như viên đá nhỏ tan trong ly nước bốc khói.

Một đại đơn vị diện địa mất hẳn khả năng chiến đấu trong bất ngờ kinh ngạc, xua đẩy dân và lính tiểu khu Quảng Trị hỗn loạn đua nhau tháo chạy về Huế như cơn nước lũ từ nguồn cao băng qua bờ đê cát nhỏ.

Và tiếp theo, dưới cơn ép kinh hoàng của Quảng Trị, Huế nổ bùng tan nát như ánh lửa điên loạn bốc cháy chợ Đông Ba chen tiếng đạn của đám quân không người chỉ huy gồm những thành phần lao công đào binh nhân cơ hội chạy trốn, đám phạm nhân từ các trại giam dân sự. Quân đội thoát ra, và tất nhiên, không thiếu những tổ đặc công, cơ sở nằm vùng cộng sản lợi dụng tình thế đồng khởi động phá hoại.

Huế mau chóng lâm cơn hấp hối cũng bởi ảnh hưởng, tác động kinh khiếp của Mậu Thân mà dấu vết vẫn còn rất mới - Từ đêm Giao thừa 1968 nối tiếp, mở rộng, thấm sâu ấn tượng bi thảm của lần thất thủ kinh đô 1885, mà nay vẫn hằng lưu trong tâm hồn người Huế, với cảnh sắc u uẩn của hệ thống chùa, miếu, am, luôn mờ mịt những đầu chân hương cháy đỏ vào đêm đến, hoặc những ngày rằm, mồng một âm lịch, rải rác cạnh những con đường nhỏ hẹp, âm âm bóng cây che kín.

Giặc vào và hiện thực cảnh tượng nhà tan, cửa nát, người chết hàng hàng lớp lớp. Gần một thế kỷ qua kể từ năm tháng bi thảm kia, mối đau không hề giảm bớt, mà lại càng tăng thêm sắc độ khốn cùng, thương tâm. Chỉ một điều khác biệt: Thực dân Pháp năm 1885 khi tiến đánh Kinh đô Huế, không có được *"ý niệm tiến bộ của kẻ ngụy danh cách mạng giải phóng"* sau này - Họ chưa biết cách thực hiện kỹ thuật giết người rẻ tiền và im lặng của quần lũ gọi là bộ đội nhân dân - chôn sống những đồng bào, đồng loại mình.

Huế hốt hoảng kinh hoàng do đã có kinh nghiệm về thành tích tàn bạo của những toán bộ đội cộng sản và đám người cuồng khấu địa phương mang huy hiệu lá cờ đỏ (hoặc chiếc băng vải đỏ) sục sạo khắp cùng những căn nhà, ngõ ngách, đường hẻm để tìm địch, giết Ngụy. Thế nên người người hớt hải xuôi Nam hướng Đà Nẵng, rần rật chen chúc lên tất cả mọi phương tiện di chuyển. Lại một lần bỏ quê hương chạy giặc. Đấy là cảnh tượng của những ngày cuối tháng 4, năm 1972.

Nhưng, nay tình thế đã hoàn toàn khác hẳn. Bởi,

Quân lệnh thứ nhất của Trung Tướng Tư lệnh Quân Đoàn 1 - Vùng 1 Chiến thuật:

Tất cả quân nhân các cấp Quân lực Việt Nam Cộng hòa trong lãnh thổ Khu 11, Vùng 1 Chiến Thuật (kể cả thành phần tăng phái, thuộc dụng hành quân), quân phạm, lao công đào binh phải trở về trình diện đơn vị, hoặc tại địa điểm quân sự gần nhất trong vòng 24 giờ kể từ *"Không Giờ"* ngày 2 tháng 5, năm 1972.

Các trường hợp vắng mặt bất hợp pháp tại đơn vị coi như đào ngũ trong thời chiến, khi đối diện địch quân, sẽ bị truy tố ra trước tòa án quân sự mặt trận với trường hợp khẩn cấp.

Tất cả hành vi cướp giật, phá hoại, khủng bố bị sẽ trừng phạt, xử bắn tại chỗ do các đơn vị Quân cảnh Quân lực Việt Nam Cộng hòa toàn quyền áp dụng, thi hành.

Huế hồi sinh từ những dòng quân lệnh mạnh mẽ và sự hiện diện uy nghiêm của vị Tướng quân Tư lệnh. Và người Quảng Trị chuẩn bị trở về.

Nước được giữ vững thêm một lần với Người lính Ngô Quang Trưởng.

(1) *Nè: Cành cây, tre gai khô, nhỏ.*

(2) *Đà Nẵng- Huế: Khoảng cách 103 cây số, Đà Nẵng ở về phía nam Đèo Hải Vân, địa giới thiên nhiên giữa Quảng Nam – Thừa Thiên-Huế*

(3) *Mang Cá: Cơ sở thuộc Hoàng Thành Huế được dùng làm cơ sở quân sự Pháp - Việt trước 1954. Sau 1954 được sử dụng làm Bộ Tư lệnh Sư đoàn 1 Bộ Binh; Bộ Tư lệnh Tiền phương Quân đoàn 1 trong trận chiến Mùa Hè 1972.*

(4) *"mền = mình"; "trung = trong"; "giư = như"*

Kỳ 2
Phản công

Để mở đầu cho ngày 28 tháng 6, khai diễn chiến dịch giải tỏa toàn thể Quảng Trị, Trung Tướng Ngô Quang Trưởng đã chuẩn bị, thực hiện những điều kỳ lạ kể từ ngày nhậm chức Tư lệnh 1 tháng 5, chỉ hơn một tháng trước. Những điều kỳ lạ này không do chủ quan của phía người Việt tự định đặt, nhưng hiện thực trong báo cáo của Tướng Fred Kroesen, Cố vấn Trưởng Quân đoàn 1 với Đại Tướng Abrams:

Ông ta đã làm cho Ban tham mưu hoạt động chưa từng có ở Quân đoàn 1. Tướng Trưởng đã đẩy bộ máy kia chạy với một cách thế khẩn cấp không bao giờ thấy từ trước đến nay. Và Tướng Abrams đã không lầm đối tượng khi trao trực tiếp đến những người bạn vũ khí tối hảo mà ông vừa nhận được. Hai mươi giàn phóng hỏa tiễn chống tăng TOW được gởi ngay đến mặt trận Vùng 1 cho Sư đoàn 1 Bộ Binh, Sư đoàn TQLC và Sư đoàn Nhảy Dù với lời bảo chứng của riêng Tướng Ngô Quang Trưởng.

Những vũ khí mới mẻ, công hiệu và chiến thuật linh động sáng tạo phối hợp nhau nên thành một thế trận liên hoàn dưới tấm thảm lửa yểm trợ của phi cơ chiến lược B52 từ Guam; giàn hải pháo, phi cơ của Hải Quân Mỹ từ Hạm Đội 7; phi cơ Mỹ, Việt từ Đà Nẵng, Chu Lai đã kết nên sức tổng lực của Lôi Phong mà những sư đoàn 304, 308, 324B và 325, tổng trừ bị của Miền Bắc đã phải chôn vùi phiên hiệu lẫn khả năng chiến đấu. Sau đây là những trận đánh khai cuộc điển hình trước buổi oanh liệt quyết định với mục tiêu cổ thành.

Sau ngày 1 tháng 5, phòng tuyến cực Bắc của miền Nam dừng lại ở sông Mỹ Chánh sau cuộc lui binh oan nghiệt, hỗn loạn, rời bỏ Đông Hà, Quảng Trị, căn cứ Ái Tử và những vị trí trọng yếu Bắc sông Thạch Hãn. Con sông rộng không quá một trăm thước chiều ngang kia thật sự không thể là tuyến phòng thủ thiên nhiên hữu hiệu. Hơn thế nữa, đường tiếp cận trong Trường Sơn qua ngã thung lũng A-Sao, A-Lưới để về Huế đã hoàn toàn thuận lợi khi các binh đoàn cộng sản chiếm được những căn cứ hỏa lực Bastogne, Checkmate, cửa ngõ vào thành phố Huế từ hướng Tây-Nam.

Nếu cộng sản tiếp tục lấn chiếm được đoạn phía Nam Huế (đường đi Đà Nẵng) và cắt Đường số 1 ở khoảng An Lỗ, theo chiều ngang của sông Bồ thì lực lượng Thủy quân Lục chiến nơi phòng tuyến Mỹ Chánh này sẽ nằm gọn trong một chiếc túi bị thắt chặt cả hai đầu Nam lẫn Bắc, không cần bị tấn công cũng sẽ phải rút đi, mà chắc gì thoát được về Đà Nẵng (chiến trận tháng 3, 1975 sau này là minh chứng cụ thể của ý niệm vừa trình bày).

Đoạn Mỹ Chánh - Huế chỉ khoảng năm mươi cây số và sau Huế là Đà Nẵng với hơn 100 cây số còn lại. Chiến dịch tấn công miền Nam của Bộ Tổng Quân ủy miền Bắc với tên hiệu Nguyễn Huệ ắt sẽ trở thành hiện thực với cuộc *"Nam tiến ngụy danh giải phóng"* nếu như phòng tuyến Mỹ Chánh vỡ từ đầu những ngày tháng 5, 1972. Nhưng Trung Tướng Ngô Quang Trưởng, Sư đoàn Thủy quân Lục chiến của Đại Tá Bùi Thế Lân (Đại Tá Lân thay Trung Tướng Lê Nguyên Khang giữ chức Tư lệnh Sư đoàn cùng ngày 1 tháng 5) với những Lữ đoàn 147 và 258 TQLC dẫu bị tổn thất nặng trong suốt trận chiến kể từ tháng 3 nơi những căn cứ hỏa lực Holcomb, Sarge, núi Bá Hổ,

Mai Lộc Nam sông Bến Hải, đã không để mưu định kia nên hiện thật.

Hơn thế nữa, đơn vị trấn đóng phòng tuyến Mỹ Chánh trên Quốc Lộ 1, điểm tấn công chính của Bắc quân nếu muốn mở đường về Huế kia lại là Tiểu đoàn 2 Thủy quân Lục chiến "Trâu Điên" của Trung Tá Nguyễn Xuân Phúc, Tiểu đoàn thượng thặng của binh chủng, cũng là đơn vị lừng lẫy nhất của quân lực Cộng hòa. Thế nên, bộ binh miền Bắc không thể nào vượt qua được bảy mươi thước sông bề ngang mong manh nầy. Chắc chắn không thể được. *"Một thằng 'cháu của bác' nào qua đây, tôi sẽ biệt phái nó đi gặp bác nó ngay".* Trung Tá Phúc "Robert Lửa" đã nói như thế với những phóng viên báo chí tại bộ chỉ huy Tiểu đoàn ở Đồi Đức Mẹ cạnh Sông Mỹ Chánh trong buổi họp báo bỏ túi ngày 1 tháng 5.

Chung quanh xác chết những đặc công cộng sản (đơn vị đánh thăm dò, mở đường qua cầu, hướng về Huế) nằm rải rác đến cây cầu vừa bị giật sập còn bốc khói. Từ phòng tuyến mong manh này, với lòng tin cậy đối với những đơn vị tăng phái hành quân, Trung Tướng Trưởng trả lại quyền điều động đơn vị cho Đại Tá Lân trong khu vực trách nhiệm.

Lần đầu tiên kể từ ngày thành lập, Sư đoàn Thủy quân Lục chiến được hành xử hết sức mạnh tổng hợp đúng kích thước của một sư đoàn. Biết như thế để hiểu tại sao đã có những thiệt hại oan uổng, vô lý ở trận Bình Giã, vùng rừng miền Đông Nam Bộ tháng 12, 1964; với Lam Sơn 719, chiến dịch Hạ Lào cũng nơi đất Trị - Thiên này trong năm 1971. Đấy là khi các Tiểu đoàn bị xé lẻ và nguy hại hơn nữa nếu các đại đội tác chiến phải phơi thân đơn độc nơi những căn cứ hỏa lực, dưới cơn mưa lũ của đạn pháo cộng sản qua từng ngày dài chịu đựng, để đến một kết thúc không tránh khỏi khi các đơn vị ấy cạn đạn dược, không được tải thương, tiếp tế, không phi pháo yểm trợ.

Trận đánh nơi cao điểm *"C - Charlie"* ở chiến trường Tây Nguyên, Kontum với Tiểu đoàn 11. Dù trong những ngày giữa tháng 4 vừa qua là một đau thương còn quá mới. Nay, người lính giành lại thế chiến đấu và tất nhiên họ phải chiến thắng. Nói lại thêm một lần cũng chưa đủ: Trung Tướng Ngô Quang Trưởng đã trả lại cho người lính mặt trận Trị - Thiên sức chiến đấu thần kỳ của họ.

Từ phòng tuyến Mỹ Chánh, một đơn vị viễn thám Thủy quân Lục chiến ban đêm men theo bóng tối vượt qua sông chiếm cứ một đầu cầu để ngày mai, 12 tháng 5 cuộc hành quân Sóng Thần tháng 5 năm 1972 khai diễn có vị trí đặt bộ chỉ huy hành quân. Với đoàn trực thăng cơ hữu CH 53 của Thủy quân Lục chiến Mỹ từ Quân Vận Hạm Okinawa bay vào, hai Tiểu đoàn 3 và 8 Thủy quân Lục chiến trực thăng vận đột kích chớp nhoáng xuống bờ biển phía Tây quận Hải Lăng, Nam Quảng Trị khoảng 10 cây số.

Đến 9 giờ sáng cuộc đổ bộ hoàn tất, 1,200 chiến sĩ cọp biển tràn lên trận địa, dạng hình những chiếc áo rằn màu xanh xô tới mãnh liệt như sóng biển. Quân tiến như qua chỗ không người, đám bộ đội trở tay không kịp bởi phía chỉ huy Bắc quân chỉ đề phòng cuộc tấn công từ mạn Nam lên tức từ nơi phòng tuyến Mỹ Chánh. Nhưng thật cũng có một cánh quân tiến lên từ phía Nam, đấy là Tiểu đoàn 9 Thủy quân Lục chiến vượt sông ghìm chặt trung đoàn 66 Bắc Việt cả hai mặt Bắc - Nam. Đơn vị cộng sản phân tán mỏng rút lui để lại 240 xác chết đếm được.

Chúng ta nên trở lại yếu tố kỹ thuật trận liệt đã một lần bàn đến. Quân số thiệt hại của cộng sản hẳn phải gấp ba lần xác chết để lại trên chiến địa kia. Ba Tiểu đoàn Thủy quân Lục chiến tổn thất nhẹ, rút về lại phòng tuyến Mỹ Chánh trong buổi chiều cùng ngày, chỉ phải để lại một trực thăng CH 53 trúng đạn đã được phá hủy tại chỗ. Phía tư lệnh mặt trận B2 (của Bắc quân) kể từ khi khai diễn chiến dịch Nguyễn Huệ tổng tấn công miền Nam bị khựng lại với câu hỏi: *Phía quân Nam sẽ đánh vào đâu? Như thế nào?*

Chiến dịch Nguyễn Huệ sau này được giới nghiên cứu quân sự thế giới đánh giá là cuộc tổng tấn công lớn thứ hai của khối cộng sản kể từ lần xâm lăng Nam Hàn năm 1950 ở bán đảo Triều Tiên với 300,000 ngàn chí nguyện quân Trung cộng.

Năm ấy, Danh tướng Mac Arthur có dưới tay 365,000 quân (Mỹ và Liên Hiệp Quốc), được cả thế giới yểm trợ và tâm lý quần chúng, Quốc hội Mỹ phấn khởi, tự tin sau thắng lợi Thế Chiến Thứ Hai đồng thuận (kể cả thái độ gián tiếp của Liên Xô), mà đã phải rút lui về bán đảo Pusan trong giai đoạn đầu của cuộc chiến. Nay trận chiến Mùa Hè 1972, hoàn toàn không có bộ binh Mỹ tham dự và không quân Mỹ thực hiện lần cứu viện cuối cùng cho đồng minh trước khi bị Tu Chính Án Frank Church kềm giữ hẳn.

Trong *"Việt Nam A History",* với tính vô sỉ hèn hạ lộ liễu, Stanley Karnow trình bày chuyện kể về Việt Nam hoàn toàn cố ý nhảy qua đoạn chiến sử năm 1972 này. Ông ta chỉ khai thác đề tài Mậu Thân Huế với chi tiết ngụy tạo: *"Phía Việt Nam Cộng Hòa cho người lẻn vào 'khu giải phóng - khu vực do phía cộng sản tạm chiếm' giết những người 'tình nghi đã cộng tác với bộ đội cộng sản', xong ném vào chung hố với* những nạn nhân do cộng sản chôn sống để vu oan là 'cộng sản giết người!'".

Đây là chứng cớ gian trá mà sau 45 năm đạo diễn Lê Phong Lan đã dựng lại bộ phim *"Mậu Thân - 1968"* để chạy tội cho bộ đội cộng sản giết dân Huế. Stanley Karnow chứng minh điều gọi là trung thực của câu chuyện qua trích dẫn bài hát Trịnh Công Sơn: *"Chiều đi qua Bãi Dâu, vỗ tay trên những xác người".* Theo ý của ông ta, những xác người này là do phía Việt Nam Cộng hòa sát hại rồi đổ tội cho Việt cộng! Và nếu *"như có thật",* một số người bị chết bởi tay bộ đội cộng sản, thì cũng chỉ là do *"Việt cộng, tức du kích cộng sản miền Nam"* trả thù những kẻ *"có nợ máu đối với nhân dân",* chứ bộ đội miền Bắc hoàn toàn vô can trong vụ tổng công kích và thảm sát người ở Huế.

Cộng sản Hà Nội đến cỡ của Tố Hữu cũng không thể trâng tráo hơn được. Chúng ta tạm rời bỏ những xảo trá đê tiện chính trị qua cuốn sách gọi là *"một trong những công trình nghiên cứu tuyệt phẩm - cách của báo Chicago Tribune tán tụng Karnow",* kẻ hãnh diện gọi là *"thành phần trí thức thuộc nhóm phản chiến Mỹ",* để trở lại chiến trường với những người lính của quê hương.

Không để cho phía cộng sản có được thời gian chuẩn bị cuộc phản công, Tướng Trưởng chỉ thị đến hai Tư lệnh chiến trường, Thiếu Tướng Phạm Văn Phú, Tư lệnh Sư đoàn 1 Bộ Binh và Đại Tá Bùi Thế Lân, Thủy quân Lục chiến phải thanh toán hai gọng kềm Tây - Nam và Đông - Bắc Huế trước lần tổng phản công lên mặt Bắc. Mặt trận Tây - Nam được thực hiện theo diễn tiến như sau:

9 giờ 15 ngày 14 tháng 5, 1972 tại bộ chỉ huy hành quân Trung đoàn 1 Bộ Binh, Tướng Phú nhận được

báo cáo mới nhất của cánh quân Trung đoàn 3, đơn vị đánh chiếm lại căn cứ Bastogne (bị mất từ tháng 3) từ mạn Bắc. Bastogne là tên do các đơn vị Mỹ đặt để nhắc lại trận đánh lừng lẫy của Sư đoàn Nhảy Dù 82 trong Thế Chiến Thứ Hai do Tướng Maxwell Taylor chỉ huy, nay Sư đoàn 1 đặt lại với một danh tự đầy cảm xúc là căn cứ Thuận Hóa, tên cũ của Thừa Thiên - Huế từ ngày Chúa Nguyễn vào Nam mở nước, thế kỷ 17.

Người Quảng Trị, Thừa Thiên dựng nước và mở nước từ đất Ái Tử, Thuận Hóa, nên người lính Sư đoàn 1 phải trở lại Thuận Hóa vì ở đấy không chỉ là một mục tiêu quân sự, nhưng là biểu tượng sức chiến đấu của đơn vị, tấc lòng của dân, quân tha thiết với phần đất cha ông.

Trận đánh từ sáng sớm đến xế chiều vẫn chưa có kết quả quyết định dù phía Trung đoàn 3 đã báo cáo: *"Chúng tôi vượt qua hàng trăm xác của địch, nhưng bởi hệ thống chốt của chúng (đào theo hình chữ A) quá dày đặc nên không thể nào thanh toán mau chóng được. Thành phần bộ đội giữ chốt lại bị xích chân vào súng, nên chúng không thể chạy trốn, quân ta phải thanh toán từng chốt một cho đến gã lính cuối cùng bị tiêu diệt, và vì thế cuộc tiến quân phải trì chậm lại".*

Báo cáo chính xác cuối ngày dừng lại với con số 346 địch chết tại chỗ và 100 súng đủ loại bị tịch thu, phần đông là thượng liên và đại liên phòng không, những chốt lớn còn có súng cối do một Tiểu đội (10 người) trách nhiệm cố thủ.

Trên đỉnh *"T - Bone"*, nơi đặt bộ chỉ huy hành quân, Tướng Phú nói cùng với phái đoàn báo chí và phóng viên điện ảnh từ Sài Gòn đến: *"Nội trong đêm nay, Sư đoàn 1 sẽ trở lại Bastogne. Trở lại Bastogne để chứng* tỏ *Quân lực Việt Nam Cộng hòa thừa sức để tái chiếm bất cứ vùng đất nào mà trước đây tạm bỏ".*

Nhưng dự định của Tướng Phú và quyết tâm của người lính Sư đoàn 1 không thực hiện đúng hẹn được, bởi hai Tiểu đoàn K5 và K9 cộng sản quyết liệt chận đứng cánh quân Trung đoàn 3, nhất là tại đỉnh 100 (cách Bastogne 800 thước), đơn vị chốt tại đây tử chiến tuyệt vọng, không khoan nhượng.

Nửa đêm, rạng 14 qua 15, Tướng Phú vào máy truyền tin dã chiến nói chuyện trực tiếp với người chỉ huy Trung đoàn 3: *"Chỉ trong đêm nay, hay ngày mai, chứ không thể là 22 hay 29 tháng 5, mấy đứa con đầu của anh (các đơn vị tấn công tiền phương) có vào được hay không? Đừng nói lòng vòng... Các anh đừng làm hổ danh Sư đoàn 1!".*

Sáng sớm ngày 15, Tướng Phú sau lần tiếp xúc mật với Tướng Trưởng, có ngay quyết định táo bạo: *"Dùng một đơn vị trinh sát nhảy xuống Bastogne xong từ trong đánh ra ngoài, liên kết với lực lượng của Trung đoàn 3 từ ngoài tấn công dứt điểm".*

Cuộc trực thăng vận dự trù lúc 10 giờ sáng, đợi cho trời bớt sương mù theo yêu cầu an phi... 10 giờ, 11 giờ, 12 giờ... từng giờ một phải được kéo lùi vì khu trục không nhìn thấy mục tiêu để đánh dọn bãi cho quân bạn. 13 giờ 30-Giờ G của chiến dịch đột kích bắt đầu. 18 Pháo đội 105 và 155 ly đồng tập trung hỏa lực trút xuống Bastogne vũng lưới lửa. Mỗi pháo đội có 6 khẩu súng, tức 108 nòng đại pháo cùng lần tác xạ; mỗi pháo đội nhận được lệnh *"pháo đội 10 tràng"*, có nghĩa số lượng đạn bắn đi nhân lên 10 lần số súng.

Pháo binh chấm dứt để khu trục vào vùng. Đoàn khu trục thuộc Phi đoàn 518 từ Biên Hòa ra tăng phái mặt trận giới tuyến từ đầu tháng 4, những chiếc phi cơ AD 6 này thật ra là đã thuộc loại *"bỏ đi"* của không quân lẫn hải quân Mỹ chỉ dùng để huấn luyện, vì đã quá giờ bay sau Đệ Nhị Thế Chiến 1945, nhưng khi vào tay phi công Việt Nam với những *"người sinh ra để bay Skyraider"*, là loại khu trục cánh quạt có khả năng mang số bom nặng hơn trọng lượng của nó như những danh tính Nguyễn Văn Cử, Phạm Phú Quốc (thế hệ đàn anh) hoặc Trần Thế Vinh, Phạm Văn Thặng hôm nay, chúng trở thành một vũ khí tấn công, yểm trợ tiếp cận cho bộ binh tuyệt hảo.

Chỉ từ một tuần từ 2 đến 9 tháng 4, năm 1972 Trần Thế Vinh đã hạ 21 chiến xa với những trái bom đặt dưới cánh phi cơ của anh. Sáng ngày 15 này cũng thế, những trái bom rơi từ phi cơ AD6 của Phi đoàn 518 như đặt vào những trái bóng nhỏ vào những chiếc lỗ khít khao, bật tung toàn bộ hệ thống cố thủ của các chốt quanh và của chính Bastogne.

Sau đợt dội bom cường tập, Trung đội trinh sát của Thiếu úy Hiệp nhảy xuống mục tiêu khi còn nguyên mùi bom, lửa cháy trên đất đá. 9 Giờ sáng ngày 16, đại quân Sư đoàn 1 chiếm lĩnh tất cả các cao độ quanh Bastogne. Từ trên cao nhìn xuống, lá Cờ Vàng của Thuận Hóa, Bastogne đổ nát sáng rực giữa chập chùng màu xanh của rừng và hơi khói đạn chưa tan.

Sau thất trận thê thảm ở cửa ngõ vào Tây - Nam Huế, nơi thung lũng A-Sao, Sư đoàn 324B phải rút về Lào để tái bổ sung, biến mất khỏi chiến trường Trị - Thiên. Nhưng thất bại quân sự của phía cộng sản không chỉ dừng lại với Sư đoàn 324B mà còn kéo dài, mở rộng hơn với ảnh hưởng sâu xa đối với toàn thể mặt trận phía Bắc nói riêng và sách lược của cuộc tổng công kích Mùa Xuân 1972 trong tầm phương án tổng quát. Chúng ta hãy theo dõi tiếp sức mạnh vô địch của Lôi Phong.

Do một tính toán sai lầm tai hại (của chính Võ Nguyên Giáp), phía Bắc quân mở trận đánh phục thù vào ngày 21 tháng 5 bằng đội hình mở rộng trên trận địa với chiến xa và bộ binh tùng thiết theo chiến thuật cổ điển của chiến tranh quy ước.

Trên vùng lau sậy bạt ngàn dọc Phá Tam Giang song song với bờ biển, bộ binh và chiến xa cộng sản dàn đội hình theo trục lộ 555 (con đường nối quận Hải Lăng, cực Nam Quảng Trị về quận Phong Điền, Bắc Thừa Thiên). Kiểm soát được tuyến đường tức là nối được trục tiếp vận Bắc - Nam của vùng đồng bằng thuộc hai tỉnh địa đầu mà~~mà~~ không cần phải phụ thuộc vào Quốc lộ 1, hiện tại không thể vượt qua được chốt cầu Mỹ Chánh (do Tiểu đoàn 2 Thủy quân Lục chiến trấn giữ, phần trên vừa trình bày).

Lực lượng cộng sản thoạt tiên tấn công các đồn địa phương quân và nghĩa quân, thành phần này được lệnh rút bỏ vị trí, lui về phòng tuyến của Thủy quân Lục chiến. Nương theo đà thắng lợi ban đầu, Bắc quân thọc sâu về phía Nam định bao vây, bọc hậu hai Tiểu đoàn 3 và 9 Thủy quân Lục chiến. Nhưng hai đơn vị này đã áp dụng một kế sách tuyệt diệu: Bỏ trống trận địa không cho phía cộng sản chọn lựa chiến trường, để rồi giành lại ưu thế, khả năng thủ thắng cuộc giao tranh theo kế hoạch hành quân riêng của mình, bằng cách lui binh sâu về phía Nam năm cây số lập phòng tuyến mới.

Khi binh đội cộng sản tiến vào khu vực bỏ trống mà hai Tiểu đoàn 3 và 9 vừa rút khỏi thì cơn mưa lũ lửa, sắt, thép của hàng trăm phi cơ Việt Mỹ cùng đổ xuống (nơi những vị trí đã sẵn yếu tố tọa độ tác xạ, dội bom). Không chịu buông thả mục tiêu như đã ấn định, sáng sớm ngày 22, lực lượng cộng sản tập trung hai mươi chiếc chiến xa, còn lại mở đợt tấn công lần hai vào vị trí Tiểu đoàn 3 và Bộ Chỉ huy Lữ đoàn 369.

Cố gắng này hoàn toàn phá sản, bởi những giàn phóng hỏa tiễn TOW do Thủy quân Lục chiến sử dụng đã khai triển, vận động hết hỏa lực đáng sợ của nó, bắn hạ 10 chiến xa T-54 ngay trong đợt phản công đầu tiên, có chiếc bị cháy chỉ cách hầm chỉ huy lữ đoàn khoảng 400 thước. Thế trận Bắc quân hoàn toàn tan vỡ, thiệt hại 542 xác đếm được mà theo ước tính phải thêm một Trung đoàn bị loại ra khỏi vòng chiến.

Như cơn điên mê của loài thiêu thân tuyệt vọng, phía tư lệnh Mặt trận B2 cộng sản lại chuyển mũi dùi tấn công sang phía Tây, vùng trách nhiệm của Lữ đoàn 258 Thủy quân Lục chiến và Liên đoàn 1 Biệt Động Quân. Cách đánh thí quân này không thâu đạt một kết quả nhỏ nào mà còn để lại hơn hai trăm xác nằm chật trên những bờ bãi lau lách màu đỏ thẫm. Màu đỏ vốn có do từ nước cặn phèn nay thêm sẫm màu bởi máu đọng vũng.

Không để cho địch quân có thì giờ dưỡng thương, lực lượng Thủy quân Lục chiến sử dụng lữ đoàn còn lại đánh dập toàn bộ những mũi tấn công của binh đoàn cộng sản cố lấn sâu xuống phía Nam sông Mỹ Chánh. Kế hoạch tấn công dứt điểm được hình thành với cuộc hành quân Sóng Thần 6/72 để đưa Lữ Đoàn 147 Thủy quân Lục chiến vào trận.

Có thể nói rằng, đây là một cuộc hành quân thủy - bộ được tổ chức cao nhất từ trước đến nay của chiến tranh Việt Nam do phối hợp nhịp nhàng, vận dụng hết khả năng cơ động của binh chủng Thủy quân Lục chiến Việt Nam, kỹ thuật khoa học quân sự hiện đại tinh vi của quân đội Mỹ, cùng sức mạnh ghê hồn của hỏa lực phi pháo.

Ngày 23 tháng 5, Tiểu đoàn 7 Thủy quân Lục chiến kín đáo rời phòng tuyến bố quân để ra bến tàu Tân Mỹ, năm cây số Đông - Bắc thị xã Huế; Tiểu đoàn xuống tàu nhỏ ra Hạm đội 7 đậu ngoài khơi, chờ giờ vượt tuyến tấn công mà đến lúc này cấp chỉ huy mới phổ biến cho binh sĩ biết.

Cần mở một giải thích quan trọng về địa thế của chiến trường được chọn.

Từ lúc chiến tranh Đông Dương Thứ Nhất (1945-1954), vùng đất thuộc eo biển miền Trung dọc Phá Tam Giang, nằm giữa Quốc lộ 1 và bờ biển này là một vùng cấm kỵ đối với lực lượng quân đoàn viễn chinh Pháp, bởi địa thế quá hẹp, trống trải, nhưng lại là vùng sình lầy không thuận tiện việc điều động cơ giới, bộ binh di chuyển khó khăn, lại không có chướng ngại thiên nhiên để che giấu khi tiếp cận mục tiêu, hoặc ẩn tránh nếu xảy ra trận đánh.

Tháng 7, 1953 Tướng Navarre (thay thế Tướng De Lattre giữ chức Tư lệnh quân đội Pháp ở Đông Dương từ tháng 5, 1953) vừa cầm quyền được hai tháng, đã mở cuộc hành quân Camarque với một lực lượng thủy bộ đến ba mươi Tiểu đoàn để đánh bật Trung đoàn 95 cộng sản ra khỏi vùng, giải tỏa áp lực địch mạn Bắc Huế. Vì Huế luôn là một địa danh có giá trị tinh thần, tác động chính trị đối với tâm lý người Việt, vẫn còn lòng ngưỡng vọng một ông Vua với danh hiệu Quốc Trưởng, và danh xưng nghi lễ *"Hoàng Thượng, hoặc Bệ Hạ"*. Nhưng dù khoa trương rầm rộ, cuộc hành quân phải chấm dứt vài ngày sau vì số thương vong do mìn bẫy quá cao và không có một đụng độ đích đáng như dự trù.

Và dù trận liệt đã báo cáo bắt được 387 tù binh, 182 địch bị hạ, nhưng Trung đoàn 95 kia vẫn hoạt động và tiếp tục chiến đấu ở thời gian sau. Từ đấy, binh sĩ quân đoàn viễn chinh Pháp gọi địa danh đáng sợ này với một tên hiệu thê thảm *"Dãy Phố Buồn Thiu"* và Học giả người Mỹ Bernard Fall đã dùng làm tiêu đề cho một biên khảo của ông về chiến tranh Đông Dương lần thứ Nhất (1945-1954). Thế nên, địa danh trở nên quen thuộc với giới nghiên cứu quân sự và người viết nên cuốn sách kia cũng đã thiệt mạng do mìn bẫy khi theo quân đội Mỹ hành quân trên vùng đất này vào năm 1967.

Nhưng nay, Lữ đoàn 147 Thủy quân Lục chiến phá tan huyền thoại âm u kia lẫn lời tán tụng: Sư đoàn *"nặng"* 325 tổng trừ bị quân đội Bắc Việt là một đơn vị *"quân đội nhân dân anh hùng, nhiệm vụ nào cũng hoàn thành, khó khăn nào cũng vượt qua, kẻ thù nào cũng đánh thắng"*.

Với một phối hợp đồng bộ tuyệt hảo, Bộ Tư lệnh Tiền phương của Sư đoàn Thủy quân Lục chiến Việt Nam đặt trên Soái Hạm USS Blue Ridge cùng với Ban tham mưu Hạm đội điều hành, chỉ huy cuộc hành quân đưa Tiểu đoàn 7 trở lại bờ biển bằng tàu đổ bộ của Thủy quân Lục chiến Mỹ. Khi đoàn quân cách bờ khoảng ba cây số, giàn hải pháo của Hạm đội 7 sử dụng những đại pháo có đường kính 16 inches hay 406 mm như của Thiết Giáp Hạm New Jersey đổ một màn lửa và mảnh thép công phá xuống các bãi đáp dự trù.

Sau cơn bão nhân tạo do các hải pháo, phi cơ hạm

đội xuất kích với Sky Hawk của hải quân, hoặc F-4C Phantom, A-7E Corsair của Thủy quân Lục chiến, tiếp dọn sạch các mục tiêu, và cuối cùng, con bài chủ lực, B52, vũ khí cột trụ của Lôi Phong được gọi tới trải tấm thảm lửa hung hãn suốt chiều dài bãi biển dọc theo Hương lộ 555.

Lửa cuồn cuộn tung hoành đỏ rực sóng biển, hắt ánh hồng át mặt trời vừa bắt đầu bình minh. Từ khoảng cách hai cây số, (khoảng an toàn tối thiểu đối với B52, vốn là phi cơ oanh tạc chiến lược), hai đợt tàu đổ bộ gồm mỗi đợt 40 chiếc đưa Tiểu đoàn 7 ào vào bờ như những cơn sóng biển... Mà thật sự là một biển người đồng loạt xông lên bờ cát còn nóng mùi lửa.

Đơn vị cộng sản cố thủ bờ biển trong chớp mắt phân tán mỏng chạy về phía Quốc lộ 1 tìm đường sống sót. Một đại đơn vị chỉ còn mười tù binh ngơ ngẩn vì quá sợ hãi đưa cao tay đầu hàng lính Thủy quân Lục chiến. Nhưng đơn vị cộng sản tháo chạy về hướng Quốc lộ 1 (để vào vùng núi phía Tây), hoặc về phía Bắc (hướng sông Thạch Hãn) không còn được hy vọng trốn thoát lần cuối, vì hai Tiểu đoàn 6 và 4 Thủy quân Lục chiến đã nhảy xuống giao điểm nút chặn (của Hương lộ 555 - hướng Nam - Bắc, và Hương lộ 602 - hướng Đông - Tây) với cuộc trực thăng vận thần tốc thực hiện trong giờ Tiểu đoàn 7 đổ quân.

Hai Tiểu đoàn 4 và 6 đụng độ ngay tại bãi đáp với Trung đoàn 18, đơn vị thuộc Sư đoàn 325, mà bộ chỉ huy đã thoát khỏi trận địa từ sau những thiệt hại từ giữa tháng 5. Sau bảy ngày *"chà láng"* mật khu "Dãy Phố Buồn Thiu", Lữ đoàn 147 trả khung cảnh im lìm cho khu vực đúng như tên gọi, rút lại về phòng tuyến Mỹ Chánh.

Từ trái: Đại Úy Campbell CV Trưởng TĐ, Đại Úy Nguyễn Xuân Phúc TĐP, Trung Úy Carson CV Phó, và hàng quân Tiểu Đoàn 2 TQLC.
Hình nhỏ: Người lính TQLC Nguyễn Xuân Phúc.

Quân đội Cộng hòa rút đi cùng lần biến mất khỏi trận địa những đơn vị từng là huyền thoại của bộ đội cộng sản miền Bắc - Hai Trung đoàn mang danh số 66 và 88 của quân đội nước Việt Nam Dân Chủ Cộng Hòa hoàn toàn mất dấu khỏi hồ sơ trận liệt kể từ ngày, tháng này.

Chỉ trong vòng một tháng 5 năm 1972 trong vùng trách nhiệm của Thủy quân Lục chiến đã có tới hai ngàn xác đếm được, hơn ngàn vũ khí bị tịch thu, 60 chiến xa bị loại khỏi vòng chiến, có chiếc khi bị *"bắt sống"* còn nguyên vũ khí, số đạn cấp phát. Chiến sĩ của những Tiểu đoàn 8 và 6 Thủy quân Lục chiến của Trung Tá Nguyễn Văn Phán, Đỗ Hữu Tùng[*] đã không cho xạ thủ những chiếc tăng này bắn được một viên đạn.

Trong chuỗi biến động quân sự, hỗn loạn chính trị dài lâu ở miền Nam, có hai nhân vật được báo chí Tây phương, điển hình với giới truyền thông Mỹ - luôn khao khát *"anh hùng, loại người có tiếng tăm hoặc gây tai tiếng"* - gán cho tước vị, *"người làm rung rinh Mỹ quốc"*: Võ Nguyên Giáp và Trí Quang. Bởi hai con người này đã từng là thần tượng của đám trẻ nhỏ ăn chưa no, lo chưa tới trong những cuộc biểu tình nơi đường phố Sài gòn ở những năm 60, 70; và những người gọi là *"trí thức, học giả, văn nghệ sĩ, chính khách phản chiến"* ở Mỹ, Tây Âu...

Những thành phần ưu tú của xã hội Âu Mỹ có hiểu biết và cách giải thích chiến tranh Việt Nam không cao hơn tầm cỡ một gã đạo diễn làm phim ảnh giải trí, hoặc một cô đào hát bóng ở Hollywood. Nhưng tất cả đã hoàn toàn bất tác động trước Người Lính Việt Nam Cộng Hòa với Tướng quân Ngô Quang Trưởng. Không phải chỉ một lần, mà suốt trong hai thập niên, từ Mùa Hè hỗn loạn 1966 đến ngày Ngày Hè Lẫm Liệt 1972.

(*) Trung Tá Nguyễn Xuân Phúc, Tiểu đoàn 2 và Đỗ Hữu Tùng, Tiểu đoàn 6 sau nầy chỉ huy Lữ đoàn 147 Thủy quân Lục chiến đã tự sát cùng lần với binh sĩ thuộc quyền tại bãi biển Mỹ Khê Đà Nẵng trong ngày 29 tháng 3, 1975 khi đơn vị buộc phải lui binh theo lệnh từ Sài Gòn.

Kỳ 3
Đoạt Lại Thành!

Ngày 28 tháng 6, 1972 chiến dịch Lôi Phong giai đoạn 2, hay Hành quân Lam Sơn 72 do Bộ Tư lệnh Quân đoàn 1 dưới quyền chỉ huy của Trung Tướng Ngô Quang Trưởng khai diễn, tiến đến mục tiêu cuối cùng: Tái chiếm Cổ Thành Quảng Trị với những đơn vị vũ bão thiện chiến nhất của quân lực - cũng là những Tiểu đoàn bộ chiến hàng đầu của quân sử thế giới - những Tiểu đoàn của Liên đoàn Biệt động, Sư đoàn Nhảy Dù và Sư đoàn Thủy quân Lục chiến. Chúng ta hãy sống lại những ngày tháng linh thiêng chỉ có một lần trong chuỗi lịch sử dài của dân tộc kiên cường với một quân đội kiệt liệt.

Trước khi tham dự trận đánh lịch sử của giai đoạn 2, chúng ta cần trở lại khu vực trách nhiệm của Sư đoàn Nhảy Dù (phía Tây Quốc lộ 1 mở rộng đến sâu Trường Sơn) với nhiệm vụ chận địch ngay từ tuyến xuất phát - đường 556 chạy từ Cam Lộ, Khe Sanh xuống - trên những cao điểm động Ông Đô, núi Cô-rốc với dãy căn cứ hỏa lực Anne, Barbara (bị mất trong chiến trận tháng 4, khi lực lượng bộ binh trấn thủ phải lệnh bỏ những căn cứ phía Bắc sông Mỹ Chánh), đồi 24, một trong những cao độ chiến thuật quan trọng vùng *"đồi hoa sim"* tiếp đổ ra Quốc lộ 1, khoảng Mỹ Chánh, Phong Điền, quận lỵ hành chánh cực Bắc của Thừa Thiên - Huế, tiếp giáp Quảng Trị; hoặc các căn cứ chiến thuật Checkmate, Bastogne, Tây - Nam Huế.

Nếu không chận địch từ những vị trí nầy, mặt trận phía Đông (vùng trách nhiệm của thủy quân lục chiến) sẽ bị vô hiệu hóa, do lực lượng cộng sản sẽ luồn sâu xuống phía Nam hơn nữa, tránh đụng độ ban đầu để bao vây lực lượng bạn (Thủy quân Lục chiến), sau đó phối hợp tấn công cả ba mặt Bắc - Nam, cùng với mũi xuất phát từ Tây Trường Sơn (đã trình bày ở phần đầu bài viết và phần kế về Sư đoàn 1 Bộ Binh), qua hệ thống các mật khu liên hợp Cổ Bi, Hiền Sĩ, La Sơn, La Chữ.. đã hình thành từ giai đoạn 1945-1954, được xử dụng trong lần điều quân đánh chiếm Thừa Thiên - Huế, dịp tổng công kích Mậu Thân, 1968.

Thật ra Trung Tướng Ngô Quang Trưởng đã có sẵn Liên đoàn 1 Biệt Động Quân (ba Tiểu đoàn 21, 37, và 77), và Lữ đoàn 2 Dù (gồm ba Tiểu đoàn 5, 7, 11) kể từ ngày 1 tháng 5, ngay khi ông vừa cầm quyền Tư lệnh Quân đoàn 1. Nhưng vào thời điểm ấy, lực lượng Biệt Động và Lữ đoàn Dù đặt dưới quyền chỉ huy hành quân của Bộ Tư lệnh Sư đoàn Thủy quân Lục chiến, nên phải đợi đến cuối tháng 5, khi giai đoạn 1 của chiến dịch được thực hiện với những thắng lợi lừng lẫy của Thủy quân Lục chiến và bước chuẩn bị Lôi Phong giai đoạn 2 đang dự định khai diễn, Quân đoàn 1 mới được tăng cường thêm Bộ Tư lệnh Sư đoàn Dù với hai Lữ đoàn 2, 3 còn lại (ngày 22 tháng 5).

Quyết định này được thi hành sau khi đã xét tới quan niệm - tăng viện mặt trận giới tuyến một Sư đoàn Bộ binh của Vùng IV - như đã thực hiện với những Trung đoàn của Sư đoàn 9 và 21 Bộ binh đối với mặt trận An Lộc. Nhưng Tướng Trưởng đã khẳng định: Với lực lượng cơ hữu, Sư đoàn 1 và 2 Bộ binh; Binh đoàn tổng trừ bị (Biệt Động Quân, Nhảy Dù, và Thủy quân Lục chiến) tăng phái hành quân hiện có và dự trù, ông đủ khả năng để giành lại toàn bộ lãnh thổ bị mất từ tháng 4. Lời nói của vị tướng quân mặt trận được hiện thực qua những nỗ lực của từng đơn vị, với mỗi người lính.

Theo kế hoạch hành quân, ngày 29 tháng 6, hai Tiểu đoàn 9 và 11 Dù được trực thăng vận xuống phía Bắc sông Nhung, con sông nhỏ bắt đầu từ nguồn động Ông Đô trong Trường Sơn chảy theo hướng Đông - Bắc qua vùng xã Trường Phước, Mai Đẳng, Thường Xá để đổ vào sông Thạch Hãn, phía Đông thị xã Quảng Trị. Nhưng do cuộc tiến quân của Tiểu đoàn 7 Dù (vùng Mỹ Chánh) đằng sau bị chận lại, cũng do một phần bị *"Hot LZ - bãi đáp bị pháo"*, nên hai Tiểu đoàn phải nhảy xuống ở phía Nam con sông.

Rời khỏi thân tàu, lấy con đường làm chuẩn, 11 bên phải, 9 bên trái, những người lính đội nắng lửa và đạn pháo tiến lên trên những khu đồi trọc loang lổ vết tích, xe cộ, quân trang, vũ khí và xác người của chiến trận tháng trước. Đoàn quân không được một chút ngưng nghỉ - bởi, Quảng Trị hướng trước mặt, ly giác 4200[*], chỉ với chín cây số khoảng cách.

Người lính Tiểu đoàn 11 Dù còn có thêm một yếu tố tâm lý và quyết tâm khác đối với những đồng đội thuộc đơn vị bạn: Tâm lý phục hận và ý chí quyết thắng - Họ vừa từ mặt trận Charlie, Kontum trở về và là đơn vị thành lập sau cùng của Sư đoàn Dù. Họ phải vào Quảng Trị trước nhất để xác chứng sức chiến đấu không mai một dẫu bị thiệt hại nặng của chính bản thân, cũng như của binh chủng và toàn quân lực.

Tâm lý, ý chí này không là một điều tưởng tượng cố ý thổi phồng, trái lại đã hiện thực từ lần thử sức sơ khởi vào hai ngày trước buổi trọng đại ngày 28 tháng 6 đang xảy ra. Ngày 26, một lực lượng hỗn hợp của Bắc quân gồm Bộ binh và Thiết giáp vượt sông Mỹ Chánh tấn công thẳng vào vị trí đóng quân của 11 Dù (để bẻ gãy mũi tiến công tiên phong của thế trận phản công mà chắc rằng họ đã theo dõi và ước tính ra). Nhưng Thiếu Tá Lê Văn Mễ (thay thế cố Đại Tá Nguyễn Đình Bảo, tử trận ngày 12 tháng 4 tại cứ điểm Charlie, Kontum) và những người lính của Tiểu đoàn 11 Dù đã phá vỡ toàn diện mưu định này với cuộc phản công tưởng như câu chuyện không thật.

Vừa phát hiện thành phần tiền phương của Bắc quân, tổ báo động Đại đội 111 do Trung úy Đinh Viết Thanh chỉ huy khai hỏa trước, đội hình bị tán loạn, toán lính Bộ binh cộng sản buộc phải tháo chạy trở lui, để chiến xa tiến lên lập phương thức tấn công mới. Nếu ở mặt trận Đường số 9, chiến dịch Lam Sơn 719, năm 1971, người lính miền Nam do lần đầu tiên đụng với chiến xa Bắc Việt, nên đã chưa tìm ra được tính chất kỹ thuật của nó và đã chịu phần thiệt hại không tránh. Nay sau một năm huấn luyện và rút tỉa kinh nghiệm từ đầu chiến trận năm nay, họ đã tìm ra yếu huyệt của T54 - nơi bình xăng cạnh hông của nó. Thế nên, khẩu súng hỏa tiễn chống chiến xa XM 202 bốn nòng đã bắn ra không phí một quả đạn, bốn chiếc tăng T54 bốc cháy, chiếc thứ năm tìm đường thoát thân, người khinh binh sử dụng tiếp khẩu XM 72 cá nhân, chiếc thứ năm cùng chung số phận với ngọn lửa hung hãn phát ra từ bình xăng bị bắn vỡ.

Bắc quân vẫn không núng thế, lập lại thế trận với một đoàn chiến xa đông đảo hơn, dẫn đầu toán Bộ binh tùng thiết xung phong vào phòng tuyến quân Dù. Nhưng quân Nam đã chuẩn bị sẵn những khắc tinh công hiệu: Pháo binh đạn đầu nổ cao để tiêu diệt Bộ binh, đạn chạm nổ chặn chiến xa và phi cơ khu trục từ Đà Nẵng khẩn cấp vào vùng khi pháo dứt.

Đội hình quân cộng sản dần tan vỡ và phía nhảy dù quan sát thấy Bộ binh địch đang yểm trợ nhau để rút lui. Nhưng chạy trốn không thể là chuyện dễ, Tiểu đoàn Trưởng Mê Linh điều chỉnh chính xác pháo binh 105 cơ hữu của Sư đoàn Dù tập trung vào điểm vượt sông (khoảng sông cạn nước mà lính Công binh Bắc Việt đã lấp đá xuống để chiến xa có thể đi qua) và ra lệnh cho Tiểu đoàn bỏ vị trí truy kích địch.

"Khủng Long" Lại Văn Long, Đại Đội Trưởng 114, thành phần trừ bị của Tiểu đoàn xung trận như cảnh tượng của phim ảnh chiến tranh. Thân hình nhỏ bé của anh ghìm chặt cây đại liên 60 chạy trước hàng quân. Người lính âm thoại viên chạy theo... *Trung úy, Trung úy, có máy của Mê Linh, Mê Linh gọi Trung úy...* Anh ta đưa ống liên hợp máy truyền tin cho Long. Long hét lớn. *Cái gì, mày hỏi Mê Linh nói gì? Mê Linh bảo Trung úy cho đại đội đuổi tụi nó tới bờ sông, không được vượt sông! Mày nói với ông tao sắp tới bờ sông!* Cây súng giật ngã ngửa người, Long choàng sợi giây đeo súng lên vai, chéo ngang lưng, hai tay giang rộng, ngoắt ngoắt... *Lên, lên... không cho một thằng chạy thoát, đuổi hết chúng về Bắc luôn.*

Lính Bắc vất bỏ súng, đạp lên những đồng đội bị thương hoặc chết để qua khỏi khúc sông, những chiếc tăng đè chồng lên nhau nghẽn dòng chảy càng làm thêm cảnh tượng hỗn loạn. Lính Tiểu đoàn 11 truy kích giặc tới bờ sông, xong trở lại thu nhặt vũ khí, ngoài năm chiếc bị bắn cháy nơi tuyến đầu của Đại đội 111, Tiểu đoàn còn đếm được thêm chín chiếc T54 và PT76 khác rơi rớt dài cho đến địa điểm vượt sông, trong đó bảy chiếc còn nguyên vẹn, máy vẫn còn nổ do lính thiết giáp đã bỏ xe chạy trốn.

Sau nầy, khi các Tiểu đoàn Dù bàn giao khu vực trách nhiệm lại cho Trung Đoàn 4 Sư đoàn 2 Bộ binh từ Đà Nẵng ra tăng cường, lính Trung đoàn 4 tìm thấy được nhiều thiết vận xa BTR85 khác do Bắc quân giấu trong những bụi rậm dọc bờ sông Mỹ Chánh. Chỉ là trận mở đầu, chưa hết một đêm với thành phần những đại đội tiền phong của Tiểu đoàn 11 Dù. Đơn vị vừa bị thiệt hại nặng nề tháng trước ở mặt trận Tây Nguyên.

Xuống bãi đáp, lấy Quốc lộ 1 làm chuẩn, lính của hai Tiểu đoàn 9 và 11 với vũ khí cầm tay ở vị thế sẵn sàng tác chiến cùng tiến lên. Và trước mắt họ một cảnh tượng kinh hoàng trải dài dưới ánh nắng, trên bãi cát im lặng. Dẫu lòng cứng cỏi, rạn rày, đã sống rất lâu trong dòng lửa đạn, cạnh cái chết, giữa những xác chết, nhưng người lính cũng không hề có ý tưởng tới, chịu đựng nổi với cảnh tượng đang hiện ra trước mặt. Họ đang ở trên cây số 9, Nam thị xã Quảng Trị, vùng thôn Mai Đẳng, xã Hải Lâm, quận Hải Lăng.

Không thể dùng một chữ, một nhóm từ ngữ để diễn tả. Không thể nói nên lời, khóc, la thành tiếng. Họ chỉ có thể im lặng nghiến răng, bặm môi, dù răng vỡ, môi chảy máu tươi, tay luống cuống, mắt mờ nhạt, mũi phập phồng, hít thở khó khăn. Họ không có thể biết gì về thân thể đang mở ra, hứng chịu sự tàn khốc trước mặt.

Trời ơi! Hình như có tiếng than ngắn đau đớn này... Thanh âm mơ hồ dội ngược ở lồng ngực, sâu cổ họng, hay chỉ là ảo giác, về một ý niệm khi con người mất khả năng kiểm soát trước cảnh đau thương quá lớn. Họ không còn là người đang sống, vì sống là sống cùng với người sống, chia xẻ vui buồn, đau đớn lo âu với người sống. Nhưng nay, chung quanh, trước mặt chỉ còn một hiện tượng, một không khí - Sự Chết. Phải, chỉ sự chết đang bao trùm vây cứng. Chỉ nỗi chết đang chập chùng phủ kín không gian.

Và cho dù mới đây, ngày kia, tuần trước ngày giờ kinh khiếp này, họ trở về đây từ Kontum, Tây Nguyên, từ An Lộc, Bình Long, miền Đông Nam Bộ: Nơi chốn dày đặc những ngôi mộ vô danh, mộ tập thể. Nơi có những cách chết câm lặng, nuốt xuống đau thương... Người cha trầm tĩnh đi tìm từng bàn chân, cánh tay của năm đứa con và người vợ vừa bị tan thây vì quả đạn đại pháo, nhưng lại còn được một nấc chót - Nhưng dẫu sao bên cạnh người chết kia vẫn có người sống - Người đang sống với thể xác vô tri, đi đứng chuyển dịch như thứ người cuồng điên bi thảm - Người điên buồn, điên lặng, điên câm nín, điên ở trong, điên chạy ngược.

Ở An Lộc, người lính còn sống được với những con người cuối đáy đau thương ấy, nơi chốn anh và đồng đội đã góp phần xương, máu, mạng sống để giữ vững. Hơn thế nữa, An Lộc lại quá nhỏ, chỉ hơn một cây số vuông, nên cái chết cô đặc lại, ngập cứng vào người, nhanh, gọn như nhát dao ngọt, như đạn bắn thẳng. Chết đến chớp mắt, người chưa kịp chuẩn bị đón nhận, chưa kịp có phản ứng thì đã lún hẳn vào. Cuối cùng, An Lộc phải cố gắng quên đi, dù rằng chỉ hơn tháng trước. Đèo Chu Pao, Tây Nguyên đành quên đi về cảnh chết (không còn người sống sót để chứng kiến) xảy ra giữa vùng núi rừng im lặng heo hút. Chu Pao, nơi nào, có ai biết. Nếu có chăng, chỉ người lính viết dòng thơ Lâm Hảo Dũng với:

Chu Pao ai oán hờn trong gió,

Một mảnh khăn tang, một tấc đường...

Trái lại, ở đây, thôn Giáp Hậu, Mai Đẳng, Hải Lâm, quận Hải Lăng, Quảng Trị thì khác hẳn. Khác hẳn với An Lộc. Cao hơn An Lộc một bậc. Trên hơn An Lộc một tầng. Tầng cao ngất thảm thiết. Dài hơn An Lộc một chặng. Dài hun hút thương tâm. Sự chết trên chín cây số đường này là chín cây số trời chết, đất chết. Chết trên mỗi hạt cát, chết trên đầu ngọn lá, chết vương vãi từng mảnh thịt, chết từng cụm xương sống, đốt xương sườn, chết lăn lóc đầu lâu, chết rã rời từng bàn tay cong cong đen đúa.

Nhiều quá, chín cây số hay chín ngàn thước, mỗi thước trung bình hai bộ xương tung tóe. Vậy tất cả là bao nhiêu? Không làm phân biệt được tay này, chân kia, đầu lâu người nọ. Chiếc xe Công binh ủi một đường dài, những xác chết. Không, phải nói những bó xương bị dồn cùng áo quần, vật dụng, chạm vào nhau nghe lóc cóc, xào xạc, *"đống rác"* người ùn ùn chuyển dịch, một chất nhờn đen đen ươn ướt lấp lánh trên mặt nhựa - nhựa thịt người! Trời nắng, đồng trắng, con đường im lìm, động cơ chiếc xe ủi đất vang đều đều, hơi nắng bốc lên từng đường trên mặt nhựa, hơi nặng mùi. Vạn vật chết trong lòng ánh sáng. Ánh sáng có mùi người chết.

Vượt qua cảnh chết. Giữa sự chết. Người lính xốc tới.

- Phải tiến thật nhanh nghe "râu", tụi nó sửa soạn "pháo" cho mình kỹ lắm đó.

Mê Linh, Tiểu đoàn Trưởng 11 Dù nói cùng Thành "râu", Tiểu đoàn Phó. Chữ *"pháo"* Mễ nói rất nhỏ như không muốn nhắc tới như một điều cấm kỵ, do đã hứng chịu từ trận đồi *"C"*, Charlie (Kontum) suốt những ngày tháng 4 vừa qua và mới đây, khi vừa vào vùng Phong Điền đã nhận thêm sáu mảnh vụn...

Hóa ra tao nặng hơn là vì trong người có thêm sắt! Mễ nói cùng người bạn phóng viên chiến trường đi theo đơn vị. Hai chỉ huy trưởng, phó của Tiểu đoàn thúc hai cánh quân đánh nhào vào trụ sở xã Hải Lâm, chiếm lấy mục tiêu trong chớp mắt.

Đánh mấy mục tiêu này là đánh chơi thôi, mai, mốt, ôn, tui "đập tụi nó" trong Cổ thành mới đã! Mễ nói với Thành, giọng không một chút đùa cợt. Anh còn nguyên mối uất hận của lần thất trận oan nghiệt của hơn tháng trước. Hai người nói chuyện cùng nhau với những thổ ngữ riêng của quê hương mình. Họ đang *"đánh giặc để giữ nhà"*, chứ không phải là cuộc hành quân bình thường do nhiệm vụ của một người lính.

Về cánh quân Tiểu đoàn 9, Bộ chỉ huy Tiểu đoàn cùng Trung đội súng cối xuống bãi đáp lung linh một màn hơi mờ đục... *Ủa sao đã sáng rồi mà trời còn tối thế này và cái mùi chi mà hôi quá ta!?* Trung sĩ Hùng mang máy truyền tin cho Trung tá Phú, Tiểu đoàn Trưởng loay hoay trên bãi cát, nhặt được một đôi giày khá tốt, anh khoái chí lẩm bẩm: "Trước khi đi hành quân thì nhà cháy, chỉ còn mấy mươi đồng *trong túi và bộ áo quần trên người, bây giờ lượm được đôi giày cũng an ủi một phần...".*

Trước khi xỏ chân vào, Hùng lắc lắc chiếc giày, những mẩu đất đá có mùi hôi từ chiếc giày rơi ra... Anh nôn khan... Mùi thịt người bị thiêu cháy dở rơi rớt đen đúa. Mặt trời lên cao, làn hơi đục có mùi gây gây tanh tưởi kia được hiểu ra: Hơi của những tàn lửa âm ỉ do những đám cháy ở ngày cuối tháng 4 vừa qua.

Lửa đã bốc cháy do lửa đạn. Lửa được nuôi dưỡng bởi vật chất xăng, dầu, gỗ, thép, áo quần của đám người chạy loạn. Lửa thêm được giữ gìn bởi chất hữu cơ, thịt, xương, da, thân xác con người chảy nhão. Hùng nhìn quanh, thấy từ trong một thiết vận xa M113 hai ống chân mang giày lính lay động... *Chẳng lẽ thằng cha này còn sống?!* Hùng và vài người lính đi đến. Hóa ra chỉ là phần thân thể còn lại của một người, lũ chuột đang cấu xé trên phần chân thối rữa.

Trời sáng hơn, nên cũng thấy rõ những chiếc sọ vữa nát nằm lềnh khênh. Không có cái nón sắt nào thì đây chắc là đầu của dân thôi, *sao Việt cộng sao nó ác vậy hở trời!* Lính Tiểu đoàn 9 ghìm xuống những phản ứng xa xót, họ biến mối đau thương nên thành nguồn lực mạnh mẽ...

"Năm Mậu Thân (1968) Tiểu đoàn mình có ở đây, hắn (Việt cộng) không làm gì được, nên bữa ni hắn trả thù dân đây mà, lần ni, bắt được thì đừng trách tui ác...". Người lính phát âm giọng Quảng Trị, miền thôn quê vùng biển. Trong đơn vị nhảy dù, người miền Trung giữ tỷ lệ khá lớn, dân Quảng Trị, Thừa Thiên chiếm đa số, toàn là người tình nguyện, sĩ quan cùng binh sĩ.

Tiểu đoàn 9 tiến quân về hướng núi Tang Téo sát bờ Nam sông Thạch Hãn, mục tiêu cực Tây của đoàn quân tiến chiếm Quảng Trị. Tướng Ngô Quang Trưởng rất tinh tế và chính xác để đẩy đơn vị này sâu về hướng Tây: Nếu không ngăn giữ cạnh sườn (Đông Trường Sơn), hướng tiếp vận chính của Bắc quân, thì cuộc hành quân giải tỏa Quảng Trị sẽ không bao giờ được thành tựu. Bởi kế sách hàng đầu của quy luật tác chiến (chung nhất cho cả Đông, Tây; kim, cổ) là triệt lương và đả viện - vạn bất đắc dĩ mới tấn công trực diện - khi không còn kế hoạch tấn công nào khác.

Chúng ta lưu ý: Trung Tướng Ngô Quang Trưởng chỉ tiến đánh Cổ thành khi đã chuẩn bị và thực hiện đủ về các giai đoạn triệt lương và tăng viện. Lính Tiểu đoàn 9 còn có thêm lòng tự tin với địa danh Quảng Trị nầy: Năm Mậu Thân, 1968 chính họ cùng những đơn vị địa phương đã giữ yên thị xã sau một ngày một đêm huyết chiến ở khu Công giáo Tri Bưu và thôn Hạnh Hoa, ngõ vào thành phố ở hướng Nam.

Đêm đóng quân đầu tiên, lính Bắc không đợi cho phía Tiểu đoàn 9 chuẩn bị thế trận, sau cơn mưa lũ trận địa pháo do những dàn pháo 130 ly (Pháo tầm bắn xa 27 cây số của Bắc quân) từ vùng Nam sông Bến Hải dội xuống, ba xe tăng cùng bộ binh tùng thiết bắt đầu tấn công vào vị trí dã chiến của hai Đại đội 91 và 94. Hai Đại đội giữ vững vị trí qua một đêm chịu pháo và những đợt tấn công liên tục do nhiều đơn vị thay nhau nối tiếp. Trời sáng, lính Tiểu đoàn 9 ra nhô mình lên khỏi hố chiến đấu, nhìn xuống triền đồi sỏi đỏ nằm la liệt những xác chết mặc áo quần màu xanh lá cây.

- Mày xem tụi nó ê càng chưa? Hai Đại đội trưởng

91 và 94 hỏi nhau.

- Tao đoán đây là tụi 320B hoặc 304, nó đánh mình nhiều đợt cả đêm chắc phải hơn Tiểu đoàn, mà không phải chỉ một Tiểu đoàn, có thể nhiều hơn nữa.

- Nếu nó dùng Tiểu đoàn đánh mình mà chết như thế này thì tại sao mình không ra lục soát, truy kích!

Lính hai Đại đội cùng bung ra khỏi hố, họ đếm được 70 xác chết và ba chiếc tăng bị bắn cháy. Nó chết ở đây 70 xác tức là cấp Tiểu đoàn đã đánh mình, phải là Tiểu đoàn nó mới có ba chiếc tăng đi theo! Những người sĩ quan chỉ huy cấp đại đội, trung đội kia đã ước tính đúng đơn vị địch tham chiến, tuy nhiên họ không biết được quan niệm điều quân của viên tướng cộng sản chỉ huy chiến dịch: *"Cứ hai phút một, trên địa cầu có ba trăm ngàn người chết. Vậy bốn mươi lăm ngàn người chết trong một trận đánh có nghĩa là lý gì!"* Lời tuyên bố đẫm máu này của Võ Nguyên Giáp được kẻ phỏng vấn ngợi khen: *"Đấy là lý thuyết Karl Marx có tính khắc kỷ của Hà Nội."* Cách tung, hứng của tên sát nhân và kẻ tán dương việc giết người.

Tuy không biết được những tính toán tàn nhẫn này, nhưng những viên sĩ quan nơi chiến địa kia có đủ kinh nghiệm để chuẩn bị cho cuộc thư hùng kế tiếp, dẫu họ chỉ là những viên sĩ quan cấp úy quá trẻ so với ác độc của chiến tranh, như viên Thiếu úy Thắng, vừa qua hai mươi tuổi, quyền Đại đội Trưởng Đại đội 93, bởi viên Đại úy Đại đội Trưởng đã bị thương trận từ tuần trước.

Đêm thứ hai, rút kinh nghiệm lần thất trận, Bắc quân đánh phục hận với một lực lượng xe tăng đông gấp bội. Lần tấn công thứ hai này cũng không có kết quả khá hơn. Sáng hôm sau, Tiểu đoàn kiểm chứng số tăng bị bắn cháy, Trung Tá Trần Hữu Phú, Tiểu đoàn Trưởng 9 Dù báo cáo: *"Vậy là chỉ trong vòng 48 giờ, Tiểu đoàn tôi bắn cháy 18 chiếc tăng cả thảy.* Phải báo cáo đến lần thứ ba, viên sĩ quan trực phòng hành quân sư đoàn mới tin là thật. Nơi Bộ Tư lệnh Tiền phương Sư đoàn Dù các sĩ quan kháo chuyện cùng nhau có lời tán dương: *"Nó (Tiểu đoàn 9) đánh thế này thì vi-xi còn đâu tăng nữa để cho đơn vị khác bắn cháy!"*.

Thành quả chiến trận không chỉ tác động nơi những chiến địa khốc liệt, bên kia trời Tây xa, hội nghị Paris bắt đầu có dấu hiệu phía Bắc Việt cần nói chuyện nghiêm chỉnh. Lẽ tất nhiên, những người lính ở chiến trường không hề biết về điều bí ẩn này với những con người gọi là *"nhà chính trị".* Cả phe cộng sản lẫn người Mỹ. Họ chỉ có những ngày nằm im dưới nắng, ẩn mình sau bóng lá nơi thông thủy (khe nước chảy giữa hai cao độ), đợi đến đêm bò lên đồi đóng quân, và chịu pháo. Nhưng họ đã bị cáo buộc là *"kéo dài chiến tranh để duy trì một chế độ quân phiệt đặc quyền, đặc lợi".*

Lời cáo buộc có tham dự của tất cả *"những người yêu chuộng hòa bình trên toàn thế giới":* Những văn, thi sĩ, băng đảng của đoàn bè lũ bọn trẻ chỉ muốn làm tình chứ không chịu đi lính, trí thức có học vị cao, giáo sư triết học, đám sinh viên trốn quân dịch, chính khách cấp tiến phái tả, lãnh tụ tôn giáo, ca sĩ, đào hát, nữ tài tử điện ảnh đóng phim cởi truồng... Lẽ tất nhiên không thể thiếu những người lập nên giải thưởng gọi là *"Nobel Hòa Bình"* và kẻ nhận giải.

Sau lưng hai Tiểu đoàn 9 và 11, Tiểu đoàn 7 Dù do Khôi Nguyên và Lôi Hổ (*Khôi Nguyên: Thiếu Tá Trần Đăng Khôi, Tiểu đoàn Trưởng; Lôi Hổ: Thiếu Tá Nguyễn*

Lô, Tiểu đoàn Phó) chỉ huy trong đêm 28 rạng 29 đã vượt sông Mỹ Chánh với đội hình từng người một bò qua chiếc cầu đã bị giật sập từ tháng trước. Tiểu đoàn này có nhiệm vụ qua sông trước để làm an ninh bãi đáp cho hai Tiểu đoàn bạn đổ bộ trực thăng vào ngày 29 (vừa trình bày phần trên); và khi hai Tiểu đoàn 9, 11 đã thanh toán xong các mục tiêu chỉ định, Tiểu đoàn 7 vượt qua mặt hai đơn vị này với nhiệm vụ: Tiến tới Cổ thành trong thời hạn ngắn nhất.

Sở dĩ đơn vị này được giao trách nhiệm vinh dự kiêu hãnh này vì những người chỉ huy mặt trận, Trung Tướng Ngô Quang Trưởng; Trung Tướng Dư Quốc Đống, Tư lệnh Sư đoàn Dù; Đại Tá Lê Quang Lưỡng, Phụ Tá Hành Quân; Lữ đoàn Trưởng Lữ đoàn 2, Đại Tá Trần Quốc Lịch đồng thuận một quan niệm: Đánh vào Cổ thành thì phải có tay *"ông ấy"*: Ông ấy là Nguyễn Lô, người *"không cao quá chai bia lớn"*, theo diễn tả hài hước của bằng hữu trong và ngoài quân đội, nhưng là tay kiệt liệt nhất trong hàng ngũ sĩ quan tác chiến của nhảy dù hay cũng của toàn quân.

Những ca ngợi kính phục của chiến hữu không phải tự nhiên nên có nhưng đã được dẫn chứng từ ngày ra trường năm 1963 với đơn vị hàng đầu của quân đội, Tiểu đoàn 1 Nhảy Dù. Và tại chiến trường Trị Thiên này, ngay đêm mồng 1 rạng mồng 2 Tết Mậu Thân, 1968 một mình Lô xung trận vào cửa An Hòa, cửa Chánh Tây của Thành Nội Huế làm đầu cầu để lực lượng Dù vào Mang Cá tăng viện cho Tướng Trưởng (phần thứ Hai của bài viết về Mậu Thân).

Và mới đây, tháng 4, 1972 chỉ mình Lô - phải, chỉ một mình Lô với Tiểu Đoàn 7 *"trừ"* (tức chỉ với ba đại đội tác chiến) đã nhổ bật chốt Chu Pao, Tây Nguyên, điểm chết trên Quốc lộ 14, giữa Kontum và Pleiku. Bộ Tư lệnh Quân đoàn, giải quyết được mặt trận Vùng 2 hay không từ điểm tắt thở ngặt nghèo này. Lần này cũng thế, mọi người tin chắc Lô sẽ đến Cổ thành trước nhất. Lô phải chiếm lại Cổ thành Đinh Công Tráng. Có một điều không nói đến nhưng ai cũng nhận thấy, Lô là người Quảng Trị. Lôi Hổ phải trở lại nhà xưa.

- Sông Lô lấy bản đồ ra, moa chỉ mục tiêu phải đánh trước khi vào cái chỗ tụi khốn nạn đang đóng chốt (Cổ thành) cả hai tháng nay. Khôi Nguyên bảo Lô trước khi anh chàng dẫn Đại đội 74 làm thành phần xung kích mở đường vào khu phía Đông - Nam thị xã.

- Khỏi cần, tui đi thẳng một mạch là tới thôi, xóm đó nhà tui mà Khôi Nguyên. Nhưng mà sao tui chỉ có *"thằng 74"*?

- Thì toa đi với đại đội cũ của toa, moa đi với *"thằng 74"* của moa.

Hóa ra Thiếu Tá Trần Đăng Khôi, Tiểu đoàn Trưởng đã có kế hoạch, hai Tiểu đoàn Trưởng, Phó, chỉ huy trực tiếp hai Đại đội cũ của mình (lúc Khôi và Lô mang cấp bậc Trung, Đại úy và chỉ huy những Đại đội kia) để đánh vào những vị trí mà đơn vị phải chiếm lại nếu muốn tiến đến mục tiêu tối hậu Cổ thành.

Cần nói rõ về một yếu tố, trong trận đánh lớn nhất thời chiến tranh Đông Dương lần thứ Nhất, trận Điện Biên Phủ, năm 1954, lực lượng nhảy dù quân đoàn viễn chinh Pháp sử dụng đơn vị căn bản là Đại đội làm thành phần xung kích tác chiến, thế nên cấp Tiểu đoàn Trưởng, Phó, Sĩ quan tham mưu Tiểu đoàn có được phần an toàn ở những Bộ chỉ huy hành quân, nên sau chiến dịch, dẫu lực lượng nhảy dù Pháp bị tổn thất nặng, nhưng thành phần chỉ huy đơn vị được bảo toàn. Và khởi đầu cuộc chiến hôm nay, suốt những năm đầu thập niên 60, mô thức tác chiến kia vẫn còn được duy trì, nhưng kể từ sau khi chiến trường trở nên năng độ với trận địa chiến bắt đầu (1965), thì lằn ranh an toàn của sĩ quan chỉ huy cấp Tiểu đoàn đã không còn nữa. Cũng với Tiểu đoàn 7 Dù này, chỉ riêng trận Đồng Xoài (tháng 6, 1965) đơn vị đã thiệt 14 sĩ quan từ Tiểu đoàn Trưởng đến Trung đội Trưởng.

Trận chiến Mậu Thân 1968, Hạ Lào 1971, và nay, 1972 vào trường hợp nguy kịch, Tiểu đoàn Trưởng, Phó chỉ là những khinh binh đi sau một Tiểu đội, bán Tiểu đội, họ chính là những khinh binh dẫn đầu đơn vị. Trường hợp Tiểu đoàn 6 ở mặt trận An Lộc; hay 7, và Tiểu đoàn 11 Dù ở Tây Nguyên ngày khởi đầu chiến cuộc năm nay đã là những điển hình rất mới. Hai đại đội được hai Tiểu đoàn Trưởng, Phó chỉ huy trực tiếp áp dụng cá nhân chiến đấu đánh từng hầm hố, và Lô trở lại chức vụ Đại đội Trưởng thực thụ khi Trung úy Phi, Đại đội Trưởng bị thương khi đánh chiếm ngã Ba Long Hưng, nơi giao điểm của Quốc lộ 1 và đường Lê Huấn, cửa ngõ phía Nam của Quảng Trị.

Quân nhảy dù và lính Bắc rơi vào một tình trạng tưởng không thể có: Những toán chốt của phía cộng sản (do không rút đi được) và tiền đồn nhảy dù xen lẫn vào nhau, nên thường vụ Tiểu đoàn Dù ban đêm khi đánh thức binh sĩ dậy thay phiên gác đã chạm phải thương binh cộng sản.

Tiểu đoàn men theo thung lũng tử thần (lối tiến quân giữa những cao ốc) được bố trí bởi B40 (súng phóng lựu) và đại liên chi chít cốt đánh dần phía Cửa Tả, lối đi về làng Công giáo Trí Bưu ở phía đông. Nhưng kể đến ngày 7 tháng 7, những người lính Tiểu đoàn 7 dẫu bằng thép đúc cũng không qua khỏi cánh đồng Mai Lĩnh để chiếm khu trường học Nguyễn Hoàng, cách vòng hào Cổ thành con đường Lê Văn Duyệt.

Tuy Tướng Trưởng đã ủy nhiệm Bộ Tư lệnh Sư đoàn Dù toàn quyền trong khu vực trách nhiệm, nhưng liên tiếp những ngày đầu tháng 7, Sư đoàn dẫu chịu thiệt hại nặng nề từ cấp Tiểu đoàn Trưởng, Tiểu đoàn Phó, và một loạt Đại đội Trưởng, Trung đội Trưởng của hầu hết các Tiểu đoàn thuộc mũi nhọn tiến công Cổ thành, điểm cao nhất của nhảy dù vẫn không đi quá ngã Ba Long Hưng với Tiểu đoàn 7.

Cuối cùng, Tướng Trưởng quyết định tăng cường cho Sư đoàn Dù đơn vị chuyên đánh đêm: Liên đội xung kích thuộc Liên đoàn 81 Biệt Cách do *"Hổ Xám",* Thiếu Tá Phạm Châu Tài chỉ huy để tìm cách bứng chốt Cổ thành, sau khi Đại đội 2 Trinh Sát của Lữ đoàn 2 Dù cũng đã cố công nương theo đường của Tiểu đoàn 7 để xâm nhập vào. Nhưng hai đơn vị biệt kích, trinh sát này vẫn không lập được cứ điểm kháng cự trong lòng địch một cách có hiệu quả.

Một tháng đã qua kể từ ngày khai diễn giai đoạn 2 của chiến dịch, Cổ thành Đinh Công Tráng vẫn là điểm lửa mà đôi bên thay phiên nhau giành giựt nhưng không có kết thúc rõ rệt. Ngày 25 tháng 7, Sư đoàn Dù thay quân, cho cho các mũi 7, 11 Dù lui binh, chuyển hướng chiến đấu ra vùng cận sơn phía Đông, nhường hướng tấn công lại cho hai Tiểu đoàn 5 và 6 Dù. Trước khi theo dõi tiếp phản công của 5 và 6 Dù, chúng ta trở lại đoạn cuối của Nguyễn Lô với Tiểu đoàn 7.

Sau gần một tháng chịu ép mình dưới đám đất đá ngổn ngang của Quảng Trị, trưa 25 sau khi bàn giao cho quân bạn, Lô đưa hai Đại đội ra vùng phía Tây thị xã, trong phạm vi Vương Cung Thánh Đường La Vang, nơi linh thiêng của lòng dân nên Bắc quân lợi dụng đặt một hệ thống phòng không cố ý triệt hạ những máy bay vào vùng yểm trợ cho mặt trận Cổ thành. Không được dùng phi pháo để phá chốt phòng không này, nên Lô chỉ còn cậy vào những khẩu 90 ly của chiến xa M48 để phá mục tiêu.

Giằng co từ trưa qua chiều, cuối cùng, Lô bảo viên sĩ quan chỉ huy chiến xa mở pháo tháp, anh đứng lên với hai hỏa tiễn M72 đã rút hết chốt an toàn. *Các ông cứ chạy vào hết ga, đợi đến gần, tôi bắn bay cái chốt của tụi nó thì các ông xô sập tường mà tràn lên...* Ba chiếc chiến xa dàn hàng ngang chạy băng trên triền đồi sỏi đỏ, những người lính lúp xúp chạy theo... *Vào... vào...* Lô giương cao hai khẩu M72 để thúc giục... *Xung phong... xung phong...* Lô chuyển lời gào quyết liệt, những khẩu đại liên trên chiến xa đồng loạt khai hỏa, Lô thấy nháng lửa từ một vị trí địch, anh bắn khẩu M72 đầu tiên, chiến xa bị một gò đất cao chận bớt tốc độ, Lô loay hoay cây hỏa tiễn thứ hai... Nhưng không kịp nữa, một trái B40 nổ tung tấm bửng đầu xe M48... Người Lô bay lên cùng với đất bụi và khói đen.

Hai Tiểu đoàn 5 và 6 sở dĩ được sử dụng vào giai đoạn cuối cùng bởi Tiểu đoàn 5 vốn là đơn vị cũ của Tướng Trưởng, hiện tại lại do sĩ quan cấp Tiểu đoàn Trưởng thâm niên nhất của Sư đoàn, Trung Tá Nguyễn Chí Hiếu, nguyên cựu sinh viên sĩ quan Khóa 14 Đà Lạt, khóa *"được huấn luyện kỹ nhất"* của trường kể từ khi đổi thành phiên hiệu Võ Bị Quốc Gia; Tiểu đoàn Phó của 5 Dù là Thiếu Tá Bùi Quyền, thủ khoa Khóa 16. Tiểu đoàn 6 do Trung Tá Đỉnh, Khóa 15 chỉ huy vừa lập kỳ tích giải tỏa mặt trận An Lộc ngày 8 tháng 6 vừa qua. Quân lực không thể nào có được một dàn sĩ quan cấp Tiểu đoàn vững vàng như thế, bao gồm những quân đội của những nước tân tiến, hiện đại nhất. Khẩu lệnh từ Tướng Ngô Quang Trưởng, đến Tướng Dư Quốc Đống chuyển đến Đại Tá Trần Quốc Lịch, Lữ đoàn Trưởng 2 Dù: Chỉ có hai ngày để thanh toán mục tiêu hoặc bàn giao cho đơn vị bạn, Sư đoàn Thủy quân Lục chiến.

Từ quận Hải Lăng, Trung Tá Đỉnh thúc Đại đội 61 dẫn đầu, dọc theo Quốc lộ 1 (đoạn trong thị xã mang tên Lê Huấn, Sư đoàn 1 Bộ binh chết trận Hạ Lào 1971), đến bàn giao tại chốt ngã Tư Quang Trung - Duy Tân với Đại đội 114 (TĐ11), nhận tiêu lệnh với Đại đội 2 Trinh Sát, xong hỏi xem trong Đại đội nào tình nguyện đi *"dọn nhà"* dọc đường Quang Trung, con đường chạy đến cửa Hữu của Cổ thành.

- Trung tá cho tôi đi. Trung úy Tạo, Đại đội Trưởng 61 tình nguyện ngay câu hỏi lần nhất.

Đỉnh hiểu ý của Tạo. Tạo nguyên là sĩ quan của Tiểu đoàn từ những năm đầu 60, nhưng sau do máu *"thảo khấu"* của tuổi trẻ, Tạo bị ra khỏi binh chủng và đi một đơn vị Bộ binh ở Mỹ Tho. Đến đây, Tạo vẫn không chừa, tiếp tục *"quậy"* và bị nhốt vào quân lao vì tội vi phạm kỷ luật. Nay, năm 1972, Tạo trở lại đơn vị cũ với cấp bậc trung úy mang gần 10 năm. Và tại chiến trường này, Tạo muốn phục hồi danh dự sau năm tháng quân lao.

Nhưng quả thật như một định mệnh khốc liệt, Tạo và hai Trung đội Trưởng Mạnh, Trị cùng chết ngay trong đợt xung phong đầu tiên từ góc đường Quang

Trung - Phan Đình Phùng khi cố từ đây đánh vào góc Đông - Nam Cổ thành. Đỉnh và Tùng, Tiểu đoàn Phó tung các đứa con ra tràn ngập vị trí để tránh pháo và đánh phục hận... *Không lẽ mình clear được chốt Xa-Cam mở đường vào An Lộc mà không móc tụi ở đây ra được hay sao?* Tiểu đoàn 6 xua hết chi đoàn chiến xa M48 lên vị trí tấn công. Bức tường đen mốc lầm lì hiện trước mặt.

Về phía Tiểu đoàn 5, sau khi bàn giao với 7 Dù xong, tiếp bám được Liên đội Biệt Cách ở khu Công giáo Tri Bưu để từ đây dựa thế đánh vào mặt Tây - Nam Cổ thành, ngược theo hướng hai con đường Lê Văn Duyệt, Duy Tân. Sáu giờ sáng ngày 2 tháng 7, Chí, sĩ quan Hành quân của Tiểu đoàn chậm rãi như bản tính của anh nói cùng Trọng Nhi (người bạn đồng Khóa 20 Đà Lạt), sĩ quan Hành quân Lữ đoàn 2:

- Tao xong rồi, bây giờ mày cho tao đi.

- Chút nữa thôi, trời còn mờ sáng, chưa đủ nắng làm sao thấy đường được. Tao có đủ cho mày rồi, nhưng phải chờ nắng lên cái đã.

Tối hôm trước trời mưa lất phất, sáng nay, trời trĩu nặng khác thường, bức tường đen hóa nên im lìm ủ dột hơn. Thiếu Tá Bùi Quyền Tiểu đoàn Phó ngồi trầm ngâm với cái píp. Nhưng sau bề ngoài lặng lẽ ấy, anh đang *"đo"* bề dày của bức tường, lầu nước, tháp canh bộ chỉ huy tiểu khu mà bây giờ địch đã biến thành những mục tiêu bất khả xâm phạm sau hai tháng cố thủ và quyết tử để giữ, không được phép chạy trở lui.

... Một rồi. Chí báo cáo về Lữ đoàn khi phi tuần khu trục A37 Việt Nam chúi xuống. Quả bom tưởng như đang rơi vào mặt. Mà quả thật là sát mặt vì bom đánh theo hướng Đông - Tây tức là thẳng góc với trục bố quân dọc đường Quang Trung. Quyền cất ống píp vào túi, anh đứng dậy, nói câu ngắn với Chí: *Đánh thế mới tốt, cậu báo về Lữ đoàn cứ tiếp tục.*

Khi Chí đếm đến số bảy thì Quyền bắt đầu xua quân vào chân thành. Hai Đại đội 51, 54 bám vào bờ thành chập choạng bò lên qua những đống gạch vụn. Quyền chuyển lệnh cho hai Đại đội Trưởng... *Bám mà lên từng đứa một, lên được là nằm ngay xuống, đứng là chết, bám được chỗ nào nằm im chỗ ấy, giữ chỗ cho đứa sau.*

Đúng 10 giờ 15 sáng ngày 25, Cổ thành Đinh Công Tráng in dấu chân người lính miền Nam sau hơn hai tháng bị Bắc quân tạm chiếm. Chí báo ngay cho Lữ đoàn: *"Báo cho Trọng Nhi hay là Tố Quyên (danh hiệu truyền tin của Thiếu Tá Quyền) Đại đội của Trương Đăng Sĩ mớn được bờ thành rồi".* Lần đầu tiên Chí nhanh nhẹn trong lời nói nên được bạn khen: *Tao biết mày từ hồi vào trường đến giờ mới thấy mày nói lẹ lẹ hơn một chút.*

Về phần Tiểu đoàn 6, vì dàn sĩ quan chỉ huy Đại đội 61 đồng bị tử thương nên Tiểu đoàn Phó Tùng đích thân chỉ huy trực tiếp Đại đội này cùng Đại đội 64 phát xuất từ những công sự góc đường Duy Tân và con hẻm nhỏ sau đường Quang Trung để tấn công vào mặt Tây - Nam (cửa Hữu) của Cổ thành. Phía Bắc quân có một tên bắn sẻ thiện nghệ, có thể y đã dùng súng CKC (súng trường có ống nhắm, bắn từng phát một) theo dõi những người chỉ huy của phía Tiểu đoàn 6. Những sĩ quan chỉ huy Đại đội 61 có thể đã chết vì tay y. Nay đến lượt Tùng, hắn ta nhắm suốt buổi và đến trưa thì hạ được người chỉ huy thứ hai của đơn vị.

Tiểu đoàn Trưởng Đỉnh nghe tin Tiểu đoàn bạn

đã mớn được góc Cổ thành Đông - Nam, thêm tin Tiểu đoàn Phó Tùng tử trận, Đỉnh xin Bộ Chỉ huy Lữ đoàn 2 một Đại đội Tiểu đoàn 11 Dù lên trám chỗ Đại đội 62, xong điều động toàn bộ lực lượng Tiểu đoàn cùng chi đoàn chiến xa M48 tăng phái lên đầu tuyến. *"Các ông đục hộ cho tôi cái lỗ thì mấy đứa con tôi mới vào được, vì bom ưu tiên đánh cho phía bên Tiểu đoàn 5".* Nhưng có được không quân yểm trợ chưa hẳn là điều thuận lợi hoàn toàn.

Sau đợt không tập của không quân Việt Nam, đến lượt phi cơ Mỹ vào vùng, nhưng bởi trái bom ném ra quá chính xác rơi ngay trên bờ thành, oan nghiệt thay chôn lấp cùng lần khoảng 40 binh sĩ Đại đội 51 do Đại úy Trương Đăng Sĩ chỉ huy. Anh la lớn đau đớn... *Chết con cái tôi hết rồi!* khi thấy quả bom rơi xuống ngay trên vị trí bố phòng của đại đội!

Bộ Chỉ huy Lữ đoàn 2, Sư đoàn Dù đồng lặng xuống. Trung Tướng Ngô Quang Trưởng đứng phắt dậy như chạm phải khối thuốc nổ tự trong thân. Ông ngồi xuống lại, im lặng, mắt nhìn lên bản đồ chỗ có chấm đỏ tròn: Cổ thành Đinh Công Tráng. Tiểu đoàn 5 Nhảy Dù, Đại đội 51, đơn vị đầu đời lúc ông vừa qua hai mươi tuổi.

Tiểu đoàn 5 mất đà lui lại về sau, hướng ngã Ba Long Hưng, Tiểu đoàn 6 không vào được góc thành Tây - Nam, hạn kỳ 27 tháng 7 đã tới. Đúng một tháng cho chiến dịch Lôi Phong giai đoạn 2. Trung Tướng Ngô Quang Trưởng và ban tham mưu hiểu ra điều thiếu sót: Mặt Tây, hướng Trường Sơn chưa kiểm soát đủ, nên đường tiếp vận của Bắc quân vẫn được duy trì qua vùng động Ông Đô, dãy căn cứ chiến thuật qua các căn cứ Anne, Barbara, Suzie, vùng núi Tích Tường, Như Lệ vào mặt trận Cổ thành, điển hình với

Binh Trạm 18 được thiết trí quy mô cho mặt trận Nam sông Thạch Hãn.

Hơn thế nữa, dàn hải pháo của Hạm đội 7 chỉ ưu tiên yểm trợ cho phần phía Đông Quốc lộ 1 qua hệ thống Cố vấn Mỹ của Sư đoàn Thủy quân Lục chiến. Lôi Phong bước vào giai đoạn quyết định: Sư đoàn Nhảy Dù chuyển hướng tấn công về Trường Sơn. Sư đoàn Thủy quân Lục chiến trách nhiệm luôn Đông - Tây Quốc lộ 1 - có nghĩa toàn bộ khu vực thị xã Quảng Trị, Cổ thành Đinh Công Tráng. Một trang sử máu của Quân lực Việt Nam Cộng hòa được tiếp tục. Cuộc chiến đấu của dân, quân miền Nam tiếp tục như hằng có. Cuộc chiến đấu chỉ có một lần vào Mùa Hè Lẫm Liệt 1972.

Sau 27 tháng 7, Thủy quân Lục chiến thay thế Nhảy Dù để *"dứt điểm"* Cổ thành Quảng Trị. Thật ra, kể từ 25 tháng 7, Tiểu đoàn 5 Dù đã bám được bức tường đá Cổ thành Quảng Trị với yểm trợ tiếp cận của phi cơ A37 Không quân Việt Nam, nhưng khi Đại úy Nguyễn Tấn Sĩ, Đại đội Trưởng 51 của Tiểu đoàn này thúc lính bò lên thành thì cũng là lúc Không quân Hoa Kỳ can thiệp, dội bom nội thành.

Do những lý do kỹ thuật, hai trái bom đã đánh nhầm vào đội hình quân bạn, Tiểu đoàn 5 mất đà, khựng lại và dội ngược. Sư đoàn Dù lại để trống ngã Bến Chùa, đường qua sông Thạch Hãn về Nhan Biểu, Ái Tử: Đường tiếp vận quan yếu của hệ thống hậu cần Bắc quân.

Chín Tiểu đoàn Dù hiện có chỉ vừa đủ trải dài từ Mỹ Chánh đến Quảng Trị, từ đường chiến thuật 556B ra đến Quốc lộ 1; thế nên, cần phải có thêm một Lữ đoàn (với ba, hoặc bốn Tiểu đoàn Bộ binh tác chiến) tăng cường để chận con đường Ái Tử - Nhan Biểu -

Cổ Thành là ước vọng tha thiết của Bộ Tư lệnh Sư đoàn Dù hay cũng chính của Tướng Trưởng. Gần hai tháng qua đi kể từ ngày khởi cuộc phản công, tất cả các đơn vị tham chiến bị ngừng lại bên bờ hào của vòng thành đá tảng, tuyến chiến đấu của ta và địch cách nhau đúng 400 thước (hai tầm đạn súng cá nhân), nhưng cũng có nơi không còn thước nào cả, bởi các chốt kháng cự đan kín vào nhau, nên nay đã đến lúc cần phải thay đổi kế hoạch tác chiến để thực hiện lời nguyền trước Quốc dân và lịch sử.

Tư lệnh chiến trường, Trung Tướng Ngô Quang Trưởng quyết định cùng hai viên Tư lệnh Nhảy Dù và Thủy quân Lục chiến - Hai tướng lãnh vừa được vinh thăng tại mặt trận, trên chiến địa Trị - Thiên này - Chuẩn Tướng Lê Quang Lưỡng và Bùi Thế Lân một kế hoạch tái phối trí:

- Sư đoàn Thủy quân Lục chiến nhận trách nhiệm phần đất bên trái Quốc lộ 1 chạy dài ra đến biển.

- Sư đoàn Dù từ trái Quốc lộ đổ sâu vào hướng núi.

- Tiểu đoàn 6 Thủy quân Lục chiến thay chỗ 6 Dù chịu trách nhiệm góc Tây - Nam Cổ thành, ngã Tư đường Trần Hưng Đạo - Quang Trung.

- 3 Thủy quân Lục chiến đổi 5 Dù chịu trách nhiệm phòng tuyến dọc đường Lê Văn Duyệt đối diện cửa Tiền.

- 9 Thủy quân Lục chiến đổi 11 Dù, Trâu Điên (2 Thủy quân Lục chiến), Quái Điểu (1 Thủy quân Lục chiến) chận đường cửa Bắc ngang sông Thạch Hãn, cũng là đường tiếp vận cho lực lượng cộng sản cố thủ Cổ thành.

Những dòng chữ sau đây viết theo câu chuyện

Người Lính Thủy Đánh Bộ kể lại (22) - Chúng ta hãy sống cùng những giờ phút dũng liệt với xương máu của mỗi một người lính - Những Người Lính Vô Danh mà linh thiêng sông núi đã hun đúc nên thành, gánh chịu suốt cuộc chiến điêu linh.

Đại Tá Ngô Văn Định, Lữ đoàn Trưởng Lữ đoàn 369 Thủy quân Lục chiến, vị Lữ đoàn Trưởng thâm niên nhất của Sư đoàn nhận nhiệm vụ chỉ huy đơn vị xung kích tái chiếm Cổ thành Quảng Trị từ hướng Tây - Nam. Lữ đoàn 147 chịu trách nhiệm mặt phía Đông từ quận Triệu Phong ra đến biển.

Sư đoàn Thủy quân Lục chiến kể từ ngày thay thế nhảy dù tuy đã chiến đấu không hề ngưng nghỉ nhưng cũng chỉ đẩy các chốt địch từ ngoài vào trong Cổ thành và điểm gần nhất cũng còn cách bờ hào thành khoảng hai trăm thước.

Không thể chần chờ hơn nữa, Bộ Tư lệnh Quân đoàn 1 dưới điều hành trực tiếp của Tướng Trưởng soạn thảo Kế hoạch Lôi Phong giai đoạn 2 sử dụng tối đa hỏa lực phi, pháo trong 48 giờ liên tiếp theo diễn tiến: Không quân chiến lược B52 liên tục trải thảm từ sông Thạch Hãn (Bắc Cổ thành) đến Đông Hà (Bắc Quảng Trị 50 cây số), có nhiệm vụ đập nát tất cả vị trí pháo binh, hỏa tiễn, Bộ chỉ huy, điểm tiếp vận; tiếp đến hải pháo từ Hạm đội 7 bắn vào các điểm nghi ngờ liên tục trong suốt chiến dịch vào những lúc phi cơ tạm rời vùng; pháo binh diện địa 175 ly từ Phong Điền tăng cường quấy rối, đặc biệt chiếu cố thật kỹ vị trí toạ độ Cổ thành.

12 khẩu đại bác 155 ly, 54 khẩu 105 ly cơ hữu của Sư đoàn Thủy quân Lục chiến được lệnh tác xạ không ngừng một phút, pháo thủ chỉ thay nhau ngủ vài giờ nửa đêm, từng khẩu pháo được điều chỉnh

để không một trái đạn rớt ra ngoài bờ thành.

Đạn bắn không cần đếm, hàng trăm xe vận tải hạng nặng chở đạn đi suốt ngày đêm trên lộ trình Đà Nẵng - Quảng Trị, đạn giỡ xuống để ngay trên Quốc lộ 1 dài hàng cây số, lính pháo binh cứ tự động đến lấy mang đến vị trí pháo khỏi phải làm phiếu lãnh. Có người đã ôm viên đạn trong tay nhưng kiệt sức, không nạp nổi vào nòng, anh ta ngã gục bên khẩu pháo.

Trong vòng 48 giờ, đã có 60.000 ngàn quả đạn bắn đi, không một phân đất nào của khu vực chung quanh Cổ thành, trong thị xã không có dấu đạn rơi.

Về phần bốn bờ tường thành được dành cho Không quân chiến thuật Việt Nam và Mỹ từ Đà Nẵng, Chu Lai, Tuy Hòa, Hạm đội 7 đồng thực hiện. Các phi công phải lựa chiều đánh bom làm sao quả bom *rơi đúng trên năm thước bề dày* của chiếc thành, cốt triệt hạ khối đá vuông vức kia *thấp xuống*, càng thấp càng tốt; phải đập nát bốn lô cốt ở bốn góc, khoá họng những thượng, đại liên mà xạ thủ đã bị xích chân vào súng.

Và cuối cùng cũng phải cầu viện đến *"bom mắt thần",* những quả bom nặng 500 cân Anh, điều khiển bằng ra-đa để đánh xuống những đoạn thành quá kiên cố mà pháo và bom thường không triệt hạ được. Nhưng cái tường thành ngạo nghễ kiên cố kia dầu chỉ còn thấp khoảng vài ba thước, gạch đá ngổn ngang vẫn còn những đám con cháu *"bác Hồ"* chui rúc trong những căn hầm chữ A, loại hầm cứng chắc có khả năng chịu được phi pháo - chỉ trừ khi bom rơi ngay vào miệng hầm.

Thế nên, cứ dứt pháo thì địch lại nhô đầu ra bắn điên cuồng về phía trước mặt, hiệp cùng cối pháo hỏa tiễn bên kia bờ Thạch Hãn, trong núi, Nam sông

Bến Hải dội xuống dồn dập. Không để bị bó buộc vì tình thế, Bộ Tư lệnh Sư đoàn Thủy quân Lục chiến lại thêm một lần thay đổi ý định điều quân: Lữ đoàn 369 bàn giao vị trí cho bạn, lui binh làm thành phần trừ bị, cái *"bánh chưng"* gọi là Cổ thành kia được cắt ra làm hai: Nửa phía Đông giao cho Lữ đoàn 147, sử dụng hai Tiểu đoàn 3 và 8 đánh từ hướng Đông qua và chính diện mặt Nam. Lữ đoàn 258 điều động *"Trâu Điên"* 2 Thủy quân Lục chiến đánh từ hướng Tây, *"Ó Biển"* 6 Thủy quân Lục chiến đánh chính diện cửa Hữu theo đường Quang Trung, vùng cư dân trước đây gọi là phường Thạch Hãn. Lực lượng tấn công dứt điểm sẵn sàng trên tuyến xung phong đợi Lôi Phong chấm dứt sau 48 giờ bão lửa.

Tại hầm chỉ huy Tiểu đoàn 3 Thủy quân Lục chiến, Thiếu Tá Cảnh nói cùng Đại úy Thạch, Đại đội Trưởng Đại đội 3: *"Anh Thạch, tôi biết anh mới lui về nghỉ có mấy ngày, nay giao cho anh nhiệm vụ này thì kỳ quá, nhưng Tiểu đoàn mình chỉ còn anh là Đại đội Trưởng cứng nhất, kế hoạch Lôi Phong 2 đã bắt đầu từ ngày hôm qua, đợi giờ chấm dứt, tối nay anh đem Đại đội lên trám tuyến cho "thằng 1" (Đại đội 1), rồi tìm cách tiến sát vào chân thành kia trước khi trời sáng. Nếu không được thì lui về, để trời sáng tụi nó nhìn rõ là hỏng việc...".*

Đại úy Thạch về họp cùng với các Trung đội Trưởng để bàn định kế hoạch đột kích. Anh nói với những Trung đội Trưởng đang ngồi chen chúc trong chiếc hầm chìm bóng tối; những tròng mắt khô rốc mệt nhọc trừng trừng nhìn xuống tấm bản đồ đặt trên đất: *"Đây, cái bờ thành này, làm thế nào Đại đội mình cũng phải leo lên cho được, điều tôi dặn kỹ là binh sĩ không được bắn vu vơ, đến sát bờ thành thì tung lựu đạn thật nhiều rồi leo lên, bám chặt vào đó.*

Đừng để tên nào leo xuống. Bám vào được thì mình mới có thể bung ra hai bên".

Đến trước viên Thiếu úy cùng tên Thạch, anh nói riêng: *"Ông với tôi cùng tên, "Thạch là đá", đá thì phải cứng, tôi chọn ông đi tiên phong là thế. Hy vọng ông làm được việc".*

Đại đội 3 Tiểu đoàn 3 Thủy quân Lục chiến vượt tuyến tấn công lúc nửa đêm, ba giờ sáng, đoàn quân đến mục tiêu ấn định - bờ tường Cổ thành Quảng Trị, nơi cách hầm đóng quân hai trăm thước. Hai trăm thước khoảng cách được vượt qua bởi những người lính bò im lặng trong đêm trên gạch đá, mìn bẫy, và dưới trùng điệp lưới lửa, đạn đại pháo của cả hai bên. Đột nhiên, một loạt đạn pháo binh nổ rền ngay đầu hướng tiến của Đại đội, Thạch (Đại đội Trưởng) giật mình cầm ống nói:

- Thạch Thảo (danh hiệu truyền tin của Thiếu úy Thạch) anh có làm sao không?

- Trình thẩm quyền vô sự.

Có tiếng nói lao xao bên đầu Trung đội của Thiếu úy Thạch (nghe qua máy truyền tin), tiếp tiếng la mừng rỡ của người Trung đội Trưởng:

- Trình đại bàng (người chỉ huy), thằng Xuân của tôi đã qua hào vào sát bờ thành, *pháo đang nổ trên đầu nó,* thẩm quyền bảo ông "phở Bắc" (pháo binh) ngưng đi để tụi nó leo lên.

Báo cáo được nghe tiếp với những lời nói đứt khoảng dồn dập lẫn trong âm động đạn súng tay, lựu đạn, đại liên và pháo, cối từ phía Bắc bắn xuống yểm trợ đám bộ đội cộng sản... *"Thằng Xuân đã lên đến bờ tường rồi... Chúng tôi đã sang... bên kia... bờ hào nước... Tụi nó... tụi nó bắn ghê quá... Lên... lên đi...".*

Không đợi nghe hết lời báo cáo, Đại úy Thạch đứng sống dậy hét to: *Xung phong... xung phong!* Tất cả Đại đội vụt chạy nhanh qua chiếc hào thành đã cạn nước vì đất đá hai bên đổ xuống. Những người lính đồng thanh hòa theo lời hô của viên Đại đội Trưởng... *Xung phong! Xung phong!* Những thân người ngã xuống vật vã trên gạch đá tan vỡ, máu tươi rói bắn ra tia thấm đẫm bạt vào người bên cạnh. Không biết ai trúng đạn, ai còn sống - khoảng cách quá gần và trời quá tối - những người thoát đạn xốc tới... *Xung phong... xung phong!*

Cùng lúc, phía Tây - Nam, Đại đội của Đại úy Định (Định *"con"*, để phân biệt với Đại Tá Định, Lữ đoàn Trưởng 369) thuộc Tiểu đoàn 6 Thủy quân Lục chiến khi nghe tiếng hô rền từ cánh quân bạn cũng đồng bật dậy, bỏ vị trí xốc tới... *xung phong... xung... xung phong!*

Giữa bóng tối mù mịt, qua ánh chớp đạn pháo binh địch và loé sắc của lựu đạn đánh cận chiến, bóng hình người lính Thủy quân Lục chiến ào lên, thấp thoáng, vùn vụt trên những khối đen của dãy tường thành loang lổ chập chờn lửa dậy.

Bốn giờ sáng, trời vừa hừng đông, được tăng thêm độ sáng do đạn lửa của pháo, hỏa tiễn cộng sản bắn tràn lên vị trí để các đơn vị đội địch tháo chạy bộ, những người lính Thần Ưng (TĐ6), Sói Biển (TĐ3) hoàn toàn làm chủ, tràn ngập trên bờ thành phía Nam.

Về phía Đông, khu trách nhiệm của Tiểu đoàn 8, Tiểu đoàn Trưởng, Trung Tá Nguyễn Văn Phán vượt lên tuyến đầu đích thân thúc quân ép sát vào bờ thành bởi nhận ra sức chiến đấu của đám lính cộng sản cố thủ yếu dần, đang thất thần tìm đường lẩn trốn trước đợt tiến công dồn dập uy mãnh của lính miền Nam. Những tên không tháo chạy được đồng bị thanh toán tại hầm bằng lựu đạn, hoặc súng tay bắn với khoảng cách gần nhất, đạn xuyên vào da thịt người nghe lụp bụp, thân người nẩy ngược lên.

Hướng chính Tây, mặt tấn công của Tiểu đoàn 2 cùng Thiết đoàn 20 chiến xa, lực lượng xung kích ào vào chân thành như thác lũa, lũ lớn, theo những khoảng vỡ đổ của bức tường thành nay đã biến dạng nên thành khối hình ngổn ngang chồng chất. Lính *"Trâu Điên"* xốc tới như tên hiệu đơn vị - những con trâu trong cơn phẫn nộ hung hãn - đánh phục thù cho trận lui binh oan nghiệt cuối tháng 4 mà họ đã tận mặt chứng kiến.

Đến chiều 14 tháng 9, lực lượng Thủy quân Lục chiến kiểm soát toàn phần bờ thành, khu vực phía Nam, chia quân lục soát những khu hầm nhốt tù (do người Pháp xây dựng đầu thế kỷ) mà sau nầy, trước tháng 4, 1975, tiểu khu Quảng Trị, Bộ Tư lệnh Sư đoàn 3 Bộ binh đặt trung tâm hành quân. Đám lính cộng sản ném súng, lội sông Thạch Hãn tháo chạy về phía Bắc như đàn vịt nháo nhác trên khoảng sông phơi đáy cát.

Một chiếc L19 (máy bay quan sát) bay lờ lững trên cao, anh phi công tinh nghịch rà xuống sát mặt nước, bắn ra trái đạn khói, những tên lính cộng sản chạy trốn hốt hoảng đưa tay đầu hàng, đứng ngơ ngác trên dòng sông mờ đục trống trải.

Đêm 14 tháng 9, lần đầu tiên sau 48 ngày, đêm, Đại úy Thạch, Đại đội Trưởng Đại đội 3, Tiểu đoàn *"Sói Biển"*, đơn vị tiên phong của đợt đột kích dứt điểm Cổ thành được ngủ một giấc dài vì đôi giày đã được cởi ra. Nhiều người lính của mặt trận Quảng

Trị cũng được *"hạnh phúc"* nhỏ bé tầm thường tội nghiệp này.

Sáng hôm sau, ngày 15 tháng 9, 1972 từ căn hầm phòng thủ nơi đặt Ban Chỉ huy đại đội, qua lỗ hổng, Thạch thấy rừng rực lá cờ Vàng Ba Sọc bay uy nghi trong gió sớm lẫn màn khói đạn, bom chưa tan hẳn. Anh thấy cay cay trong mắt với cảm giác nôn nao thầm lặng... Cảm xúc từ rất lâu anh không có - Cảm giác muốn khóc về một điều bi phẫn.

Thạch nhìn quanh, những người lính đồng có sắc đỏ sẫm ươn ướt nơi tròng mắt. Những khuôn mặt chai cứng, hư hao, loang lổ lấm láp khói đạn, bụi đất đồng duỗi ra theo độ sáng của ngày với vẻ kiên nghị kiêu hãnh xen lẫn đau đớn kềm giữ. Thạch nhìn xuống những xác binh sĩ đồng bạn mới đem về, nằm bó gọn trong những poncho phủ bụi đất, bê bết máu. Anh lơ đãng nghe báo cáo về số lượng vũ khí sơ khởi được tịch thu, đâu khoảng hai tấn rưỡi, phải cần một GMC mới chở hết.

Nơi Trung tâm Hành quân Bộ Tư lệnh Tiền phương Quân đoàn 1 ở thành Mang Cá, Huế, Trung Tướng Ngô Quang Trưởng cất chiếc nón sắt đã đội suốt từ bao ngày đêm. Người chỉ huy chiến trường ngồi lặng im rất lâu, mặt ông trầm xuống không gợn nét, đổi sắc.

Để Nhớ Một Mùa Hè Lẫm Liệt
Trên Quê Hương.
Phan Nhật Nam
1972-2012

HIỆP ĐỊNH
KHÔNG CÓ HÒA BÌNH

Một phiên họp tại Hội Nghị Paris bàn về chiến tranh Việt Nam.

DẪN NHẬP

Năm 2005, trong lần trả lời phỏng vấn của Báo Quốc tế là cơ quan ngôn luận của Bộ Ngoại giao nhà nước cộng sản, cựu Thủ Tướng Võ Văn Kiệt đã có lời gọi là tâm sự chân thành: Biến cố 30/4 đã gây đau khổ cho hàng triệu người Việt, nước Việt Nam đã phải trả giá bằng nỗi đau và nhiều mất mát. Và ông cho rằng đấy là vết thương chung của cả dân tộc cần được chữa lành thay vì tiếp tục làm rỉ máu thêm. Ông kêu gọi giới cầm quyền cộng sản (bao gồm bản thân ông) phải thực tâm khoan dung và hòa hợp thì mới vận động được người Việt ở mọi nơi trong công cuộc xây dựng đất nước.

Cho dẫu lời ông Kiệt có thực tâm đi chăng nữa thì cũng chỉ mới đúng được một nửa và quả thật quá muộn màng vô nghĩa so với tình hình thực tế lúc ấy, cũng như hiện trạng tệ hại áp bức khốn cùng của xã hội Việt Nam 38 năm sau 1975. Và không những đối với tình hình hiện nay khi Đảng và nhà nước cộng sản đã bộc lộ toàn diện tính cách tai họa của một tổ chức bạo lực cấp Quốc gia mà có thể nói rằng ngay từ những ngày đang trong chiến tranh của thập niên 60, 70 thuộc thế kỷ trước.

Trước rất xa thời điểm 1975 mà nếu tinh ý và trung thực, người quan sát sẽ nhận ra rằng cuộc chiến mà Hà Nội tiến hành tại miền Nam từ năm 1960 hoàn toàn không vì mục tiêu giải phóng đất nước, nhưng thực sự chỉ để tranh quyền đoạt lợi. Quyền quyết định vận mệnh dân tộc để thâu lợi cho tổ chức gọi là Đảng cộng sản Việt Nam.

Một
Từ lửa Mậu Thân đến bàn Hội nghị

Chúng ta cần nhìn lại từ đầu cụ thể với thời điểm 1968. Vào thời hạn cầm quyền cuối cùng ở Ngũ Giác Đài, Bộ Trưởng Quốc phòng McNamara đã sử dụng phần quyền lực còn lại sau 1,558 ngày nắm giữ chức vụ trọng yếu nhất nền Quốc phòng Mỹ để phủ quyết yêu cầu của Tướng Westmoreland, Tư lệnh quân đội Mỹ ở Việt Nam về đề nghị tăng cường thêm 200,000 nhân sự bổ sung trong các lĩnh vực quân sự, chính trị, kinh tế và chiến tranh tâm lý.

Một tháng trước lần McNamara từ nhiệm, 36 của 44 tỉnh lỵ; 5/6 thành phố lớn; 64/242 thị trấn, quận lỵ thành phố miền Nam đồng loạt bị tấn công bởi một lực lượng 323,500 bộ đội cộng sản gồm 97 Tiểu đoàn và 18 Đại đội đặc công biệt động. Cuộc tấn công khởi đi từ đêm Giao thừa Tết Mậu Thân, đêm 30 rạng 31 tháng 1 năm 1968.

Hoạt động của phía cộng sản không chỉ là một chiến dịch quân sự thuần túy. Bốn mươi lăm năm sau cho chúng ta đủ thời gian để thấy rõ những yếu tố quyết định đã cấu tạo thành sự kiện năm 1968 và hậu quả tai hại của nó.

Cũng bởi vào thời điểm ấy chiến tranh Việt Nam đã tạo nên một bất lợi tâm lý trầm trọng trong dư luận Mỹ Quốc với sự kiện ký giả Walter Cronkite có mặt tại Sài Gòn khi trận chiến đang bùng nổ giữa những đường phố, để sau đó trong buổi phát hình ngày 27 tháng 2, người hướng dẫn, tác động dư luận quần chúng Mỹ đã mạnh mẽ xác định: *"Hơn bao giờ hết, chúng ta có thể nói rằng kinh nghiệm đẫm máu tại Việt Nam sẽ phải mở ra một lối thoát"*. Lời tiên nghiệm của Cronkite được hiện thực bởi Hòa hội Paris khai mạc vào cuối năm 1968 mà áp lực vốn có từ nhiều năm trước trong Quốc hội, ngoài xã hội, trên báo chí nước Mỹ.

Trước tiên cần nêu rõ sự kiện trong những năm 60, 70 yếu tố *"tâm lý phản chiến"* đã là một *"đức tính hợp đạo lý lẫn pháp lý"* đối với quần chúng, Quốc hội và chính phủ Mỹ. Lúc ấy phong trào phản chiến đã là một biểu hiện sinh hoạt tiến bộ của xã hội Âu Mỹ nhất là trong giới sinh viên, trí thức trẻ, tiểu tư sản thành thị.

Trong khi ấy Nghị quyết 13 Trung ương Đảng cộng sản Hà Nội thì quyết định thực hiện chiến lược gồm những bước chính:

- Thứ nhất dồn mọi nỗ lực để tạo chiến thắng về mặt quân sự đối với lực lượng Mỹ, điển hình tại mặt trận Khe Sanh để buộc Mỹ phải rút quân ra khỏi miền Nam tương tự quân đội Pháp sau trận Điện Biên Phủ năm 1954.

- Thứ hai làm băng rã Quân lực Việt Nam Cộng hòa để chứng minh với dân chúng miền Nam cũng như dư luận thế giới về sự lớn mạnh chính trị lẫn quân sự của phía cộng sản.

Sự kiện này được thực hiện với lần xuất hiện tổ chức chính trị Mặt trận Liên minh dân chủ và hoà bình tại Sài Gòn và Huế do Luật sư Trịnh Đình Thảo giữ vai trò chủ tịch có mục đích vận động quần chúng nổi dậy lật đổ chính quyền Việt Nam Cộng hòa. Và cuối cùng là chuẩn bị, củng cố vị thế chính trị của Mặt trận Giải phóng miền Nam trước khi Hội nghị Paris sắp khai diễn.

Ngoài ra cũng có dư luận cho rằng chiến dịch Mậu Thân 1968 là *"đòn mật ước"* giữa Hà Nội và Mỹ qua trung gian của Liên Xô để thanh toán cơ sở hạ tầng của Mặt trận Giải phóng tức là của Chính phủ lâm thời Cộng hòa miền Nam Việt Nam, vốn có khuynh hướng thân Trung cộng.

Mật kế này nếu được thực hiện đúng như dự định sẽ giúp Hà Nội có lý do chính đáng để tác động mạnh mẽ hơn đối với thành phần lãnh đạo cộng sản miền Nam với vai trò của Nguyễn Chí Thanh đã bị tử trận lúc ấy được thay thế bởi chính Võ Nguyên Giáp, cùng lần xâm nhập lực lượng bộ đội chính quy cộng sản miền Bắc vào Nam với khối lượng lớn.

Điều vừa trình bày đến nay vẫn là một *"nghi án chính trị"* chưa soi sáng đủ. Tuy nhiên sau 1975 với lần thanh toán không nương tay cái gọi là *"Chính phủ cách mạng lâm thời Cộng hòa miền Nam Việt Nam"* bằng hành động ngang ngược qua cách biên chế tất cả lực lượng vũ trang của *"Chính phủ lâm thời"* này chỉ trong một đêm trước ngày lễ duyệt binh 15 tháng 5, 1975 tại Sài Gòn. Sự kiện diễn ra như một màn bi hài kịch cay đắng với nhân vật gọi là Bộ Trưởng Tư pháp Trương Như Tảng của Chính phủ lâm thời.

Bộ Trưởng Tảng vốn là một trí thức, con một nhà tài phiệt lớn ở miền Nam đã theo cộng sản từ thập niên 1940 tại Pháp, trở về Sài gòn làm việc trong chính quyền miền Nam nhưng do khuynh hướng và hoạt động thân cộng nên bị cảnh sát Quốc gia bắt giữ.

Năm 1967 Tảng được trao đổi với phía cộng sản qua giàn xếp từ nhân viên tình báo Tòa Đại sứ Mỹ tại Sài Gòn. Tảng được đưa ra mật khu giữ chức Bộ Trưởng Tư pháp trên danh nghĩa của tổ chức gọi là Chính phủ lâm thời Cộng hòa miền Nam Việt Nam dựng nên do mưu định của Hà Nội.

Nhưng lịch sử không hẳn chỉ là những lừa dối chính trị như vừa kể, bởi đầu năm 1974 quân dân miền Nam đã thêm một lần chứng tỏ trước lịch sử Tính Chính Danh của cuộc chiến đấu trường kỳ dẫu với kết thúc bi thảm của ngày 30 tháng 4 năm 1975. Đấy là cuộc chiến Bảo Quốc - An Dân mà dân tộc Việt hằng giữ vững, duy trì suốt ngàn năm dựng nước.

Cuộc tranh đấu không khoan nhượng với lực

lượng xâm lăng truyền kiếp từ phương Bắc hiện thực qua trận hải chiến Hoàng Sa bùng nổ gần tròn một năm sau ngày Hiệp định Paris được ký kết. Hiệp định gọi đúng và đủ là *"Hiệp định Tái lập hòa bình tại Việt Nam"* được bốn bên gồm Việt Nam Cộng hòa và Chính phủ lâm thời Cộng hòa miền Nam Việt Nam; Bắc Việt Nam và Hoa Kỳ ký kết vào ngày 19 tháng 1, năm 1974 tại Paris, thủ đô nước Pháp.

Hiệp định được đại diện 12 nước trên thế giới gồm ba nhóm chính, nhóm cộng sản; nhóm các nước dân chủ tự do; nhóm nước trung lập ký định ước giám định sự thi hành. **Nhưng hòa bình của Hiệp định hoàn toàn không có.** Không hề có. Chúng ta cần nhìn lại bi kịch chính trị của Hiệp định - Thật sự chỉ là một văn bản khai tử miền Nam một cách hợp lý ký vào ngày 27 tháng Giêng bốn mươi năm trước, 1973.

Hai.
Hiệp định không tái lập hòa bình

Hội nghị Paris gồm có ba giai đoạn chính. Sau hai giai đoạn thảo luận không kết quả, giai đoạn thứ ba mở đầu với cuộc họp diễn ra vào ngày 13 tháng 7 năm 1972 kéo dài qua nhiều kỳ cho đến cuộc họp cuối cùng vào ngày 18 tháng 1 năm 1973.

Trong cuộc họp mở đầu giai đoạn ba này, cả hai phía Mỹ và Hà Nội vẫn giữ lập trường cũ với trọng tâm thảo luận là vai trò tương lai của chính phủ Việt Nam Cộng hòa. Để khai thông sự bế tắc, ngày 19 tháng 7, Cố vấn Tổng thống Mỹ Henry Kissinger họp mật lần thứ 14 với đại diện Hà Nội là Ủy viên

Bộ Chính trị Lê Đức Thọ và Xuân Thủy. Theo sự thỏa thuận của hai bên, nội dung cuộc họp mật này không được tiết lộ.

Từ tài liệu được giải mật sau này cho biết, lúc ấy Hoa Kỳ đã có ý thân thiện với phía cộng sản qua quan niệm: Hoa Kỳ có thể chung sống với Bắc Kinh và Mạc Tư Khoa thì cũng có thể chung sống với Hà Nội. Đây là điều mà Kissinger đã nói với Chu Ân Lai tại Bắc Kinh từ 1971. Thế nên qua cuộc họp mật trong tháng 7 với đại diện Hà Nội, lần đầu tiên Kissinger đề nghị ngừng bắn tại chỗ, Hoa Kỳ hợp tác gỡ mìn ở miền Bắc, rút quân đội Mỹ và đồng minh ra khỏi Nam Việt Nam mà không đòi hỏi Hà Nội rút quân về miền Bắc.

Hai bên Nam và Bắc Việt Nam trao trả tù binh và thường dân. Như thế có nghĩa Hoa Kỳ bãi bỏ điều kiện tiên quyết mà trước đây luôn đòi hỏi là Bắc Việt phải rút quân ra khỏi miền Nam cùng lần với Hoa Kỳ. **Cần lưu ý Hoa Kỳ đã không thông báo cho phía Việt Nam Cộng hòa biết điều thỏa thuận mật này.**

Để đối lại với âm mưu trên, tại Sài Gòn Tổng thống Nguyễn Văn Thiệu đòi hỏi phải có lần rút quân song phương cả Mỹ lẫn Bắc Việt. Ông Thiệu cũng phản đối đề nghị liên hiệp với Mặt trận Giải phóng miền Nam và thành lập Ủy ban Hòa giải hòa hợp dân tộc có mặt của cộng sản miền Nam.

Cần phải nhắc lại rằng, trong những cuộc thương thuyết giữa Mỹ và Liên Xô vào thời điểm tháng 5 năm 1972 này, phía Mỹ đã hứa hẹn sẽ cho Liên Xô được hưởng quy chế tối huệ quốc, mở đường cho Liên Xô giao thương với Hoa Kỳ và Tây Âu.

Để đáp lại thiện chí của Hoa Kỳ, Liên Xô đã áp lực với Hà Nội ngưng đòi hỏi điều kiện tiên quyết là loại bỏ Tổng thống Thiệu để khai thông hội nghị. Vì vậy, khi trở lại Paris trong cuộc họp mật lần thứ 17 vào ngày 15 tháng 9, lần đầu tiên Lê Đức Thọ cho biết cộng sản Bắc Việt chấp nhận sự tồn tại của chính quyền Sài Gòn song song với Chính phủ lâm thời Cộng hòa miền Nam Việt Nam. Như thế có nghĩa, mỗi bên Hoa Kỳ và Bắc Việt đều rút bỏ một điều kiện tiên quyết để có thể bàn luận tiếp những vấn đề chuyên môn cụ thể hóa cho cuộc đình chiến.

Sau những thỏa thuận đạt được trong những cuộc họp mật lần cuối tháng 9, Lê Đức Thọ gởi điện văn về Hà Nội xin ý kiến quyết định, cố vấn Kissinger cũng trở về Mỹ và đề cử nhân vật phụ tá là Tướng Alexander Haig qua Sài Gòn để thảo luận với Tổng thống Thiệu.

Tổng thống Thiệu tiếp phụ tá Haig hai lần vào đầu tháng 10 có mặt các nhân sự quan yếu trong Hội đồng An ninh Quốc gia. Trong cuộc họp, ông Thiệu đã phản đối lập trường cũng như những đề nghị của Hoa Kỳ đã thỏa thuận với Bắc Việt. Ông Thiệu cũng trao cho Tướng Haig một bản tóm tắt lập trường của Việt Nam Cộng hòa để đưa lại cho cố vấn Kissinger tham khảo trước cuộc mật đàm sắp đến với Lê Đức Thọ.

Sau khi Tướng Haig về lại Washington DC, Tổng thống Nixon gởi Tổng thống Thiệu văn thư đề ngày 6 tháng 10 có nội dung vừa thân thiện, vỗ về, bảo đảm nhưng cũng hàm ý đe dọa. Gần cuối thư có đoạn viết: "... Tôi xin Ngài cố áp dụng mọi biện pháp để tránh sinh ra sau này một không khí có thể đưa tới những biến cố tương tự như biến cố mà chúng tôi đã ghê tởm năm 1963 và chính bản thân tôi cũng đã kịch liệt phản đối trong năm 1968...".

Như thế có nghĩa, Nixon ngầm đe dọa ông Thiệu

có thể gặp trường hợp bị sát hại như cố Tổng thống Ngô Đình Diệm trong biến cố 1 tháng 11 năm 1963 nếu không thuận theo chính sách của chính phủ Mỹ.

Từ 8 đến 17 tháng 10 những cuộc mật đàm tiếp tục được tiến hành, Mỹ và Bắc Việt giải quyết những bất đồng cuối cùng, hoàn tất bản dự thảo hiệp định, và dự tính sẽ ký kết Hiệp định đình chiến vào cuối tháng 10 năm 1972.

Cuộc họp mật cuối cùng cũng có dự tính để cố vấn Kissinger sẽ đi Hà Nội vào ngày 23 tháng 10 sau khi đến Sài Gòn để thông báo nhằm đạt sự thỏa thuận của phía Việt Nam Cộng hòa.

Ngày 23 tháng 10 năm 1972 cũng là ngày chấm dứt chiến dịch Linebacker I oanh kích Bắc Việt Nam. Chiến dịch đã sử dụng không quân của Lực lượng Không quân Số 7 và Hải đội Đặc nhiệm 77 oanh tạc Bắc Việt kể từ ngày 9 tháng 5 cho đến ngày 23 tháng 10 của năm 1972 này để tạo sức ép buộc Hà Nội tại bàn hội nghị.

Cố vấn Kissinger đến Sài Gòn vào ngày 18 tháng 10, ngày hôm sau ông trình lên Tổng thống Thiệu bản dự thảo hiệp định bằng Anh Ngữ. Chính phủ Sài Gòn đòi xem bản dự thảo bằng Việt Ngữ nhưng Kissinger trả lời không mang theo. Sau hai giờ thảo luận cuộc họp chấm dứt không đạt được một đồng thuận nào cả.

Qua ngày 20 tháng 10, Kissinger gặp nhóm phụ tá ngoại giao của Tổng thống Thiệu, cố vấn Hoàng Đức Nhã yêu cầu ông Kissinger giải thích 64 điểm trong dự thảo hiệp ước, nhưng Kissinger cho rằng chỉ có 8 điểm là quan trọng. Cuộc họp rất gay cấn vì phía Việt Nam Cộng hòa không chịu nhượng bộ. Cuộc họp thất bại, Tổng thống Thiệu hủy bỏ phiên họp với Kissinger dự tính vào chiều hôm của ngày 20.

Sau khi qua Nam Vang gặp Tổng thống Lon Nol của Campuchia, Kissinger quay trở lại Sài Gòn để thuyết phục Tổng thống Thiệu lần cuối cùng trong ngày 22. Cuộc gặp gỡ hoàn toàn không có kết quả, Tổng thống Thiệu thẳng thừng tố cáo Hoa Kỳ đã thông đồng cùng Liên Xô và Trung Quốc nhằm lật đổ chế độ Việt Nam Cộng hòa và bác bỏ hầu như từng điểm một bản dự thảo hiệp định do Kissinger đưa ra.

Hôm sau, 23 tháng 10, cố vấn Kissinger đến Dinh Độc Lập cố thuyết phục Tổng thống Thiệu lần cuối cùng nhưng không được và trở về nước cùng ngày với thất bại nặng nề đầu tiên trong cuộc đời ngoại giao sôi nổi đa dạng của ông.

Trước phản ứng mạnh mẽ của Tổng thống Thiệu, cả Hoa Kỳ lẫn Bắc Việt đều giận dữ đổ lỗi cho Việt Nam Cộng hòa đã gây trở ngại cho việc ký kết Hiệp định. Thậm chí còn có nguồn tin chính phủ Hoa Kỳ đã tính tới việc dùng máy bay buộc Tổng thống Thiệu phải đi ra khỏi nước trong ngày 26 tháng 10. Riêng Hà Nội còn tố cáo là Hoa Kỳ đã phá hoại hiệp định bằng cách đổ lỗi gây nên từ phía Sài Gòn.

Cho dẫu không có mặt ở Hà Nội trong ngày 23 tháng 10 để ký tắt Hiệp định vì không thuyết phục được Sài Gòn, tuy nhiên trong cuộc họp báo ngày 26 tháng 10 tại Tòa Bạch Ốc Kissinger vẫn tuyên bố một cách chủ quan: *"Chúng tôi tin tưởng hòa bình đang ở trong tầm tay".* Phía Việt Nam Cộng hòa không còn gì phải giấu diếm cũng như không phải sợ mất một điều gì nữa, ngày 24 tháng 10, Tổng thống Thiệu đọc bài diễn văn quan trọng trước Lưỡng viện Quốc hội, thông báo cùng quốc dân những điều khẩn thiết.

Thoạt tiên cộng sản đã đòi hỏi một cách xấc xược

là bản thân ông Thiệu phải ra đi nhưng sau làm ra vẻ nhượng bộ như trên đã trình bày do áp lực của Liên Xô. Tuy nhiên sau đó lại tỏ ý thuận cho ông Thiệu ở lại trong tổ chức gọi là Chính phủ lâm thời gồm ba thành phần ngang nhau là Chính phủ Việt Nam Cộng hòa, Chính phủ lâm thời Cộng hòa miền Nam Việt Nam tức tổ chức cộng sản và đại diện của lực lượng thứ ba gồm những thành phần thiên cộng, chống đối chính phủ Việt Nam Cộng hòa tại Sàigòn.

Cuối cùng tổ chức lâm thời này cũng chỉ được tồn tại trong vòng 6 tháng sau đó phải giải tán. Để chỉ rõ âm mưu đen tối của phía cộng sản, Tổng thống Thiệu nêu lên chi tiết: *"Lá cờ của Chính phủ hòa giải lâm thời này chỉ là cờ đỏ sao vàng của Bắc Việt có thêm một quầng xanh trên ngôi sao vàng mà thôi!"*.

Tổng thống Thiệu cũng tố cáo âm mưu gọi là *"ngưng bắn"* của phía cộng sản. Ngưng bắn theo mưu đồ này là quân lực Việt Nam Cộng hòa không được tấn công vào những khu vực mà lực lượng cộng sản đã lấn chiếm kể từ đầu mùa Hè kéo dài trong suốt năm 1972 theo kế hoạch của Hà Nội. Bài diễn văn cũng không quên vạch rõ những thỏa thuận của Mỹ với Hà Nội bất chấp sự sống còn của miền Nam.

Dầu chưa ký hiệp định về Việt Nam, ngày 7 tháng 11 năm 1972, Tổng thống Nixon tái đắc cử, ông có được 4 năm dài trước mặt để giải quyết vấn đề Việt Nam trên thế mạnh. Những cuộc mật đàm trong tháng 12 được tiếp tục nhưng vẫn không đưa lại kết quả cụ thể với trở ngại lớn nhất là bộ đội cộng sản không chịu rút về Bắc. Cố vấn Kissinger đề nghị Tổng thống Nixon mở lại cuộc oanh kích Bắc Việt.

Ngày 14 tháng 12, Tổng thống Nixon kêu gọi Hà Nội thương thuyết nghiêm chỉnh để tránh bị dội bom. Hai hôm sau, trong một cuộc họp báo, Kissinger cho biết cuộc hòa đàm thất bại vì Hà Nội không chấp nhận một nền hòa bình công chính và hợp lý do Tổng thống Nixon đề nghị theo những yêu cầu hợp lý của Sài Gòn. Hà Nội và Mặt trận Giải phóng vẫn nhắc lại luận điệu cũ, tố cáo Hoa Kỳ phá hỏng hòa đàm.

Ngày 18, Chính phủ Hoa Kỳ ra lệnh thực hiện chiến dịch *Linebacker II*, thường được gọi là cuộc *"oanh kích Giáng Sinh"*, tấn công dữ dội Hà Nội và Hải Phòng. Trong phiên họp chính thức lần thứ 171 vào ngày 21 tháng 12 hai phái đoàn cộng sản bỏ phòng họp, phản đối việc Hoa Kỳ dội bom Bắc Việt Việt Nam.

Ngày 30 tháng 12, Tổng thống Nixon ra lệnh ngưng oanh tạc những mục tiêu thuộc lãnh thổ Bắc Việt, Bắc vĩ tuyến 20. Phiên họp 172 tái tục ngày 4 tháng 1 để có hiệp định được chính thức ký kết vào ngày 27 tháng 1 năm 1973.

Không có giải pháp tốt cho một vấn đề vốn xấu nên hiệp định quả chỉ tồn tại cho đến ngày 30 tháng 4, 1975 với toàn bộ lực lượng 16 sư đoàn bộ binh cộng sản miền Bắc đồng loạt tấn công công khai miền Nam bất chấp cái gọi là Hiệp định tái lập hòa bình tại Việt Nam.

Tuy ký kết Hiệp định nhưng chính phủ Việt Nam Cộng hòa vẫn giữ lập trường *"Bốn Không"* đã được Tổng thống Nguyễn Văn Thiệu đưa ra từ năm 1971, nghĩa là không liên hiệp, không cắt đất, không hòa giải, không chấp nhận cộng sản.

Về phía Bắc Việt Nam, sau khi ký Hiệp định, Bộ Chính trị Đảng Lao động đã triệu tập Quân ủy Trung ương cùng các Tư lệnh chiến trường của lực lượng vũ trang cộng sản ở miền Nam họp hội nghị tại Hà

Nội vào cuối tháng 4 năm 1973. Hội nghị này đã đề ra Nghị Quyết 21 để tiếp tục chiến tranh, chuẩn bị kế hoạch lấn chiếm miền Nam bằng vũ lực.

Với nghị quyết 21 Bộ Chính trị Hà Nội cho rằng Hiệp định Paris đã quy định chấm dứt các hoạt động quân sự của Hoa Kỳ tại Việt Nam, không được sử dụng không lực trên chiến trường ba nước Đông Dương. Đây là cơ hội thuận tiện để Bắc Việt tăng cường bộ đội và tiếp vận vào Nam nhằm chuẩn bị những trận đánh sắp đến.

Về phía Hoa Kỳ từ cuối năm 1972 chỉ còn khoảng 24.200 quân ở Việt Nam, số quân này rút về Mỹ đúng 60 ngày kể từ ngày 27 tháng 1. Và như phát súng ân huệ dành cho Nam Việt Nam, ngày 4 tháng 6 cùng năm 1973, Quốc hội Hoa Kỳ thông qua Tu Chính án Case-Church cắt bỏ tất cả ngân khoản cho các hoạt động quân sự của Mỹ tại Đông Dương. Tổng thống Richard Nixon cố vận động Quốc hội triển hạn đến 15 tháng 8 để tiếp tục cuộc dội bom trên chiến trường tại Cao Miên. Sau thời điểm nầy mọi chi phí chiến tranh Đông Dương phải được sự đồng ý của Quốc hội Mỹ.

Sau Tu Chính án Case-Church, Quốc hội Hoa Kỳ tiếp đưa ra *"Nghị Quyết về Quyền Lực Chiến Tranh" (War Powers Resolution)*, nhưng bị Tổng thống Nixon phủ quyết. Tuy nhiên với đa số trên 2/3, Quốc hội vượt quyền phủ quyết của Tổng thống và thông qua nghị quyết vào ngày 7 tháng 11 cùng năm 1973. Với nghị quyết này Quốc hội Mỹ giới hạn quyền hành động của Tổng thống kiêm Tổng Tư lệnh Quân đội Hoa Kỳ. Trong khi đó Liên Xô và Trung Quốc mặc tình tuông đổ viện trợ quân sự, nhân vật lực cho Bắc Việt để tiếp tục cuộc chiến ở miền Nam.

Lính Mỹ bảo vệ trẻ em Việt trong chiến tranh Việt Nam.

Thế nên có thể nói sau khi Hoa Kỳ rút hết quân ra khỏi Việt Nam vào ngày 29 tháng 3, chỉ một mình miền Nam đơn thân chống cự không phải chỉ với cộng sản Việt Nam mà là cả khối cộng sản Quốc tế do Liên xô lẫn Trung cộng dẫn đầu. Và đây là cơ hội thuận tiện cho Trung cộng thực hiện mưu tính từ bấy lâu nay, bất ngờ xâm lăng Hoàng Sa của Việt Nam Cộng hòa dẫu Bắc Kinh là một bên ký kết bản *"Định ước của Hội nghị Quốc tế về Việt Nam"* tôn trọng nền độc lập và toàn vẹn lãnh thổ của Việt Nam theo tinh thần lời văn của Hiệp định Paris ký ngày 27 tháng 1.

Kết từ.

Chiến tranh, hòa bình Việt Nam hóa ra đã được thực hiện, điều hành và quyết định bởi lực lượng cộng sản Việt Nam và Quốc tế và một bên là Chính phủ, Quốc hội Liên Bang Bắc Mỹ theo yêu cầu chiến lược của từng thời kỳ. Cả hai bên đồng nhìn lịch sử của dân tộc Việt Nam qua những sự kiện được đánh số và phân loại. Thế nên, chiến tranh đã xảy ra thật hợp lý giữa người cộng sản và những những người lãnh đạo, điều hành hệ thống chính trị Mỹ.

Trận hải chiến Hoàng Sa tuy chỉ diễn ra trong một ngày nhưng đã phản ánh rõ lập trường của tất cả các có mặt trong suốt 30 năm chiến tranh từ 1946 đến 1975 của thế kỷ vừa qua trên chiến địa Việt Nam. Việt Nam Cộng Hòa hay Nam Việt Nam do phải tự vệ, chống lại cuộc xâm lăng của Việt Nam Dân chủ Cộng hòa hay Bắc Việt Nam. Vì tham vọng xâm chiếm miền Nam, Bắc Việt đã cầu viện với khối cộng sản Quốc tế, nhất là Trung cộng. Thế nên Thủ tướng Bắc Việt Phạm Văn Đồng đã ký Công Hàm ngày 14 tháng 9 năm 1958 tán thành quyết định về lãnh hải của Trung cộng nghĩa là thuận nhượng hai quần đảo Hoàng Sa và Trường Sa cho Trung cộng.

Riêng về phía Mỹ, qua cuộc chiến Việt Nam, chính phủ Hoa Kỳ tạo được mối liên lạc với Trung Quốc nên đã thay đổi chiến lược toàn cầu và bỏ rơi Việt Nam Cộng hòa vào năm 1973. Nay 40 năm sau, nước Mỹ trở lại Châu Á với chiến lược chuyển trục về phía Đông và Việt Nam lại thêm một lần là diễn trường tranh chấp không ai khác giữa Mỹ và Trung Cộng. Lịch sử Tháng 1 năm 1973 thêm một lần lập lại với thân phận Việt Nam.

Phan Nhật Nam

Phận Người - Vận Nước

Ngày 30 Tháng 4, Lần Thật Chết với Quê Hương

Dẫn nhập

Hoá ra cảm giác nhạt nhạt trong miệng, buồn buồn đè nặng, đau đau ở trũng ngực làm đứa nhỏ có thói quen luôn rờ tay lên ngực áo như muốn gỡ đi một khối nặng vô hình dính sâu đâu trong người mà sau này khi khôn lớn, nó mới biết đó là vị trí gần quả tim làm chặn ngang đường thở. Cảm giác này vốn có từ thời thơ ấu nhưng do còn quá nhỏ nên đứa bé chưa biết gọi ra tên. Cảm ứng xa xưa ấy chính là Nỗi Đau sau này khôn lớn anh mới biết ra qua thân phận Người Lính trên quê hương Việt Nam.

Nhưng không hẳn chỉ là thế, sâu xa hơn ám ảnh của thời ấu thơ, mối phiền bực ngày tuổi trẻ, còn có điều gì khác, lớn lao, kinh hoàng, khốc liệt hơn. Đấy là năm 1965, sau trận chiến bùng nổ ngày 11 tháng 6, với cơn mưa u uất mùa hạ miền Nam, nơi Nghĩa trang Quân đội Gò Vấp. Mưa không đủ lớn, không dài lâu để cho người có cảm giác được tẩy rửa, cuốn trôi. Mưa âm âm, ngột ngạt làm bốc dầy thêm mùi xác chết của những đơn vị gồm Tiểu đoàn 2, Trung đoàn 7, Sư đoàn 5 Bộ binh của Tiểu đoàn 52 Biệt Động Quân và đơn vị đầu đời, thiết thân, thương mến, Tiểu đoàn 7 Nhảy Dù với những người lính anh quen mặt từ buổi trưa cuối năm 1963, khi mang chiếc xắc marin nhà binh bước qua cổng doanh trại, vào trình diện Tiểu đoàn Trưởng...

Những người lính với sức chịu đựng dường như vô hạn dưới khối nặng của thùng đạn, ba-lô, nón sắt, vũ khí họ mang trên vai, vác lên lưng, để từng ngày cúi gằm mặt bước xuống vùng sình lầy mênh mông, trèo lên dốc đá núi thăm thẳm, lội xuyên rừng rậm ngút ngàn không tiếng nhỏ than van, ghìm lại hơi thở dài nặng nhọc... Nhưng ngày ấy, tất cả những người lính gần gũi thương mến này đã là những xác chết căng cứng, da tím sẫm bốc mùi xanh xao tanh tưởi... Những khuôn mặt, dạng người tinh anh tươi trẻ của tuần, tháng trước biến dạng thành những khối thịt ung lầy máu sẫm, đất bùn đỏ, nhầy nhụa thêm bởi thấm mưa của bao ngày nằm nơi đụng trận, một chốn gọi là xã Đồng Xoài, quận Đôn Luân, tỉnh Bình Dương, nơi chỉ xa Sài Gòn khoảng năm mươi cây số đường chim bay.

Rồi từ Giao thừa Mậu Thân, bắt đầu ở Huế, ngõ Âm Hồn, lối đi ra đường Mai Thúc Loan, hướng Cửa Đông Ba. Khoảng đường u thẳm chập dày bóng đen đêm Xuân 1968, với tình thế nguy biến tang thương hơn qua hoạt cảnh người lính xao xác chạy dọc những khu nhà đổ nát, vừa chạy tránh đạn, vừa kéo xác đồng đội. Anh đi ngang qua căn nhà có xác người đàn bà chết trong vị thế quỳ trước chiếc bàn thờ xiêu đổ tung toé, hẳn đang khấn lạy, cầu xin... Nhưng xác chết chỉ còn thân người, bởi chiếc đầu đã bị cắt lìa, vất tung đâu đó. Bên cạnh, thây cô gái tóc dài lây lất, khuôn mặt chỉ còn những tảng thịt rời rã...

Nhận biết đấy là người thiếu nữ do chiếc áo dài trắng và áo len màu tím than, màu riêng biệt đặc trưng của người thiếu nữ xứ Huế. Nhưng, như một an ủi khốn cùng, ở Huế, hay quanh ngoại ô Sài Gòn, vùng Nhị Bình, Thạch Lộc, Hóc Môn, Gia Định trong dịp chiến loạn Mậu Thân 1968, người ta vẫn còn khả năng phân biệt đấy là xác chết của lính hay của dân; của dân chúng Huế hay gã bộ đội sinh Bắc - tử Nam, hoặc cán binh Mặt trận Giải phóng, qua áo quần, dạng tướng, đôi dép Nhật làm ở Chợ Lớn, giày botte de saut của lính Cộng hòa hay loại dép râu mang theo từ miền Bắc của bộ đội cộng sản. Suốt dọc cù lao sông Sài Gòn chảy qua Bình Phước, Bình Triệu, Thạnh Lộc, Nhị Bình, Gò Vấp... cả một vùng hoa mai tàn tạ trong ánh nắng lung linh mùi tử khí.

Tiếp đến năm 1972, cảnh chết trên quê hương miền Nam tăng vụt cường độ với bất hạnh, tang thương nhân lên gấp bội phần cho dù trí tưởng tượng về tình huống khốn cùng từ lâu đã được người Việt hằng mang nặng, chuẩn bị gánh chịu. Trên chín cây số từ La Vang, Nam Quảng Trị đến cầu Trường Phước, lớp nhựa đường đã hoàn toàn chảy nhão, đun nóng sôi bởi một thứ lửa nhân tạo. Lửa được cháy lên từ áo quần, tay nải, bao bị, gồng gánh và tế bào thịt da của người tấm vào lưỡi lửa của xe cộ, xăng nhớt... Tất cả biến thái nên thành ngọn lửa bền bỉ âm ỉ. Thế nên trên quãng đường chín cây số Nam thị xã Quảng Trị mà báo chí miền Nam đặt nên tên đau thương Đại Lộ Kinh Hoàng hoàn toàn không còn dạng thây ma để được gọi là xác chết, mà chỉ là những mảnh xương cốt rời rã, lăn lóc, lẫn lộn đất, đá, cát vương vãi dưới gầm khung xe cháy nám, nơi ổ súng cong queo, sau những bụi lùm trơ trọi, những gò, đụn oan khiên mà ổ mối đùn lên gây tanh mùi máu.

Trong cùng lúc, vào thời điểm đầu mùa Hè, 1972 ở An Lộc, nơi bệnh viện tiểu khu Bình Long cũng xảy ra tình cảnh kinh hoàng đau thương tương tự. Vì pháo binh yểm trợ cho các Sư đoàn 5, 7 Bộ binh cộng sản đã học được một kinh nghiệm hữu dụng: *"Ban ngày chỉ pháo xuống nhiều điểm bên trong thị xã để dân chúng tin rằng "bộ đội giải phóng" không pháo kích vô chỗ bệnh viện!".* Nhưng vào ban đêm, trường trung học Cộng Đồng, bệnh biện tiểu khu Bình Long... nơi lớp lớp người bị thương đang lê lết trong bãi máu, giữa những người hấp hối để cầu sống sót, cầu được lúc bình yên. Cho dẫu bình yên được chết! Những nơi này biến thành những điểm tập trung của pháo binh cộng sản. Điển hình chỉ trong một đêm 10 tháng 4 tám ngàn quả đạn 130 ly rơi xuống xé toang đám xác người. Người sống lẫn kẻ chết! Tất cả đồng tung lên ngần ngặt với thân thể con người chỉ còn là những mảnh vụn tơi tả lẫn với bụi, khói, mảnh thép.

Với tình cảnh sống - chết đan kín, xen kẽ cùng nhau trong suốt chặng đường dài hơn một thập niên như trên vừa kể ra. Nên đã rất nhiều lần, trong đêm khuya bất chợt anh nghe ra tiếng gọi oan hờn từ nghĩa trang

Quân Đội nhìn từ đồi Mũ Đỏ, hậu cứ của Lữ đoàn 2 Nhảy Dù trên vùng đồi Long Bình. TẤT CẢ HIỆN ĐỦ TRONG BUỔI SÁNG HÔM NAY - Ngày 30 tháng 4 năm 1975. Sự Chết bắt đầu trùm chiếc cánh tối tăm hung hiểm lúc 6 giờ 15 chiều ngày 28 tháng 4, khi chuỗi bom dưới cánh của những chiếc A37 do viên phi công phản trắc Nguyễn Thành Trung hướng dẫn rơi xuống phi đạo Tân Sơn Nhất. Đạn phòng không bắn lên, phi cơ F5 đuổi theo muộn màng, vô vọng.

Cửa ngõ tháo chạy của Sài Gòn đóng sập lại. Cuối cùng, Tân Sơn Nhất thật sự vùng vẫy, hấp hối, chìm dần trong lửa hỏa ngục khi dàn đại pháo, hỏa tiễn cộng sản từ Đồng Dù, Củ Chi, ranh giới Hậu Nghĩa, Gia Định bắt đầu đổ xuống không ngắt nhịp... Từng trái đạn 130 ly, từng hỏa tiễn 122 ly chính xác rơi xuống. Tân Sơn Nhất vật vã, co quắp, rã chết, sụp vỡ, hấp hối trong khói đen, lửa ngọn...

Cuộc hành hình kéo dài từ 1 giờ sáng ngày 29 tiếp tục đến rạng đông. Ở căn cứ DAO, văn phòng Tùy Viên Quân lực Mỹ, ba ngàn người tỵ nạn chờ đợi di tản bằng C130 hoặc C141 qua Guam đưa mắt nhìn lên trời, giữa vũng lửa, đếm rõ từng viên đạn pháo rơi xuống. Đống hành lý khổng lồ gồm quý kim, vàng, kim cương, giấy bạc Năm Trăm Trần Hưng Đạo của Ngân hàng Quốc gia Việt Nam; giấy bạc đô-la của ngân khố Mỹ... Tất cả cùng trộn lẫn với thịt da thân thể người thành một thứ pháo bông tan tác bay tung toé, hiện thực nơi trần thế cảnh địa ngục vô vàn mà nhà thơ Dante đã diễn tả qua thi ca.

Sáng 29 tháng 4, những Tướng lãnh đã ra đi, những sĩ quan cao cấp cũng rời bỏ nhiệm sở, đơn vị... Nhưng, Trung úy Phi công Trang Văn Thành còn lại. Thành có danh hiệu *"Thành mọi"* bởi nước da ngăm đen quá độ ra chỗ đậu tàu. Anh nổ máy chiếc C119 Hỏa Long, đơn độc bay lên trời xanh bảo vệ, cứu viện Tân Sơn Nhất. Từ trên cao, Trung úy Thành thấy rõ những vị trí pháo của binh đội cộng sản. Anh nghiêng cánh, chúc mũi chiếc Hỏa Long căm phẫn trút xuống tràng đạn 7,62 ly và tất cả hỏa lực cơ hữu của hai khẩu đại bác 20 ly gắn dưới cánh... Lửa nháng lên dưới thân tàu, toán phòng không cộng sản phản pháo, nhưng không kịp, Thành bình tĩnh, tài giỏi lách ra khỏi vùng hỏa tập lưới đạn của giặc. Anh đáp xuống lại phi đạo thân yêu quen thuộc đang bốc khói mù bởi cuộc dội bom chiều hôm trước và cuộc pháo kích cường tập từ sau nửa đêm về sáng của ngày đau thương tang tóc này.

Mặc, Thành một mình tự tay nạp đạn vào tàu, anh trở lại bầu trời trên phi cảng Tân Sơn Nhất - cửa ngõ của miền Nam. Anh nhìn xuống những vị trí pháo cộng sản mà giờ này tạm ngưng hoạt động vì vừa bị anh tấn công. Hóa ra cả một quốc gia chỉ còn được lần cứu viện bi hùng tuyệt vọng này!

Thành chúc mũi tàu, bấm chặt hệ thống kích hỏa bên cạnh chỗ ngồi, một mình anh lấy đường nhắm... Một mình anh... Phải chỉ một mình anh - Trung úy Trang Văn Thành, *"Thành Thiếu Sinh Quân"*. Thành hạ thấp hơn để đường đạn thêm phần chính xác. Thân tàu rung mạnh... Lửa! Lửa! Lửa cháy ngang cánh trái con tàu, ngay bình xăng, sát cạnh ghế ngồi... Thành giật mạnh chốt thoát hiểm để bung thân ra khỏi con tàu. Tất cả kẹt cứng. Anh dùng tay đẩy cửa buồng lái phóng mình ra, chiếc dù bung mạnh... Các múi, dây dù vướng vít rối rắm. Thành bị giữ chặt bởi chiếc dù và khung cửa. Lửa bừng bừng! Lửa ào ạt... Người phi công chìm trong lửa, gục chết giữa không gian trên quê hương.

oOo

Sáng 30 tháng 4, năm 1975. Anh lục túi lấy hết giấy tờ gồm Chứng chỉ tại ngũ, Thẻ lãnh lương, Thẻ báo chí, Chứng minh thư mang danh số 41 Ban Liên hợp quân sự Trung ương... ném tất cả xuống miệng cống trước nhà sách Khai Trí, đường Lê Lợi. *Coi như mình đã chết...* Hình như anh vừa nói ra lời với cảm giác thanh thản của người vừa cất xong gánh nặng quá lớn. Tay anh giữ hai chiếc máy ảnh trước ngực. Anh tự nhắc nhở: Ít ra còn có vật dụng để thực hiện một công việc, làm một nhiệm vụ. Đây là những hình ảnh không thể thiếu cho mai sau. Để tương lai còn có người biết đến, thấy ra lần tận diệt của Sài Gòn. Của miền Nam.

Với cách giải thích tội nghiệp cùng đường này, anh đi về phía công trường Lam Sơn, trước trụ sở Hạ Viện. Chung quanh Sài Gòn vắng hoe. Trời bỗng nhiên trở mưa... Cơn mưa ngắn, từng giọt khô nồng, u uất. Chiếc xe Molotova Trung cộng (sau khi đi tù mới biết đấy là xe Zil) từ hướng đường Trần Hưng Đạo, chạy chậm rãi qua bùng binh chợ Bến Thành. Những người đi đường nhìn lên, ngó mông trống trải. Xe tới trước thềm Hạ Viện, đám thiếu nữ nhảy xuống, một người đội mũ tai bèo, chắc là người chỉ huy Trung đội lính phụ nữ, từ ca-bin xe bước ra, chỉ trỏ, ban lệnh, kéo từng người vào vị trí gọi là *"chiến đấu"...* Các đồng chí, các đồng chí... bố trí đây nì, sẵn sàng tác chiến... Giọng người vùng miền Bắc Trung Việt cấm cẳng, the thé. Những thiếu nữ ngồi bất động nghiêm trọng. Tất cả đều mặc áo quần mới, áo màu xanh dương, quần đen, vải nội hóa còn nguyên dấu hồ, dây đạn đeo chéo qua thân, miết xuống những thớ thịt ở ngực, phần bụng. Băng đạn trên thân người mới tinh màu đồng đỏ au.

Từ công trường Lam Sơn, đầu đường Nguyễn Huệ, đám đông dần tập trung để xem mặt *"bộ đội Việt cộng"*. Thêm hai xe đổ quân trước rạp Rex. Lính cộng sản nhảy xuống, chạy vội vào hàng hiên, nằm, trườn, bò, nháo nhác. Tiếng đập đục rầm rập từ những cơ sở ngoại quốc, những khối cửa sắt lay động, phá bung, những tấm kiếng tủ lớn bị đập vỡ, đồ đạc kéo lê hỗn độn, vội vàng trên mặt đường. Người mỗi lúc mỗi đông. Người dồn dập ùn ùn, la ó, chửi thề, giành giựt. Đám đông chạy về phía Building Brink, khu Đồn Đất, nhà thương Grall, những nơi có cơ sở của Mỹ kiều, những văn phòng mà chủ nhân đã bỏ đi. Bất chợt, tất cả lắng lại để nghe rất rõ...

Có người tự tử.

Có người mới bắn chết.

Ai? Lính hả?

Không biết, chỉ thấy mặc đồ lính mình.

Ở đâu?

Ở ngoải, chỗ tượng Thủy quân Lục chiến...

Lời trao đổi đứt khúc, vội vã, mất hút giữa những tiếng thở dồn dập, bước chân cuống cuồng nôn nóng của đám đông đang hăm hở tiến tới những kho hàng, cơ sở đầy ắp vật dụng, thức ăn, rượu, bia. Tiếng súng nổ, đạn bay lên trời... Và những bóng người chạy lúp xúp vào cổng Tòa Đô Chánh.

Anh đưa máy hình lên làm động tác quen thuộc, thuần thục hằng thực hiện trước kia nơi những chiến trường lửa đạn vây bủa. Đồng thời anh chợt nhói đau, nói thầm... Đây là lần cuối cùng. Đây là giờ cuối cùng với cảm giác cạn ly rượu ân huệ hành quyết trước khi bịt mắt dẫn đi bắn.

Anh đi theo đám lính cộng sản với hai thanh niên cầm cờ đỏ chạy vào chiếm Tòa Đô Chánh. Thoáng rất ngắn, anh ngừng lại, liếc về phía khối tượng đài Thủy quân Lục chiến, nơi có Người Lính vừa chết. Buổi sáng 30 tháng 4, 1975. Chen giữa âm sắc xích xe tăng đổ nhào cửa Dinh Độc Lập có tiếng nổ khô nhỏ của viên đạn ghim vào, nằm sâu trong đầu Trung tá cảnh sát Quốc gia NGUYỄN VĂN LONG.

Anh lên yên, nhấn mạnh bàn đạp, động tác không chủ đích đi dọc đường Lê Văn Duyệt, qua Chợ Đũi, nơi các bạn hôm qua hằng vui vầy, sống động... Anh đạp dài theo Lê Văn Duyệt giữa dòng âm động dồn dập của Sài Gòn đang hồi tẩm liệm với nhịp chày vồ động mạnh xuống trăm, ngàn quan tài. Mà quả thật có nhiều quan tài của những người vừa chết.

Đến trước cổng trại Nguyễn Trung Hiếu, hậu cứ Tiểu đoàn 1 Dù, gặp Thiếu tá Trần Công Hạnh, Tiểu đoàn Trưởng Tiểu đoàn 2 Dù. Anh hỏi Hạnh: *"Bây giờ bạn tính sao?"*. Tròng mắt người bạn khô khan ráo hoảnh sau bao ngày đêm không ngủ. Hạnh nói dứt khoát, dẫu mệt nhọc, rời rã: *"Tôi còn đến 500 người lính, tất cả các Đại đội Trưởng đang đợi lệnh tôi. Anh xem tôi có thể làm gì, đi đâu?!"*.

Có một xác con trẻ trần truồng không biết ai ném ra từ bao giờ lên mặt đường. Một cô gái mặc áo dài trắng nữ sinh đi đến, gác chiếc xe đạp mini cạnh lề đường, bình thản, thành thạo đưa máy ảnh lên, lấy góc cạnh thây đứa trẻ chết. Anh hỏi cô gái: *"Cháu chụp tấm hình này làm gì trong khi không dám nhìn đến thây đứa bé mà giờ này đã miết xuống mặt nhựa đường do đám người chạy loạn từ khu ngã Tư Bảy Hiền dẫm lên"*. Cô gái nhỏ trả lời mau chóng:

"Chụp để làm chứng tội ác Mỹ - Ngụy trước khi bọn chúng rẫy chết!". Giọng cô nhỏ đanh lại, mắt quắt lên sau lớp kính trắng. Anh thoáng kinh hãi vì chứng kiến một điều ghê rợn: *"Hóa ra Sự Ác do cộng sản giáo dục có thể chụp xuống lòng người mau chóng đến thế sao?"*.

Bấy giờ chỉ mấy mươi phút sau lệnh đầu hàng của Dương Văn Minh.

oOo

Một Trung đội lính Dù mà thật sự chỉ khoảng hơn một Tiểu đội giữ nhiệm vụ an ninh cư xá sĩ quan Bắc Hải đặt dưới quyền chỉ huy của Chuẩn Tướng Hồ Trung Hậu, trước 1972 là Tư lệnh Phó Sư đoàn Dù. Chuẩn Tướng Hậu đang trải chiếc bản đồ trên mui xe jeep, bàn tính với những viên sĩ quan. Khi biết lệnh đầu hàng đã thi hành, ông vất tung chiếc bản đồ, gầm lên lời nguyền rủa. Anh nói với viên Thiếu úy Trung đội Trưởng: *"Tôi vừa gặp ông Hạnh ngoài cổng Tiểu đoàn 1. Ông Hạnh không có ý kiến, bảo anh em ai về nhà nấy"*. Nhưng viên Thiếu úy trả lời quyết liệt: *"Tôi không đầu hàng, tôi với Trung đội sẽ ra bến tàu tiếp tục chiến đấu..."*.

Thiếu úy Huỳnh Văn Thái tập hợp Trung đội, hô nghiêm, xếp hàng, ra lệnh di chuyển... Trung đội lính ra khỏi cư xá theo lối cổng đường Tô Hiến Thành, rẽ vào Nguyễn Tri Phương, đi về phía chợ Cá Trần Quốc Toản, hướng bến tàu. Nhưng những Người Lính Nhảy Dù của Thiếu úy Huỳnh Văn Thái không ra đến bến Bạch Đằng, khi tới đến bùng binh ngã Sáu Chợ Lớn, họ xếp thành vòng tròn, đưa súng lên trời đồng hô lớn... *"Việt Nam Cộng hoà muôn năm... Con chết đây cha ơi!"*. Và những trái lựu đạn tiếp nhau bừng bực nổ sau lời hô vĩnh quyết cùng đất nước miền Nam.

oOo

Sau này, anh biết thêm, trên đoạn đường anh vừa đi qua, ngõ nhỏ băng ra chợ Ông Tạ, trong một căn nhà đã diễn nên hoạt cảnh uy nghi bi tráng của cả một gia đình quyết tử cùng vận nước. Thiếu tá Đặng Sĩ Vĩnh thuộc Khoá 1 Nam Định, chuyên ngành Tình báo đặc biệt, biệt phái ngoại ngạch qua ngành Viễn thông, phụ trách đường dây quốc ngoại. Người con trai lớn của gia đình, Trung úy Đặng Trần Vinh sĩ quan phòng 2 Bộ Tổng tham mưu... Hai người cùng trao đổi lời đối thoại sau khi có lệnh đầu hàng.

- *Tùy con, riêng bố đã quyết như đã nói với con từ trước.*

- *Nếu bố đã quyết như thế, con và các cháu cũng đồng lòng.*

Toàn gia đình uống chậm những liều thuốc độc cực mạnh đã chuẩn bị từ trước. Cuối cùng Trung úy Đặng Trần Vinh kết thúc bi kịch với viên đạn bắn tung phần sọ não sau khi đứng chào tấm Đại Kỳ Cờ Vàng Ba Sọc Đỏ với lời hô khiến sông núi cũng quặn thắt thương đau... Việt Nam Cộng hòa muôn năm!

oOo

Ở vùng IV, đồng bằng châu thổ sông Cửu Long, chị Nguyễn Thị Thành vợ một nghĩa quân đồn Giồng Trôm, thay chồng giữ đồn đến trái lựu đạn cuối cùng.

Chị kết thúc đời mình bên cạnh thây của chồng, các con, với những vũ khí, máy truyền tin đã bị phá hủy. *Không để cho Việt cộng một cái gì cả!* Người chồng đã dặn chị trước khi lâm tử.

Cùng với những Danh tướng vị quốc vong thân Nguyễn Khoa Nam, Lê Nguyên Vỹ, Trần Văn Hai, Lê Văn Hưng, Phạm Văn Phú, Hồ Ngọc Cẩn... rất nhiều người không ai biết cấp Thiếu, Trung úy kể cả binh sĩ, hạ sĩ quan... cũng không thiếu những người dân, những người dân thường đã chết cùng lần vĩnh quyết miền Nam.

Anh đi qua biên giới tử sinh này với mặc cảm phạm tội - Tội đã sống sót. Đấy là cảm ứng có thật từ ngày 15 tháng 3 khi theo đoàn người di tản dọc tỉnh lộ 7 từ Pleiku về Phú Bổn, xuống Tuy Hoà... Khi đứng trên đèo Hải Vân ngày 25 tháng 3, nhìn đoàn người chạy loạn từ Quảng Trị, Huế vào Đà Nẵng. Khi nghe ra tiếng hờn đau ai oán của người đàn bà chân trần, tóc rối, lật vạt áo dài ra để thấy đứa con nhỏ đã chết từ lâu trên tay.

Nay sáng 30 tháng tư, anh đi về nhà với màn nước mắt pha máu... Máu trên áo, ở đầu ngón tay, nơi cánh mũi gây gây, nồng gắt mùi nồng lạnh do khi anh đến gần, cúi xuống chụp hình Thiếu úy Thái và những người lính nhảy dù tự sát. Mắt người chết nhìn anh trừng trừng khốc liệt. Không hiểu anh đã về đến nhà theo lối nào, nhưng quả thật đây là đoạn đường dài nhất, gớm ghê nhất anh vừa đi qua với cổ đắng, miệng khô rốc, trí óc vỡ loãng trống không.

HẬU TỪ

"Người Nhật là một dân tộc vĩ đại qua nghi lễ hiến tế", tức Sepuku (mổ bụng tự sát) khi danh dự cá nhân, tập thể, Tổ quốc bị xúc phạm. Dân tộc Việt Nam không có nghi thức uy hùng, dũng cảm ấy. Tuy nhiên, Người Việt cũng có phương thức riêng để bày tỏ Lòng Yêu Nước, cách gìn giữ phẩm giá Con Người.

Người Việt sử dụng Cái Chết để chứng thực nguyện vọng kia qua cách thế im lặng và đơn giản nhưng không kém phần cao thượng. Cuối cùng, bi kịch không chỉ xảy ra với thời điểm 30 tháng 4, 1975 mà sau đó, suốt hai thập niên 70, 80, hai triệu người Việt Nam, không phân biệt người Nam, hay người Bắc những người đã sống lâu dài dưới chế độ cộng sản Hà Nội từ 1945, từ 1954... Tất cả đã cùng phá thân băng qua biển lớn, xuyên rừng rậm vùng Đông - Nam Á, với giá máu 600,000 người chết trên đường di tản ra khỏi nước.

Hóa ra Dân Tộc Việt, những người Việt Nam bình thường đã đồng lần thực hiện một điều mà họ không hề diễn đạt nên lời: Chết vì Tự Do để bảo vệ Phẩm Giá, Quyền Làm Người. Người Việt Nam đã và đang hiện thực điều màu nhiệm này qua từng ngày vượt sống trên quê hương khổ nạn, với chính thân xác của mình.

Viết lại sau 37 năm
Với lời kính nguyện dâng lên Tổ Quốc
Và Anh Linh Người Việt đã lâm tử trong
Ngày Thật Chết Với Quê Hương.
Tháng 4, 2012. Cali,
Phan Nhật Nam.

Phần 2

Những Cột Trụ Chống Giữ Quê Hương

Tướng Ngô Quang Trưởng (1929-2007)

Tướng Nguyễn Văn Hiếu (1929 – 1975)

Tướng Trương Quang Ân (1932-1968)

Cổ kim
Như danh tướng
NGÔ QUANG TRƯỞNG

Tướng Ngô Quang Trưởng (1929-2007)

Khởi cuộc

1963.

Phi trường Biên Hòa nằm im dưới nắng khô rốc như một khoảng sân gạch nung chín, hơi nóng từ phi đạo do những tấm vỉ sắt PSP ghép vào nhau bốc lên lớp khí lung linh hừng hừng như làn khói từ một đám cháy âm ỉ đâu dưới mặt đất. Ngọn núi Bửu Long bên ngoài hàng rào sân bay với hàng cây trên sườn núi, đỉnh đồi, cũng không cho thêm độ xanh tươi, im mát của thiên nhiên, mà chỉ tăng phần trần trụi của khu vực. Gió khô thổi từng chặp tung bụi đỏ dọc con đường đất chạy quanh phi trường, lay động lật bật những tấm che chắn tháo gỡ từ những thùng giấy, ghép lại với nhau làm lều trạm trú cho đám lính canh giữ vòng đai an ninh.

Chiếc xe jeep mang phù hiệu Nhảy Dù với con số 5 màu đỏ nơi tấm kiếng chắn gió chạy chậm trên đường vòng đai là điểm linh động duy nhất của toàn cảnh tượng. Đám lính từ trong những căn lều trạm trú lần lượt hiện ra, đứng nghiêm theo lệnh hô của người chỉ huy, chào tay lên vành mũ sắt, đợi chiếc xe đi tới. Thiếu tá Tiểu đoàn Trưởng Tiểu đoàn 5 Nhảy Dù ngừng xe xuống mỗi vị trí gác, ông đi thẳng, bước nhẹ, đến trước mỗi hàng quân, chào tay, nói nhỏ với người chỉ huy... *Cho anh em nghỉ.*

Nhìn thẳng mắt vào mỗi người lính, ông hỏi chuyện thân mật như với người thân... *Nóng quá, anh em có đem đủ nước uống không, nhớ chùi súng, thông nòng cho sạch, đừng để bị đất bụi bám vô.* Sau khi hỏi thăm đủ đến mỗi người lính, ông lại chào tay trước khi bước lên xe. Chiếc lưng và thân người thẳng đứng, lưng áo tác chiến hoa nhảy dù bó căng thân thể cao gầy - Do bị thương từ một chuyến nhảy dù bồi dưỡng, nay phần thân trên phải chịu bó cứng trong một lớp áo giáp bột thạch cao.

Nắng nung khô áo vải hoa dù ni-lông như lớp bánh tráng nướng chín, nhưng mỗi ngày hai lần, Thiếu tá Ngô Quang Trưởng tự thân đi vòng quanh phi trường để kiểm soát đơn vị đang giữ nhiệm vụ ứng chiến, an ninh.

- Chiều hôm nay thứ Bảy, sao anh không để ông phó đi thay, người lại bị bó bột như vậy, nóng chịu sao nổi? Đại úy Ngô Xuân Nghị, Tiểu đoàn Trưởng Tiểu đoàn 7 Nhảy Dù, đơn vị chung chiến đoàn, cùng chịu trách nhiệm an ninh phi trường Biên Hòa tỏ ý ái ngại khi Thiếu tá Trưởng ghé qua thăm đơn vị này (cũng trong vòng đai phi trường Biên Hòa) sau lần kiểm soát cuối ngày.

- Binh sĩ anh em người ta còn phải chịu nóng, cực hơn mình nhiều. Thiếu tá Trưởng ngồi xuống chiếc ghế, gỡ nón sắt đặt xuống bên cạnh. Nét mặt nghiêm nghị trầm tư.

Đến chiều tối, viên sĩ quan trực Tiểu đoàn 7 khi ghé qua văn phòng Tiểu đoàn Trưởng để trình ký văn thư, anh vẫn thấy người Tiểu đoàn Trưởng đơn vị bạn ngồi ở vị thế và cách thức lúc ban chiều - Chiếc nón sắt đặt bên cạnh, lưng thẳng cứng, sắc mặt nhìn nghiêm lạnh. Chỉ khác, chai Scott để trên bàn đã vơi quá nửa.

Khi đi ra khỏi văn phòng, gã Thiếu úy trẻ tuổi có ý nghĩ... "Chắc ông ấy uống rượu là uống cho có vậy thôi, chứ ai ngồi uống với bạn mà im lặng đến thế. *Hẳn ông đang gặp điều buồn phiền nhưng không nói ra?*". Và có thể, sau này gã sẽ quên đi nhiều chuyện, nhưng sắc mặt nhìn của người ngồi trước ly rượu kia sẽ ghi dấu với gã rất lâu. Viên Thiếu úy nghĩ thầm và tin chắc mình đã có nhận xét chính xác.

Lần Giữ Vững Thứ Nhất

Bắt đầu năm 1963, tình hình quân sự miền Nam đã có những chỉ dấu suy thoái, lực lượng du kích, địa phương cộng sản được thành lập từ hai năm trước với những vũ khí đơn sơ, tự chế tạo như súng ngựa trời, đạp lôi, mìn bẫy, nay được tăng cường thêm thành phần cán bộ hồi kết, lẫn cán bộ Bắc Việt mới xâm nhập, cùng với những vũ khí mới, hữu hiệu nhất do khối cộng sản viện trợ. Lực lượng này biến cuộc nổi dậy của du kích địa phương nên thành một cuộc chiến tranh bán quy ước, chuyển qua giai đoạn chuẩn bị tấn công lật đổ chính quyền Hợp hiến miền Nam.

Thiếu Tướng Huỳnh Văn Cao, Tư Lệnh Quân khu IV giữ trách nhiệm an ninh quân sự toàn vùng châu thổ sông Cửu Long, nắm quyền Tư lệnh ngày đầu năm Dương Lịch, 1 tháng 1, 1963. Tướng Cao nhận nhiệm vụ vốn không hoàn toàn do từ khả năng chỉ huy cần có đối với một Tư lệnh vùng, nhưng vì là người trung tín của Tổng thống Diệm, lại được lòng của Tổng Giám mục Ngô Đình Thục, Giáo phận Vĩnh Long, nơi đồn trú của Sư đoàn 9 Bộ binh, một đơn vị nòng cốt của vùng.

Hơn thế nữa, Tướng Cao còn được lòng tin của Cố vấn chỉ đạo Ngô Đình Cẩn, bởi gốc người Phú Cam, Huế, đồng hương, đồng đạo với cố vấn. Thiếu Tướng Cao cũng là thành viên trong Quân ủy Trung ương Đảng Cần Lao do Cố vấn Ngô Đình Nhu sáng lập, lãnh đạo.

Từ vị thế vững chắc về mặt "chính trị" này nên Tướng Cao không mấy quan tâm, năng nổ trong nhiệm vụ điều quân dẹp loạn, mà mục tiêu trước tiên là làm vừa lòng những người đỡ đầu, quyết định về sự nghiệp, công danh của ông. Thế nên, về phương diện quân sự, ông phải làm thế nào để vùng trách nhiệm *"có được tiếng an ninh"* trong báo cáo gởi về Dinh Độc Lập, để nơi đây chuyển đến Tòa Đại sứ Mỹ.

Thế nhưng, giữa những người Mỹ khác biệt nhau

về chức vụ, công tác, phương tiện diễn đạt, cách thức thực hiện, cho dù họ chỉ nhắm đến một mục tiêu duy nhất, tối thượng: *"Bảo vệ quyền lợi của xã hội Mỹ, quan điểm chiến lược của chính phủ Mỹ, người lính của quân đội Mỹ"*, cách đánh giá cuộc chiến tranh mà họ bày ra ở Việt Nam lại theo những quan điểm hoàn toàn khác hẳn.

Điển hình cho sự phân hóa này là bản thân Tổng thống Kennedy cũng đã phải hơn một lần kêu lên với các phụ tá: *"Có phải các ông đã đến và trở về cùng một nước đấy phải không?"* khi đọc hai báo cáo tình hình Quân sự - Chính trị - Xã hội hoàn toàn đối nghịch trước khi có quyết định chấp thuận, hay gạt bỏ dự mưu lật đổ Tổng thống Ngô Đình Diệm. Cuối cùng quyết định (?) được thực hiện tại Sài Gòn vào ngày 1 tháng 11 năm 1963 với cái chết của Tổng thống Ngô Đình Diệm và Cố vấn Huynh Ngô Đình Nhu.

Trong tình hình phân liệt từ thượng tầng lãnh đạo đến thành phần chỉ huy Trung cấp như vừa kể ra, Chính phủ Mỹ lại muốn toàn quyền chỉ huy, quyết định về một cuộc chiến dai dẳng, thiệt hại nhất, hao tốn những số lượng tài chánh khổng lồ qua tận dụng, tiêu phí nguồn vật lực, khí tài tưởng như bất tận và điều động một khối nhân lực đắc giá nhất của quân sự thế giới.

Chỉ một thứ không được người Mỹ kể ra khi kết toán chiến tranh Việt Nam là sinh mạng dân, lính của Quốc gia gọi là Việt Nam Cộng hòa với những tổn thất không thể nào bồi hoàn đối với toàn dân tộc này, nếu tính cả hai miền Nam, Bắc.

Trở lại vấn đề quân sự của Nam Việt Nam, Hiệp định đình chiến ở Lào ký kết ngày 23 tháng 7, 1962 có ngay hệ quả, từ những nhóm du kích cấp Tiểu đội,

Trung đội với những vũ khí thô sơ như súng ngựa trời, lựu đạn nội hóa, lôi, chông, mìn tự chế.. lực lượng cộng sản chỉ trong một thời gian ngắn sau khi "*đường đi B (miền Nam) được thông do Hiệp định "đình chiến" ở Lào tạo điều kiện, hoàn cảnh thuận tiện*" đã có khả năng phát triển những trận đánh lên cấp Đại đội, Tiểu đoàn.

Trận Ấp Bắc đầu năm 1963 vừa kể trên là một khởi đầu nguy biến, tiếp theo cuộc biến loạn 1-11 ở cuối năm như một đập vỡ tồi tệ với lần giải thể ngay lập tức 2,000 ấp chiến lược theo lệnh của Dương Văn Minh đẩy tình hình quân sự miền Nam vào thế hiểm nghèo, thụ động.

Ngày 1 tháng 11, 1964, lần đầu tiên phi trường Biên Hòa bị pháo kích; cũng là một căn cứ quân sự lớn đầu tiên của miền Nam bị tấn công phá hoại bởi một đơn vị hỏa lực pháo, cối, loại vũ khí của chiến tranh, quy ước.

Tháng 12 cùng năm 64, Tiểu đoàn 39 Biệt Động Quân, Tiểu đoàn 4 Thủy quân Lục chiến bị tổn thất nặng bởi rơi vào thế trận phục kích ở Bình Giã, Phước Tuy (Đông - Nam Sài Gòn khoảng 100 cây số đường thẳng) do một Trung đoàn cộng sản thực hiện. Các Trung đoàn này sau đó biên chế thành Sư đoàn - Công trường 7, thành phần nòng cốt của lực lượng vũ trang thống thuộc Bộ Tư lệnh Mặt trận Giải phóng.

Tháng 6, 1965 hai Trung đoàn Q762 và Q763 của Công trường 7 trên lại thực hiện một cuộc vận động chiến quy mô hơn ở xã Đồng Xoài, Bình Dương (Bắc Sài Gòn) gây thiệt hại lớn cho Tiểu đoàn 2/7 Sư đoàn 5 Bộ binh, Tiểu đoàn 7 Nhảy Dù và Tiểu đoàn 52 Biệt Động.

Sài Gòn lẫn Tòa Bạch Ốc rúng động, bởi chiến

trường chỉ cách thủ đô miền Nam không quá 100 cây số đường thẳng. Ấp Nhà Việc, Phú Hòa Đông bên sông Sài Gòn đã là những chiến trường phải dùng đến máy bay dội bom yểm trợ lực lượng Bộ binh mới vào được.

Thế nước quả đã đến hồi thật sự nguy ngập. Nhưng trước khi Thủy quân Lục chiến Mỹ kịp phối trí quân để tăng cường phòng thủ vùng biển miền Nam thì đơn vị bách thắng, Tiểu đoàn 5 Nhảy Dù với người chỉ huy Ngô Quang Trưởng đã lập nên kỳ tích hiển hách - Chữ nghĩa không là lời nói văn hoa, chúng ta hãy cùng sống lại khúc hùng ca với máu mỗi người lính đổ xuống nơi những chiến địa hung hiểm trên từng vùng đất khổ quê hương.

Với 100 trực thăng đổ quân và võ trang yểm trợ, ngày 27 tháng 4, 1964 Tiểu đoàn 5 nhảy xuống mật khu Đỗ Xá, vùng quận Minh Long, Tây - Bắc Quảng Ngãi sát biên giới Kontum, chận đứng kế hoạch điều quân của Bộ Tư lệnh Mặt trận B1 (danh hiệu phân chia vùng tác chiến của Bộ Tổng quân ủy cộng sản Hà Nội - Miền Nam - Khu "B"), mưu định cắt miền Trung nước Việt theo đường hành lang chạy dài từ vùng núi rừng Kontum xuống bờ biển Quảng Ngãi (như đã thực hiện một lần trong chiến tranh 1945-1954).

Mười lăm trực thăng trúng đạn, Tiểu đoàn chịu tổn thất ngay từ giờ phút đầu tiên xuống bãi đáp, bốn Đại đội tác chiến lẫn Đại đội chỉ huy liên tiếp chạm địch, nhưng với chiến thuật điều binh tấn công thần tốc, sau ba ngày kịch chiến, Tiểu đoàn phá vỡ căn cứ địa kiên cố bất khả xâm phạm của cộng sản đã xây dựng từ giai đoạn chiến tranh lần thứ nhất 1945-1954.

Từ căn cứ địa này, lực lượng cộng sản mới có thể

tràn xuống đồng bằng, thành lập những "vùng giải phóng" mới. Các chiến khu Ba-Tơ, Mộ-Đức một thời vang danh là mở rộng từ căn cứ địa Đỗ Xá nầy.

Tiểu đoàn tịch thu 160 súng đủ loại, kể cả những súng cộng đồng (của phía cộng sản) được tìm thấy đầu tiên ở chiến trường miền Nam. Muốn biết tầm quan trọng của trận chiến, ta hãy lưu ý đến chỉ tiêu kỹ thuật: "Theo thống kê của chuyên viên quân sự - *"Muốn lấy được 1 vũ khí thì ít nhất phải có 3 binh sĩ bị tử thương và nếu đã có 1 binh sĩ tử thương thì ắt phải có 3 binh sĩ bị thương*, mất năng lực chiến đấu".

Đơn vị cấp Tiểu đoàn Nhảy Dù vào thời điểm kia có quân số hành quân trung bình từ 500 đến 600 người, khinh binh chưa được trang bị súng XM16, một Trung đội tác chiến chỉ có hai khẩu AR 15 - Cần biết như thế để thấy ra sức chiến đấu uy mãnh của Tiểu đoàn 5 đối với một lực lượng địch chắc hẳn phải là cấp Trung đoàn chính quy (không kể đơn vị du kích, lực lượng địa phương) mới có được thành quả chiến thắng với số vũ khí tịch thu như trên.

Trở lại chiến trường miền Nam, chiến thắng ở Đỗ Xá năm 1964 được lập lại thêm một lần nơi cửa ngõ Sài Gòn, đánh tan lời tự tán dương *"bộ đội anh hùng vũ trang mặt trận giải phóng miền Nam - Nhiệm vụ nào cũng hoàn thành; khó khăn nào cũng vượt qua; kẻ thù nào cũng đánh thắng"* của những đơn vị cộng sản vùng miền Đông Nam Bộ.

Tháng 2, 1965 dọc Quốc lộ 15, đường đi Sài Gòn - Vũng Tàu, phối hợp với đơn vị bạn, Tiểu đoàn 7 Nhảy Dù, làm thành phần nút chận để không cho địch quân chạy qua Quốc lộ 15, khoảng núi Ông Trịnh, Phước Tuy (Bà Rịa), Tiểu đoàn trực thăng vận nhảy xuống Mật Khu Hắc Dịch, xong từ trong lòng địch đánh bung ra.

Trận chiến kéo dài từ lúc ngày vừa rạng qua đêm khuya... Khoảng rừng tối tăm dày đặc sau hai ngày tác chiến rụng sạch cành lá bởi đạn pháo, đến sáng ngày thứ ba, lính Tiểu đoàn 7 thấy qua màn khói đục bóng dáng quân bạn chạy thấp thoáng truy kích tàn binh địch, thực hiện cuộc rượt bắt cá nhân đối với những cán binh cộng sản còn lại của Trung đoàn thuộc Công trường 7.

Tiểu đoàn 5 không chỉ đánh phục hận cho đơn vị bạn - những tiểu đoàn Thủy quân Lục chiến, Biệt Động Quân bị tổn thất trong trận chiến mùa đông 1964, cũng do những kẻ địch chung phiên hiệu Công trường 7 kia, cũng nơi vùng rừng Bình Giã, tỉnh Phước Tuy (Bà Rịa) này - Nhưng đã lập nên thế cân bằng *an toàn chiến thuật* cho mặt trận Vùng III và khu vực Biệt Khu Thủ Đô. Bởi nếu phía cộng sản thắng lợi nơi vùng chiến trường này - *Đường về Sài Gòn chỉ cần một đêm điều quân* (Năm 1975, chúng ta đã chứng kiến hướng tấn công (Sài Gòn) này được thực hiện với thời gian chưa tàn điếu thuốc ở những ngày cuối tháng 4).

Lần cứu nước đầu tiên này nào có mấy ai hay, kể cả những chuyên viên nghiên cứu tình hình, hoạt động Chính trị - Quân sự của hai phía Mỹ,Việt?

Thiếu tá Ngô Quang Trưởng vinh thăng Trung tá tại mặt trận, ân thưởng Đệ Tứ Đẳng Bảo quốc Huân chương vào năm 33 tuổi, chuyển về nhậm chức Tham mưu Trưởng Lữ đoàn Nhảy Dù (đến 15 tháng 12, 1965, đơn vị mới biên chế thành cấp Sư đoàn).

Hằng ngày, ông đi lặng lẽ từ văn phòng Tham mưu Trưởng xuống nhà ăn binh sĩ, qua khu trung

Từ trái: Trung Tướng Hoàng Xuân Lãm, Đại Tướng Cao Văn Viên, Trung Tướng Richard G. Stilwell, Thiếu Tướng Ngô Quang Trưởng. (Nguồn: US Army)

tâm huấn luyện tân binh, huấn luyện nhảy dù. Ánh mắt sắc, nghiêm, nhưng nhân hậu không bỏ sót một hình ảnh, sinh hoạt nhỏ nhặt nào dù chỉ là của một tân binh.

Lần Giữ Nước Thứ Hai

Bắt đầu Mùa Hè 1966, miền Trung dậy nên cơn bão lửa ly khai từ sự kiện Trung Tướng Nguyễn Chánh Thi, Tư lệnh Vùng I (Đà Nẵng) vào Sài Gòn họp Hội Đồng Quân Lực (10 tháng 3) và bị những Tướng lãnh Trung ương (Nguyễn Văn Thiệu, Chủ tịch hội đồng; Nguyễn Cao Kỳ, Chủ tịch ủy ban hành pháp; Nguyễn Hữu Có, Tổng ủy viên quốc phòng) cách chức.

Ngoài lý do Tướng Thi *"bất tuân thượng lệnh"* vì đồng thuận để những nhân vật khuynh tả, phản chiến (lãnh tụ Phật Giáo khối Ấn Quang, Trí Quang; nhóm Giáo sư Đại học Huế; Thị trưởng Đà Nẵng, Bác sĩ Mẫn, một người du học Pháp về) khuynh loát, giật dây, ông còn là một đe dọa chính trị đáng ngại đối với chức Chủ tịch hành pháp (Thủ tướng) của Nguyễn Cao Kỳ; cũng cần tính đến những hiềm khích, đấu đá vì hành vi, tư cách cá nhân giữa hai người.

Thiếu Tướng Nguyễn Văn Chuân Tư lệnh Sư đoàn I Bộ binh (Huế) được cử vào Đà Nẵng thay thế Tướng Thi giữ chức Tư lệnh quân đoàn; Đại Tá Phan Xuân Nhuận, Chỉ Huy Trưởng Biệt Động Quân thay thế Tướng Chuân chỉ huy Sư đoàn 1.

Ngày 12, tháng 3, lấy cớ yêu cầu phục hồi chức vụ cho Tướng Thi, phong trào chống đối Chính phủ trung ương nổ bùng ở Huế, Đà Nẵng, cũng đồng thời đòi hính quyền quân nhân (Sài Gòn) giải tán, thành lập một chế độ dân cử. Sinh viên, thanh niên võ trang thuộc Lực lượng tranh thủ cách mạng (LLTTCM) dưới quyền điều động của nhóm tăng sĩ Phật Giáo quá khích thực sự tiến hành cuộc khởi loạn (trong giai đoạn này cũng như vào thời gian sau, có nhiều xác chứng phong trào đã hoàn toàn bị dẫn dắt bởi cán bộ cộng sản nội thành của những tỉnh cực Bắc Trung bộ; Trí Quang sau năm 1975 là một bằng cớ).

Chính phủ quân nhân ở Sài Gòn tạm thời hòa dịu, hứa hẹn thành lập Hội đồng tư vấn, soạn thảo hiến pháp trong vòng hai tháng để chuẩn bị bầu Quốc Hội Lập Hiến, sau đó sẽ có bầu Tổng Thống vào năm 1967. Chủ tịch Hành Pháp Nguyễn Cao Kỳ còn xác định rõ một thời điểm, 15 tháng 8 sẽ bầu Quốc hội (sau dời lại tháng 10, 1966).

Nhưng tất cả chỉ là những giải pháp tạm thời, bề mặt, phe tranh đấu (thành phần chỉ huy là phong trào LLTTCM) tiếp tục biểu dương uy thế và bày ra điều yêu sách cuối cùng: *Chấm dứt chiến tranh, người Mỹ ngưng oanh tạc và rút quân khỏi Việt Nam* bất chấp chiến thuật khôn ngoan của Trí Quang qua buổi thuyết giáo (18/4) tại chùa Từ Đàm: *"Kêu gọi Phật tử ngưng biểu tình, quân nhân ly khai nộp súng đạn lại cho chính phủ".*

Những cuộc biểu tình *"chống Mỹ cứu nước"* ở Huế, Đà Nẵng tiếp theo lan rộng khắp cả nước, tại những thành phố quan trọng, nơi có quân Mỹ đồn trú. Tình hình trở nên xấu hơn khi xảy ra sự kiện một binh sĩ Thủy quân Lục chiến Mỹ xông vào xé biểu ngữ bài Mỹ (viết bằng Anh Ngữ) trong một buổi biểu tình tại Huế.

Chính phủ quân nhân tại Sài Gòn đợi đến lúc phong trào trở nên quá khích một cách lộ liễu (bài Mỹ, chống Công Giáo), để có duyên cớ chính đáng (nhất là giải thích với Toà Đại sứ, dư luận báo chí

Mỹ) gởi quân trừ bị ra Đà Nẵng. Lực lượng quân đội ly khai phần đông là quân nhân thuộc các đơn vị chuyên môn nên không thể nào đương cự với Nhảy Dù, Thủy quân Lục chiến, Biệt động từ Sài Gòn đưa ra. Cuối cùng, đến ngày 16 tháng 9, cuộc binh biến miền Trung hoàn toàn bị dẹp tan - Dẫu Trí Quang đã dùng đến biện pháp cuối cùng - Bày bàn thờ ra mặt lộ ngăn cản hướng điều quân của phe Trung ương.

Các Tướng lãnh chỉ huy những đơn vị Vùng I bị đưa ra tòa, chịu hình phạt quân kỷ và buộc giải ngũ. Trung Tướng Hoàng Xuân Lãm Tư lệnh Sư đoàn 2 Bộ binh (Quảng Ngãi) được chỉ định nhậm chức Tư lệnh Quân đoàn I. Đại Tá Ngô Quang Trưởng, Tham mưu Trưởng sư Đoàn Nhảy Dù giữ nhiệm vụ Tư lệnh Sư đoàn I. Đại Tá Trưởng có Đại Tá Lê Văn Thân phụ tá - Đại Tá Thân, một trong tứ kiệt của binh chủng pháo binh. Người đứng đầu nhóm bốn người tuấn kiệt này là Trung Tướng Nguyễn Đức Thắng, vị tướng thanh liêm nhất (theo dư luận chung của quân, dân miền Nam mà Báo Diều Hâu, Sài Gòn đã phổ biến, đề cao).

Đại Tá Ngô Quang Trưởng nhận đơn vị, Sư đoàn 1 Bộ binh trong một hoàn cảnh bất lợi toàn diện. Những quân nhân giữ chức vụ trọng yếu, kể cả sĩ quan chỉ huy Trung cấp và Hạ sĩ quan (nếu là gốc Phật Giáo) đồng bị thuyên chuyển sang những đơn vị thuộc các vùng chiến thuật khác; người còn lại không tin những bạn đồng ngũ mới thuyên chuyển đến (tình hình tương tự ở các cấp chính quyền, quân sự miền Nam như sau đảo chính 1 tháng 11, 1963).

Nhưng Đại Tá Trưởng vững tin nơi bản lĩnh cá nhân mình, cùng khả năng đơn vị, đã được thử sức sau hơn mười năm dài chiến trận nơi một vị trí quan yếu nhất của thế chiến trận miền Nam. Ông cũng rất cậy trông vào vị Tư lệnh Phó, người có khả năng tham mưu, tổ chức cao, tâm chất trung trực, đạo đức, thế nên chỉ sau một thời gian ngắn, Sư đoàn đã chỉnh đốn lại đội ngũ, phục hồi tư thế chiến đấu như hằng có.

Bắt đầu với những sĩ quan trẻ, những sĩ quan cấp úy thuộc các khoá 14, 16 đến 20 Võ Bị Đà Lạt, hoặc các khoá tương đương của trường Sĩ quan Trừ bị Thủ Đức, đơn vị dần thâu đạt những tiến bộ vượt bậc sau một thời gian ngắn ngủi trong vòng một năm. Chiến trận Mậu Thân, 1968, Hành quân Lam Sơn 719 (1971) và cuộc phản kích Mùa Hè 1972 sau này là những bằng cớ chứng thực: Đơn vị thuộc quyền của Người Chỉ Huy Ngô Quang Trưởng là Sư đoàn Bộ binh tác chiến hàng đầu của quân lực.

Không chỉ riêng với quân đội miền Nam nhưng nếu so sánh cùng thế giới, chúng ta vẫn giữ toàn quyền hãnh diện. Đại Tướng Abrams sau này, khi thay thế Tướng Westmoreland chỉ huy quân đội Mỹ tại Việt Nam đã nói cùng những sĩ quan, tướng lãnh của ông: *"Sư đoàn của Tướng Trưởng tác chiến trong rừng giỏi hơn chúng ta"*[13]. Sự biến đổi thần kỳ này không là chuyện hoang đường. Trận làng Lương Cổ, Thừa Thiên đầu năm 1967 là một thí dụ điển hình của lần vượt dậy hào hùng kia.

Hệ thống các làng Lương Cổ, Đồng Xuyên, Mỹ Xá thuộc huyện Hương Trà, Thừa Thiên, Tây - Bắc thành phố Huế, kết thành một dải hành lang thiên nhiên mà các đơn vị bộ đội cộng sản từ các mặt khu vùng Tây - Nam Huế (A-Sao, A-Lưới), thường sử dụng để xâm nhập tiếp cận thành phố (do cố tránh các tiền đồn thượng nguồn sông Hương, mặt Nam thành phố).

Những làng này từ chiến tranh 1945-1954 đã là những căn cứ địa vững chắc *"những chiến khu - vùng tự do"*, mà quân đội Liên hiệp Pháp không thể nào kiểm soát được, bởi hệ thống kênh lạch của ba con sông: sông Hương, sông Bồ, sông Mỹ Chánh, tạo nên một vùng trũng thấp nằm giữa Phá Tam Giang, cửa Thuận An và Quốc lộ I ngăn cản sức tiến của bộ binh, khả năng cơ động của các đơn vị cơ giới.

Từ năm khởi sự chiến tranh lần thứ hai (1961), vùng bản lề này luôn là mối âu lo của những người chỉ huy quân sự vùng Thừa Thiên - Huế. Lực lượng cộng sản bám chắc củng cố vùng bản lề này bởi đấy cũng là nơi ém quân để mở những chiến dịch quan trọng: Cắt đường số 1, chận viện lên mặt trận phía Bắc (Quảng Trị, Đông Hà và xa hơn, Cồn Tiên, Gio Linh, Khe Sanh...).

Đại Tá Trưởng sử dụng một Tiểu đoàn bộ binh cơ hữu làm thành phần nút chận; dùng Đại đội thám kích của Sư đoàn, Đại đội Hắc Báo và Tiểu đoàn 9 Dù (tăng phái), hợp cùng Chi đoàn 2/7 Thiết Vận Xa M113, đơn vị thống thuộc của sư đoàn mở hai mũi dùi tấn công chính vào hệ thống công sự, giao thông hào mà có lẽ đã đào từ ngày bắt đầu cuộc chiến, và càng ngày càng củng cố độ dày để chịu đựng nổi pháo binh cùng phi cơ oanh kích.

Cũng có thể đây là lần đầu tiên phía bộ đội cộng sản gặp phải một đối thủ kỳ lạ - những địch thủ tiến thẳng vào hàng rào hỏa lực của họ. Trận chiến kéo dài từ sáng sớm kéo qua trưa, phía nhảy dù, bộ binh, thiết giáp đồng bị thiệt hại khá nặng nhưng vẫn không thể tiến vào khu làng qua những cánh đồng ngập nước.

Cuối cùng Đại Tá Trưởng chuyển lệnh trực tiếp

đến cùng với Thiếu Tá Nguyễn Thế Nhã, Tiểu đoàn 9 Dù, đơn vị tăng phái cho khu chiến thuật: *"Đơn vị mới thành lập (do biết rõ khi ông giữ chức vụ Tham mưu trưởng Sư đoàn Dù), anh lại vừa thay thế anh Huệ (viên Tiểu đoàn Trưởng vừa tử trận tháng trước trong trận đèo Ba Giốc, vùng Phi Quân Sự), thế nên tất cả thành bại của đơn vị là ở trận này đây".*

Ông không nói hết lời, nhưng người Thiếu tá Tiểu đoàn Trưởng đơn vị Dù tăng phái hiểu được ý: *"Đây cũng là lúc quyết định một phần sự nghiệp riêng của chính ông, viên Tư lệnh chiến trường - một tướng lãnh xuất thân từ binh chủng nhẩy dù - và cả danh dự binh chủng cũng sẽ được chứng thực nơi chiến trường hẻm hóc, xa xôi nầy".*

Thiếu Tá Nhã chuyển lại lệnh cho các Đại đội Trưởng tác chiến. Và trên cánh đồng loáng nước, trong ánh sáng chập choạng của buổi chiều diễn ra một cảnh tượng khốc liệt hùng tráng. Những chiếc M113 theo lệnh của Đại úy Hóa, Chi đoàn Trưởng đồng mở bung pháo tháp, các xạ thủ đại liên 50 siết cứng ngón tay vào lẫy cò tuôn loạt đạn công phá mở toang các vị trí cố thủ của đơn vị Việt cộng, lính nhảy dù tùng thiết vượt qua mặt chiến xa, tiến lên thanh toán mục tiêu bằng cận chiến.

Những Thiếu úy Thuận Văn Chàng, Phạm Văn Thành, Chuẩn úy Nguyễn Thành Văn... xông lên trước hàng quân với lựu đạn mở chốt cầm sẵn ở tay. Thân hình họ lảo đảo ngã xuống bờ ruộng, xong đứng lên lại với những tiếng hô... *xung phong... xung phong...* hòa lẫn tiếng đạn súng tay nổ bục trong thân thể, da thịt người vì đường đạn đi quá ngắn.

Đám bộ đội cộng sản cố thủ không lường được thế trận với những người lính đối phương quá đỗi kiên cường, nên đồng loạt đứng dậy khỏi giao thông hào, đưa cao tay đầu hàng. Trận chiến kết thúc với lời khai: *"Chúng cháu được lệnh cố thủ vị trí vì đây là vùng giải phóng, quê nhà của đồng chí đại tướng!"* Hóa ra Đại Tá Ngô Quang Trưởng đã phá vỡ huyền thoại từ đã lâu được phổ biến trong bộ đội cộng sản miền Bắc: *"Quân giải phóng đã kiểm soát được ba phần tư lãnh thổ miền Nam - nhất là những vùng căn cứ địa cách mạng cũ (trước năm 1954), hoặc cơ sở địa phương, quê hương các đồng chí lãnh đạo".* Làng Lương Cổ, Đồng Xuyên, Mỹ Xá là quê hương của Nguyễn Chí Thanh, nhưng bộ đội miền Bắc đã không vào tiếp thu với *"chào đón của nhân dân giác ngộ cách mạng"*, mà bởi những người lính Cộng hòa theo một cách thế khác hẳn lời tuyên truyền.

Tuy nhiên, trận làng Lương Cổ đầu năm 1967, hoặc lần đánh bật toàn diện hạ tầng cơ sở, đơn vị du kích, lực lượng địa phương của bộ đội cộng sản vùng mật khu Phú Thứ, Tây - Nam Huế, bên trái Quốc lộ I đường đi Đà Nẵng vào khoảng gần cuối năm sau này chỉ là phần dạo đầu. Phải đợi đến buổi thử sức toàn diện - Khi cộng sản quyết tâm giải phóng miền Nam bằng cuộc tổng công kích, tổng nổi dậy theo lời thúc giục từ Hà Nội, với lời thơ *"Chúc Tết"* của Hồ Chí Minh đọc trong đêm Giao thừa Tết Mậu Thân 1968. Trận thử sức làm sáng tỏ một điều đơn giản cao quý: Quân đội của bên nào thật sự nắm giữ sắc cờ Nhân Nghĩa của Quê Hương.

Một tháng trước lần McNamara từ nhiệm, 36 của 44 tỉnh lỵ; 5/6 thành phố; 64/242 thị trấn, quận lỵ thành phố miền Nam đồng loạt bị tấn công bởi một lực lượng 323,500 bộ đội cộng sản gồm 97 tiểu đoàn và 18 đại đội Đặc-công Biệt-động. Cuộc tấn công khởi đi từ đêm Giao thừa Tết Mậu Thân, đêm 30 rạng 31 tháng 1, 1968. Và không phải Sài Gòn với Dinh Độc Lập, Bộ Tổng Tham mưu, Tòa Đại sứ Mỹ dẫu đã là mục tiêu hàng đầu của cuộc tấn công, nhưng Huế lại là thành phố hứng chịu tàn phá nặng nề nhất của trận chiến kéo dài 26 ngày.

Không những chỉ thế, cư dân Huế lại là đối tượng phải thực hiện lần *"trả nợ máu"* - theo cách định giá của tập đoàn quân đội cộng sản, những tiểu tổ hành quyết nằm vùng trong những ngày chiếm đóng, khi thua trận rút lui - *Món nợ máu* mà họ không hề vay nhưng phải trả giá đắt với chính cái chết thảm khốc mà chỉ vào thời trung cổ các đội binh xâm lược thường hành xử đối với quân, dân của xứ sở đối phương.

Phải chăng là giá máu của những người đã sống trong vùng *"bị Mỹ - Ngụy tạm chiếm"* - vùng đất mà họ đã sống từ trăm năm xưa cũ, bắt đầu từ thế kỷ 17, khi Nguyễn Hoàng vào trấn thủ Thuận Hóa.

Nhưng cuối cùng, thành phố Huế được chiếm lại, phục hồi, đạo binh xâm lược từ miền Bắc, từ các mặt khu Tây - Nam Huế, vùng Dãy Phố Buồn Thiu dọc Phá Tam Giang buộc phải rút lui, để lại những chiến tích - những hầm chôn người tập thể tại trường Gia Hội, Bãi Dâu, khe Đá Mài vùng núi Ngự Bình, những truông, vực thuộc thôn Ngũ Tây, quận Nam Hòa.

Cảnh tượng tàn bạo này càng đậm thêm tính ác độc của danh tự *"Việt cộng"*, cùng mối kinh hoàng do họ gây nên. Một mặt khác, khi người dân nghe tiếng báng súng đập lách cách vào những thân người di chuyển, hoặc âm động rì rầm của máy xe thiết vận xa M113, chiến xa hạng nặng, lời chuyển lệnh rì rào từ các máy truyền tin có loa khuếch đại của binh đội Mỹ...

Họ hé cửa nhìn ra từ những căn nhà mái thấp, sụp vỡ, leo lét ánh đèn dầu, qua hàng rào lá chè loang lổ tróc gốc, cảnh tượng u tối, đe dọa của thời chiến tranh trước 1950 và thì thào lời mừng rỡ chưa hẳn tin là thật... *Lính tới, lính tới... Lính mình tới... Mỹ tới... Mỹ tới...* khi họ thấy chạy thấp thoáng theo đội hình, dọc hè phố vương vãi thây người trên gạch ngói đổ nát rơi rớt, những dạng người lính với y trang màu lục đậm (bộ binh), hoặc tác chiến hoa của các binh chủng biệt động, nhảy dù, thủy quân lục chiến với ba-lô nổi gồ trên lưng, khối tròn quen thuộc của chiếc nón sắt.

Tất cả đã trở nên biểu tượng của linh thiêng cứu viện, nguồn hy vọng thiết thân giữa cảnh chết, sau bao ngày đe dọa hung hiểm bởi cái chết bao vây. Và khi Huế được sống lại, qua tiếng lời người dân, danh tính vị Tướng quân: *"Ông Trưởng trong Mang Cá ra Gia Hội thăm đồng bào"* gắn liền cùng chiến công Giữ Nước - An Dân, như Trần Hưng Đạo đã kiên trì bảo vệ Thăng Long (cuối thế kỷ 13); của Văn Thiên Tường đời Nam Tống (đầu thế kỷ 13) chết cùng Thành Tương Dương, hoặc M.I. Kutuzov trải thân với vận mệnh Moscow trong chiến tranh chống Napoléon năm 1812. Chúng ta hãy cùng sống lại những thời khắc hào hùng bi tráng của quê hương - Đêm Xuân đẫm nước mắt năm Mậu Thân, 1968.

Hoạt động của phía cộng sản không chỉ là một chiến dịch quân sự thuần túy, do chiến tranh Việt Nam đã tạo nên một thất lợi tâm lý trầm trọng trong dư luận Mỹ Quốc, từ sự kiện Walter Cronkrite đã có mặt tại Sài Gòn ngay trong tháng 2, khi trận chiến đang bùng nổ giữa những đường phố, để sau đó trong buổi phát hình ngày 27 cùng tháng, người hướng dẫn dư luận quần chúng này đã mạnh mẽ xác định: *"Hơn bao giờ* hết, chúng ta có thể nói rằng kinh nghiệm đẫm máu tại Việt Nam sẽ phải mở ra một lối thoát".

Lời tiên tri này được hiện thực bởi Hòa hội Paris khai mạc vào cuối năm 1968 mà áp lực vốn có từ nhiều năm trước. Cụ thể lời như lời thúc giục của McNamara (*lại là Mac chứ không ai khác*) với Tổng Thống Nguyễn Văn Thiệu trong lần viếng thăm Sài Gòn từ 1967: *"Chúng tôi cần thương thuyết với Hà Nội để cho cuộc tuyển cử sắp tới (trong năm 1968)"*, hoặc của Đại sứ Bunker tại Sài Gòn: *"Dư luận Hoa Kỳ đã trói tay Tổng Thống (Mỹ), thế nên phải có cuộc thương thuyết hòa bình (tại Paris) để chứng tỏ cùng Quốc hội và Nhân dân Hoa Kỳ rằng chúng ta - Hoa Thịnh Đốn lẫn Sài Gòn - đều mong muốn hòa bình"*.

Hoặc thái độ bất phục tùng của gia đình David Vandivier ở khu Spanish Harlem, Newyork mà người cha vốn là cựu chiến binh Thế Chiến Thứ Hai qua quyết định đưa anh em David, và John Vandivier đến Canada cuối mùa Hè 1968 để tránh lệnh trưng binh. Và cho dù những sự kiện vừa kể trên đã là điều thực tế, nhưng Võ Nguyên Giáp sau nầy lại xác nhận với Ban Biên tập đặc san NAM, Nhà xuất bản Atlas, Tây Âu: *"Ý kiến cho rằng Trung ương Đảng đặt nặng vấn đề về các phong trào phản đối chiến tranh ở Mỹ trong quyết định tiến hành Tổng công kích - Tổng khởi nghĩa ở miền Nam là một nhận định kém cơ sở"*.

Cuối cùng, sự thật chỉ phản ánh đúng nhất qua phân tích của Khối Quân sự, Phòng 5 BTTM/QLVNCH: "Trận chiến Khe Sanh và cuộc Tổng công kích Mậu Thân, (Hiện thực Nghị Quyết 13 Trung ương Đảng) đồng có những mục đích:

- Dồn mọi nỗ lực để chiến thắng về mặt quân sự (đối với lực lượng Mỹ - Điển hình mặt trận Khe Sanh), buộc Mỹ phải rút quân ra khỏi miền Nam tương tự quân đội Pháp sau trận Điện Biên Phủ (Do dư luận phản chiến tại Mỹ làm áp lực như phần trên vừa trình bày - Tuy không là yếu tố quyết định hàng đầu).

- Làm băng rã Quân lực Việt Nam Cộng hòa, chứng minh cùng dân chúng miền Nam cũng như dư luận thế giới về sự lớn mạnh (Chính trị lẫn Quân sự) của phía cộng sản. Đồng thời dựng lên Mặt trận Liên minh dân chủ hoà bình tại Sài Gòn, Huế với mục đích vận động quần chúng nổi dậy lật đổ chính quyền Việt Nam Cộng hòa.

- Chuẩn bị, củng cố vai trò chính trị Mặt trận Giải phóng trước khi hội nghị Paris khai diễn.

Nhưng cũng có dư luận cho rằng đây là *"đòn mật ước"* giữa Hà Nội và Mỹ (qua trung gian của Liên Xô) để thanh toán hạ tầng cơ sở Mặt trận (có khuynh hướng thân Trung cộng), giúp Hà Nội có cớ khuynh loát mạnh mẽ hơn đối với thành phần lãnh đạo cộng sản miền Nam, song song với sự kiện về vai trò của Nguyễn Chí Thanh bị tử trận, thay thế bởi đích danh Võ Nguyên Giáp; sự xâm nhập lực lượng bộ đội chính quy cộng sản miền Bắc vào Nam với khối lượng lớn.

Điều này vẫn là một *"nghi án chính trị"* chưa soi sáng đủ. Tuy nhiên sau 1975, với lần thanh toán không nương tay cái gọi là *"Chính phủ Cách mạng lâm thời Cộng hòa miền Nam Việt Nam"* cùng cách xử dụng *"tận diệt"* những binh đội cộng sản thuộc *"chính phủ"* này với lối đánh thí quân không thương tiếc do những cán bộ khung đi từ miền Bắc vào sau 30 tháng 4, 1975, chỉ huy ở chiến trường Campuchia (1979), đã là những chứng cớ cụ thể về lần *"thanh toán quyết định giá trị"* cuối cùng của những *"đồng chí miền Bắc đối với người anh em mặt trận giải phóng miền Nam".*

Một Tiểu đoàn bộ binh thuộc tỉnh đội Rạch Giá khi điều lên Campuchia không hề nhận được nhu yếu phẩm sinh hoạt hằng ngày; các gia đình bộ đội *(hoàn toàn là cư dân miền Nam)* phải tự túc tiếp tế cho con em mình! Tiểu đoàn này sau một thời gian ngắn đã hoàn toàn tan rã, còn lại không quá 10 người, người sống sót trốn thoát qua Thái Lan bằng đường bộ (lẽ tất nhiên vùng đất dung thân cuối cùng không đâu khác là nước Mỹ). Nghi án chính trị vừa kể trên qua thực tế sau năm 1975 hẳn có mức độ khả thể đáng tin cậy.

Ngày 20 tháng Giêng, 1968, Đại uý W.H. Dabney chỉ huy Đại đội I, Tiểu đoàn 3, Trung đoàn 26 Thủy quân Lục chiến Hoa Kỳ tiến chiếm đồi 881, cao độ giữ mặt Tây và Tây - Bắc căn cứ Khe Sanh, trên Đường số 9 hướng biên giới Lào, mở đầu quyết định chọn Khe Sanh làm *"diện"*, thu hút và tiêu diệt lực lượng cộng sản trong khuôn khổ hành quân SCOTLAND.

5 giờ 30 sáng ngày 21, những quả hỏa tiễn đầu tiên của phía cộng sản đổ chụp xuống các vị trí pháo binh, bãi đậu xe, phi đạo dã chiến, sân trực thăng, hầm phòng thủ lực lượng đồn trú. Mười ba tấn đạn đại pháo gồm 130 ly, hỏa tiễn 122, súng cối 82 ly đồng rơi xuống cứ điểm mở đầu chiến dịch dứt điểm Khe Sanh với lực lượng xung kích gồm hai Sư đoàn bộ binh nặng 325C và 304 theo lệnh điều quân của đích thân Võ Nguyên Giáp; còn có một Sư đoàn khác làm trừ bị, do chưa điều động vào vùng nên chỉ danh không được xác định.

Trận đánh không hoàn toàn bất ngờ, vì từ buổi sáng Dabney đã nhận được một *"người khách không mời"*, viên Trung úy bộ đội chính quy Bắc Việt hồi chánh với cây cờ trắng và bản tường trình chi tiết kế hoạch tấn công tiến chiếm Khe Sanh của phía cộng sản: *"Từ Khe Sanh, bộ đội cộng sản sẽ điều quân về hướng Đông, dọc theo Đường 9 đánh chiếm Quảng Trị, tiếp theo sẽ là Huế".*

Nói chắc một ý niệm - Hành quân chiếm đóng toàn bộ phần đất Việt Nam Cộng hòa Bắc đèo Hải Vân. *Chưa hề thấy trong cuộc chiến lâu dài ở Việt Nam có một trường hợp lệnh hành quân bị tiết lộ một cách chính xác và mau mắn đến như vậy.* Sự kiện lại xảy ra từ phía cộng sản, một phe tham chiến hằng từ lâu thực hiện tính bảo mật cao độ và có hiệu quả. Người này cũng không quên chi tiết chính xác: *Giờ G là 12 giờ 30 của Ngày N - 21 tháng 1, 1968.* (*"Giờ G"* của *"Ngày N"*: Giờ của Ngày quyết định mở đầu diễn tiến hành quân).

Không chậm trễ, để đối lại, phía Mỹ huy động toàn bộ hệ thống hoả lực gớm ghê của họ để *"Khe Sanh không thể là một Điện Biên Phủ"* với kế hoạch đánh bom mang bí danh Niagara, mà chỉ trong vòng 24 giờ của ngày 21 tháng 1, đã có đến 600 phi vụ do phi cơ Hải quân và Không lực Hoa kỳ hiệp đồng thực hiện thêm với 49 phi xuất B52 đến từ Thái Lan và đảo Guam.

Khi trận đánh kết thúc, chuyên viên hoả lực không yểm chiếc tính ra số liệu chính xác: Trong 77 ngày Khe Sanh bị vây hãm, Không lực, Hải quân, Thủy quân Lục chiến Hoa Kỳ đã thực hiện 24,000 phi vụ chiến thuật với 350 phi cơ gồm các loại A.4, 6, 8 Skyhawk và F.4C Phantom. Đồng thời, B52 chiến lược cũng đã tham dự với 2,700 phi xuất. Chúng ta nên biết thêm chi tiết: *Mỗi chiếc B52 trung bình mang 108 quả bom; mỗi quả nặng 245 ký-lô.*

Tổng kết, sau 77 ngày chiến trận, chung quanh cứ điểm có chiều dài hai, chiều ngang một cây số gọi là Khe Sanh kia, trên những vị trí (có *rất nhiều điểm chỉ là nghi ngờ*) của hai Sư đoàn 325C và 304 Bộ binh Bắc Việt, đã có đến 110,000 tấn bom thả xuống. Không kể đến hỏa lực trực thăng võ trang và các giàn pháo 105, 175 ly của bộ binh Mỹ. Nhưng Khe Sanh chỉ là một *"diện"* của thế trận - là *"cái cớ"* thu hút quân đội của các phe tham chiến trên chiến địa. Nỗi Đau Mậu Thân - Điểm thật thực sự xảy ra ở những nơi khác, với những người dân - *Người thường dân* của miền Nam Nước Việt. Huế được chọn lựa làm địa điểm dấy lên vũng lửa cảnh xương máu chập chùng lớn nhất.

Đêm Giao thừa 1967 sang 1968, đài Hà Nội phát ra lời *"Thơ Chúc Tết"* của Hồ Chí Minh có nội dung:

Xuân này hơn hẳn mấy xuân qua

Thắng lợi tin vui khắp mọi nhà

Nam - Bắc thi đua đánh giặc Mỹ

Tiến lên toàn thắng ắt về ta!

Pháo ở Sài Gòn, các thành phố miền Nam nổ nhiều hơn tất cả mọi năm. Hiện tượng pháo nổ giòn giã bày ra điều cay đắng: *"Chiến tranh và tất cả đau thương, khốn cùng của nó là một "thực thể" cần được tiêu trừ. Con người luôn cầu Hòa Bình đồng thời cũng sẵn sàng thực hiện chiến tranh".*

Nương theo tiếng pháo này, bộ đội chính quy miền Bắc, lực lượng vũ trang giải phóng, du kích địa phương cộng sản miền Nam đồng nổ súng hiện thực lời *"Thơ Chúc Tết"* trên. Cảnh tượng bi thảm xảy ra cùng lần trên 44 tỉnh lỵ miền Nam với những ghi nhận đầu tiên:

Vùng I chiến thuật, bao gồm những tỉnh cực Bắc của miền Nam, từ sông Bến Hải, Quảng Trị đến đèo Bình Đê, địa giới thiên nhiên giữa Quảng Ngãi và Bình Định với trận Quảng Trị, 4 giờ đêm và mặt trận Huế bắt đầu lúc 2 giờ sáng mồng 1 rạng mồng 2 Tết Mậu Thân (30-31 tháng 1, 1968).

Trận đánh được bảo mật tối đa với những cán binh, bộ đội vũ trang, bằng giấy tờ giả mạo xâm nhập trước ngày, giờ khởi sự vào các thành phố, tỉnh ly, thị trấn, nơi đã có sẵn những cán bộ nằm vùng cơ sở lo việc tiếp đón, tiếp tế. Đặc biệt quan trọng là những đơn vị đặc công nội thành, thành phần cốt cán, mở đợt công phá đầu tiên vào những mục tiêu, dẫn đường cho lực lượng võ trang chính quy.

Từ cuối năm 1967, Hà Nội cũng đã cho xâm nhập vào miền Nam hơn 300 cán bộ gồm thành phần giáo sư, giảng sư đại học, kỹ thuật gia điện ảnh, văn nghệ sĩ, kỹ sư, bác sĩ chuẩn bị phụ trách công tác trí vận. Nhóm chuyên viên này được phân đều cho các tỉnh để làm nòng cốt xây dựng mặt trận Văn hoá - Chính trị sau khi cuộc tổng công kích quân sự thành công.

Trận đánh cũng hoàn toàn *"bất ngờ và bảo mật"* đối với những đơn vị, cá nhân thuộc lực lượng cộng sản tham dự tác chiến - Đa số, nếu không nói là hầu hết, chỉ là những thiếu niên nông thôn miền Nam hoặc những bộ đội nhỏ tuổi miền Bắc - Những người trẻ tuổi gọi là *"bộ đội giải phóng"* này trên đường xâm nhập vào thành phố, thị trấn miền Nam đã được *"học tập"* một điều phấn khởi: *"Vào tiếp thu những thành phố miền Nam, nơi bọn Mỹ - Nguy đang giẫy chết và nhân dân đã nổi dậy cướp chính quyền dưới lãnh đạo của cán bộ cơ sở Đảng".*

Huế, thành phố cổ hơn trăm năm, kinh đô của

nước Việt thuở hưng thịnh, đêm mồng 1 rạng mồng 2 Tết Mậu Thân lặng chìm vũng tối. Sự im lặng cô đặc đến nỗi tiếng pháo nổ mất hút giữa tầng khối dãy tường đá tảng bất động vây quanh con sông thẫm màu với lớp dân cư nhiều thế hệ sống đời dài không chút đổi thay.

Nhưng, bất thình lình, cảnh tượng bình lặng này bị xé rách bởi tiếng đạn súng cối, hỏa tiễn rít ngang bầu trời nháng lửa soi bóng dáng chập chờn những hình người mang lá ngụy trang lẩn lút nương theo màn đêm trên những lối đi dưới tàng cây, lề đường kín cửa - Bộ đội cộng sản xâm nhập tiến chiếm thành phố. Lực lượng cộng sản đánh Huế phối trí trận địa theo kế hoạch:

- Đoàn 5 do Nguyễn Vạn chỉ huy gồm những đơn vị K4A, K4B, K10 và Tiểu đoàn 12 Đặc công phối hợp với Thành đội Huế từ vùng núi thượng nguồn sông Hương hành quân bôn tập tấn công những cơ sở chính quyền, chiếm lĩnh vùng dân cư hữu ngạn con sông, phía Nam thành phố.

- Đoàn 6 gồm có các Tiểu đoàn K1, K2, K6 và 12 Đặc công với bốn Đại đội cơ hữu 15, 16, 17, 18 tăng cường một Đại đội súng phòng không, toàn bộ lực lượng địa phương thuộc hai quận Hương Trà, Phong Điền và hai Đại đội Biệt động có nhiệm vụ tấn công từ hướng Bắc vào các mục tiêu: Bộ Tư lệnh SĐ I BB đóng tại Mang Cá; sân bay Tây Lộc; Đại nội hoàng thành Huế.

Hai lực lượng trên được chi viện thêm các Tiểu đoàn 416, 418 thuộc đoàn 9 xuất phát từ vùng núi thung lũng A-Sao Tây - Nam Huế. Đơn vị này trước chiến dịch mang danh hiệu Cù Chính Lan, tên một Thủ trưởng đã chỉ huy đoàn này trong chiến dịch

Hòa Bình, Bắc Việt, 1951. Vào giai đoạn sau của chiến dịch, lực lượng cộng sản được đoàn 8 (Hậu thân Trung đoàn sông Lô) tăng cường, bôn tập về Huế từ mật khu hướng Tây - Bắc.

Mũi tiến công chính do Thủ trưởng đoàn 6, Nguyễn Trọng Dần chỉ huy đánh chiếm tất cả cơ sở quân sự trú đóng trong khu thành nội một cách nhanh chóng; ngoại trừ sân bay Tây Lộc, các cơ sở trên đều bị chiếm đóng dễ dàng bởi chỉ do các đơn vị chuyên môn, không tác chiến phòng thủ. Đoàn này còn có nhiệm vụ lớn, *"bắt sống Tướng Trưởng"* giải về Bắc.

Tổng số quân cộng sản tham chiến gồm khoảng 7,500 người cộng với lực lượng đặc công Thành đội Huế. Cuối chiến dịch, phía cộng sản thiệt hại 1,042 người, trong số có một cán bộ cấp Trung đoàn, 8 cán bộ Tiểu đoàn, 24 cán bộ Đại đội và 72 Trung đội Trưởng.

Trong quá trình chiếm giữ thành phố Huế, phía cộng sản khoe đã bắt theo 600 thanh niên tòng quân; chiếm kho bạc lấy 4 triệu (khoảng 400,000 đô-la theo thời giá); giải thoát 1,800 phạm nhân. Nhưng quan trọng hơn hết là thành hình Mặt trận Liên minh dân tộc dân chủ hòa bình, gồm có những thành phần: Chủ tịch Lê Văn Hảo; Ủy viên Bà Tuần Chi, Thượng tọa Thích Đôn Hậu, huy động được một số lượng quần chúng trong những ngày chiếm đóng.

Nhưng, tất cả thành quả chính trị, vật chất này hoàn toàn trở nên là điều vô nghĩa khi ta xét đến cuộc phản công của phía Cộng hòa, lực lượng Thủy quân Lục chiến Mỹ và những đau đớn tàn nhẫn mà lực lượng cộng sản đã thực hiện lên những đối tượng mà họ luôn ngại đến trong sự nghiệp *"giải phóng"* - Những người dân bị thảm sát cực độ vô ích phí phạm.

Trận phản công liên quân Việt - Mỹ đã diễn ra rất mực hào hùng vì chiến trường này đã có mặt từ trước những đơn vị ưu tú nhất của hai quân lực: Sư đoàn 1 Bộ binh Việt Nam Cộng hòa với Đại đội xung kích trinh sát lừng lẫy Hắc Báo; Chiến đoàn I Nhảy Dù tăng phái gồm các Tiểu đoàn 2, 7, 9 dưới quyền của Trung Tá Lê Quang Lưỡng.

Về phía Mỹ có Tiểu đoàn 2 Trung đoàn 5 Thủy quân Lục chiến với chi đoàn thiết vận xa cơ hữu; Chiến đoàn đặc nhiệm X-Ray do Tướng Foster Lahue, cựu chiến binh của Thế Chiến II và Triều Tiên chỉ huy gồm ba Tiểu đoàn Thủy quân Lục chiến.

Ngoài ra, phải kể đến hai lực lượng mạnh, hai Lữ đoàn 1 và 2 thuộc Sư đoàn Nhảy Dù 101 đóng tại Phú Bài và một Lữ đoàn Không kỵ (Air Cavalry) chiếm giữ vùng núi Tây - Nam Huế, ứng chiến cho chiến trường Khe Sanh. Tất cả lực lượng quan trọng tinh nhuệ này đã hoàn thành nhiệm vụ một cách xuất sắc theo diễn tiến sau:

Đại đội Hắc Báo, thành phần xung kích, trinh sát Sư đoàn I Bộ binh (đơn vị đại đội QLVNCH có huy chương tuyên công nhiều nhất từ hai chính phủ Việt, Mỹ, kể cả những đơn vị biệt lập của quân lực đồng minh), có nhiệm vụ trấn giữ khu Đại nội, Điện Thái Hòa, nơi thiết triều của các Vua triều Nguyễn.

Trước mặt điện là sân chầu lót đá tảng, tiếp cửa Ngọ Môn, biểu tượng uy quyền không những của hoàng tộc mà là quốc thể nước Nam. Kỳ Đài đối diện cửa Ngọ Môn về hướng Nam, nơi lá cờ hồn thiêng sông núi hằng tung bay. Nhưng Đại úy Phan Gia Lâm với quân số thiếu hụt (do số lớn binh sĩ đã về nhà ăn Tết) không thể nào chống cự nổi mũi tiến công một Tiểu đoàn (một trong ba nỗ lực chính, thuộc đoàn 6 bộ đội cộng sản) vào khu vực Đại nội. Sau năm giờ cầm cự, 5 giờ sáng ngày mồng 2, đại đội của Lâm phải rút ra khỏi khu cấm thành để cố thủ kỳ đài, nhưng cuối cùng, lúc 8 giờ sáng, ổ kháng cự kỳ đài cũng đành lâm chịu thất thủ và lá cờ ba màu vàng, xanh, đỏ được bộ đội cộng sản kéo lên trên nền trời mù sương xứ Huế ngày mưa phùn.

Nhưng lần mất sân bay Tây Lộc, Đại Nội chỉ là những tai nạn ắt có đầu tiên phải gánh chịu, phía Việt Nam Cộng hòa lập tức phản công với những đơn vị chưa hề thất bại.

Tiểu đoàn 2 Nhảy Dù đơn vị từ lúc mới thành lập 1965, do Thiếu Tá Lê Quang Lưỡng chỉ huy đã đánh những trận mở đầu ở Bà Điểm, ngoại ô Sài Gòn 1966, vùng Phi Quân Sự 1967, để nên thành đơn vị được xuất sắc tuyên công chỉ sau ba năm thành lập.

Đêm mồng 1, từ quận Quảng Điền, Đông - Bắc thị xã Huế, đơn vị đã hành quân cấp tốc chạy qua cây số với tất cả sức nặng ba lô vũ khí trên lưng người lính. Nhưng lần chạy việt dã băng đồng khó nhọc này không hoàn toàn bình an vì quân cộng sản đã phục kích ngay trên đoạn đường độc đạo từ quận lỵ đổ ra Quốc lộ 1 ở An Lỗ, trên cầu sông Bồ.

Tiểu đoàn Phó Nghi bị tử thương cùng một số binh sĩ, nhưng Tiểu đoàn cũng đã kịp đến cầu An Hòa, (cửa ngõ đường lên phía Bắc, hướng Quảng Trị), hiệp đồng với đơn vị bạn, Tiểu đoàn 7 Dù, đánh qua mục tiêu làng Đốc Sơ, chiếm giữ đầu cầu, cắt đường tiếp vận về những căn cứ, mật khu cộng sản thuộc vùng Phong Điền, An Lỗ, Cổ Bi, Hiền Sĩ.

Những căn cứ địa vùng Tây - Bắc Thừa Thiên -

Huế đã nổi tiếng từ chiến tranh 1945-54 là những an toàn khu bất khả xâm phạm. Từ cầu An Hòa vào đến đồn Mang Cá, bản doanh Bộ Tư lệnh Sư đoàn 1 Bộ binh chỉ hơn cây số đường chim bay, nhưng hai Tiểu đoàn Dù 2 và 7 phải mất một ngày sau mới vào tới được.

Nơi này, Chuẩn Tướng Ngô Quang Trưởng đang đích thân chỉ huy cuộc chống đỡ với nón sắt, áo giáp, súng cá nhân như một khinh binh. Hai đơn vị Dù đi hết đoạn đường ngắn ngủi kia với hơn hai mươi bốn giờ tác chiến liên tục, với kết quả số thương vong hao hụt hơn một nửa quân số cơ hữu.

Điển hình, Đại đội 74 mất gần trọn Đại đội với Đại đội Trưởng Nguyễn Lô bị thương nằm dưới hai lằn đạn, một ngày sau mới được kéo về như một xác ma. Một xác chết gần nghĩa đen nhất vì Lô phải giả chết hơn hai mươi bốn giờ qua, giữa những binh sĩ tử trận, trên nghĩa trang người chết từ lâu cùng những người hấp hối mới hôm qua.

Trưa mồng 4, Tiểu đoàn 9 Dù, đơn vị đã chạm địch từ đêm Giao thừa ở mặt trận Quảng Trị với Trung đoàn 812 cộng sản Bắc Việt; tuy đã đánh bật được những đợt tấn công của địch trong suốt hai ngày mồng 2 và mồng 3, bảo vệ được vòng đai phòng thủ thị xã, nhưng đơn vị này cũng đã bị thiệt hại đến trăm binh sĩ; cụ thể như với Đại đội 94, đơn vị trấn giữ khu nhà thờ Tri Bưu (chịu hướng tấn công nặng nhất mặt trận Quảng Trị) đã mất hẳn năng lực chiến đấu, bởi Đại đội Trưởng Thừa cùng hai Trung đội Trưởng Hổ, Lộc tử trận.

Nhưng dù với quân số thiếu hụt này, Tiểu đoàn 9 chỉ sau một ngày đến Huế, sáng mồng 5, đơn vị đã phải xuất quân chiếm lại cửa Chánh Tây, đường thông về phía những mật khu trong Trường Sơn. Trường thành Huế, khối đá, gạch, vuông vức mỗi chiều khoảng hơn hai cây số với những chồng gạch được ghép chặt vào nhau bởi vôi trộn mật mía, cao năm thước, trên có lối đi để binh lính tuần tra, xe ngựa di chuyển. Nhưng khối đá tảng kiên cố này trong những ngày đầu Xuân hôm nay đã là những chốn nguy nan khôn cùng với những tổ tam-tam (tổ chức theo *"tam chế - 3 đơn vị một"*) bộ đội cộng sản. Mỗi tổ tam đều có đủ trung liên, B40 và AK cá nhân; nơi những ngã tư, điểm chốt chận đường đi đến các cửa thành đồng được các tổ thượng, đại liên trấn giữ.

Chúng ta hãy nghe lại lời tường thuật đơn giản của một người lính trong cuộc chiến ngày ấy.

"Khi đến gần cửa Chánh Tây, tôi thấy rất nhiều địch đội nón cối, tay cầm súng AK47, B40, đi qua đi lại trên bờ thành. Chúng tôi chờ trời tối cho khinh binh lén leo lên, dùng lưỡi lê đánh cận chiến, chiếm được một góc thành làm đầu cầu cho đại đội nhào lên bắn ào ạt, khiến địch trở tay không kịp.

Dùng cách này tuy tổn thất nhiều, nhưng vì quân địch đã chiếm lợi thế bờ thành cao hơn 5 thước, nếu không liều mạng xông vào hang cọp, thì không sao bắt được cọp con. Sau hai ngày tác chiến, Tểu đoàn (TĐ9ND) mới chiếm được cửa Chánh Tây, bàn giao lại cho Sư đoàn I, trở ngược ra sau đánh cửa Đông Ba (Cửa Chính Đông của Thành nội Huế).

Tại đây, có một cây thượng liên đặt trên cửa thành cao, rất kiên cố. Chúng tôi thử xung phong nhiều lần mà không lên được. Trung đội tôi lúc ấy còn 21 người, nhưng do khí thế chiến thắng từ Quảng Trị và cửa Chánh Tây vừa rồi nên rất tự tin. Đợi ngay khi điều chỉnh pháo binh dập nát khẩu thượng liên, cả

Trung đội vừa bắn vừa hô xung phong tiến nhanh lên chiếm cửa thành. Thấy tên xạ thủ thượng liên chết nằm trên súng, hai chân bị khóa bằng dây xích. Kiểm điểm lại Trung đội chỉ còn mười người nguyên vẹn. Mười một mạng người chết và bị thương để đổi lấy cửa thành này đây. Lính Nhảy Dù trả nợ máu cho Quê Hương miền Nam, lấy lại bình an cho đồng bào xứ Huế. Gần ba mươi năm qua, trên đất Mỹ, tôi vẫn nhớ cảm giác cay cay đau đớn khi đứng trên cổng thành đổ nát, ngày mùa Xuân năm xưa. Mùa Xuân rây máu của xứ Huế mù trời sương đục, tang tóc đau thương". Hồi ký Trương Dưỡng Một Cánh Hoa Dù, 1997 CA, USA.

Khi Huế bị đánh, về phía Mỹ không có một lực lượng tác chiến nào trong thành phố, ngoài Bộ Chỉ huy MACV ở sát cạnh Tiểu khu Thừa Thiên. Mãi đến chiều ngày mồng 3 tết (2-2) mới có một đại đội Thủy quân Lục chiến đầu tiên đến tăng cường giữ MACV.

Liên tiếp trong ba ngày 1, 2, 3 tháng 2, lực lượng của Tiểu đoàn 2/5 Thủy quân Lục chiến như trên đã nói mới vào vùng hành quân với mục tiêu là Khu Đại học Huế và Bộ Chỉ huy MACV. Thủy quân Lục chiến Mỹ có đại bác ONTOS sáu nòng có khả năng công phá mục tiêu, công sự nặng. Họ đánh mỗi ngày một mục tiêu, mỗi đường phố, đến tối rút về khu MACV, thế nên, diễn tiến hành quân hóa nên trì chậm, không phát triển được thành quả ưu thế hỏa lực và tính cơ động của đơn vị.

Những ngày sau, Thủy quân Lục chiến Hoa Kỳ tiếp tục truy kích, chiếm đóng khu đường Lê Lợi, ngang Viện Đại học và trước mặt Nhà ga. Khai triển thành quả, lực lượng Mỹ đẩy lui địch ra khỏi khu vực Phú Cam, khiến địch phải phân tán mỏng rút về phía

Nam Giao.

Hồi 16 giờ chiều ngày 10 tháng 2, một đơn vị Thủy quân Lục chiến trực thăng vận tăng viện cho Tiểu đoàn 2/5. Tuy thời tiết rất xấu, nhưng cuộc chuyển quân cũng hoàn tất; trong cùng lúc một Tiểu đoàn Thủy quân Lục chiến khác được đưa từ Phú Bài vào Huế bằng xe. Chính quyền và dân chúng đồng lòng nô nức trước lần tăng viện mang lại phấn khởi này.

Giai đoạn quyết định giải tỏa mặt trận Thành phố Huế được đánh dấu bởi lần thay thế Chiến đoàn 1 Dù bởi Chiến đoàn A Thủy quân Lục chiến, Việt Nam. Chiến đoàn này được không vận từ Sài Gòn đến sân bay Phú Bài, từ đây di chuyển đến cầu tàu hữu ngạn sông Hương, dùng thuyền đổ bộ lên bến Bao Vinh để tiếp xâm nhập vào Thành nội Huế.

Chiến đoàn A gồm ba tiểu đoàn Bộ chiến do Thiếu Tá Hoàng Thông chỉ huy. Sáng ngày 14 tháng 2, Tiểu đoàn 1 Thủy quân Lục chiến do Thiếu Tá Phan Văn Thắng chỉ huy; Tiểu đoàn 5, Thiếu Tá Phạm Văn Nhã Tiểu đoàn Trưởng xuất phát từ thành nội, khai diễn hành quân Sóng Thần 739/68 với mục tiêu là khu vực Tây - Nam Thành nội Huế, để từ đây mở rộng ra hướng cầu Bạch Hổ.

Mặt trận thành phố Huế chấm dứt với lần tham chiến của hai Tiểu đoàn 21 và 39 Biệt động quân có nhiệm vụ tảo thanh khu Gia Hội, vùng cư dân nằm dọc theo sông Đào và sông Hương. Vùng này nhà cửa ít bị thiệt hại nhưng dày đặc những hầm xác người bị thảm sát do lần rút đi trong thất bại của lực lượng cộng sản sau 26 ngày chiếm đóng.

Bốn giờ chiều ngày 24 tháng 2, năm 1968, hình ảnh bi tráng linh thiêng của chiến tranh Việt Nam hiện thực: *Người Huế, những người lính chiến đấu ở*

Huế đồng bật khóc khi LÁ CỜ VÀNG BA SỌC lên cao trên kỳ đài giữa mù sương và mưa bay. Và cũng như lần chào cờ đầu năm cách đó 26 ngày, Chuẩn Tướng Ngô Quang Trưởng, Tư lệnh toàn thể lực lượng giải tỏa thành phố Huế suốt khoảng thời gian dài kia đã không hề nghỉ ngơi, với trang bị nón sắt, áo giáp như một người lính ở đầu tuyến. Ông đi tới vị trí phòng thủ của binh sĩ tiền trạm Lữ đoàn 1 Dù (gồm những lính yểm trợ, tiếp vận), cùng những đơn vị lính chuyên môn (quân y, quân xa, truyền tin...) của Sư đoàn 1 - những *"đơn vị tác chiến"* đầu tiên mà ông vận dụng được để chống cự đợt tấn công cường tập đầu tiên của binh đội đặc công E6 do Thủ trưởng Nguyễn Trọng Dần đích thân chỉ huy.

Ông có mặt nơi trung tâm hành quân, theo dõi các vụ ném bom, phản pháo, cố thủ những vị trí tái chiếm, điều quân tăng viện. Ông đến đầu giường của thương binh vừa được chuyển về quân y viện, ông có mặt với những ca mổ nghiêm trọng, an ủi thân nhân binh sĩ thiệt mạng. Ông đã là tướng lãnh độc nhất của quân lực miền Nam sống trọn vẹn với chiến trường, với mỗi người lính, khi cần có những quyết định khẩn cấp, hiệu quả kể từ ngày khởi đầu trận đánh, để đến hôm nay trong buổi oanh liệt, chỉ huy lễ thượng kỳ. Khuôn mặt khắc khổ trĩu nặng ưu tư của người chỉ huy chiến trường lặng xuống trong khoảnh khắc.

Quân và Dân đã một lần bật khóc

Khi lá Cờ Vàng Ba Sọc

Lừng lững lên cao

Giữa mù sương xứ Huế mùa Xuân nào...

Lần Giữ Nước Thứ Ba

Mùa Hè 1972, Tháng 3, từ ngày Bắc quân khởi cuộc đại tấn công miền Nam, thêm một lần Quảng Trị, Thừa Thiên, hai vùng đất trước tiên hứng chịu tai ương tàn khốc của bom đạn. Và người dân lại thêm một lần lặp lại tình cảnh thương tâm, tay bế con, lưng cõng cha mẹ già xuôi theo Đường số 1 dưới che chở độc nhất hay mối hy vọng cuối cùng - Người Lính - *Lính Cộng hòa ơi, cứu bà con... Lính Cộng hòa ơi..!* Trên đoạn đường máu La Vang, Hải Lăng, Mỹ Chánh dọc Đường số 1 giữa Quảng Trị và Huế không phải đôi ba người trong một tình thế riêng biệt nào đó, nhưng toàn khối dân bi thương nguy biến cùng gọi lên như thế một lần. Họ gọi với hơi thở cuối, mồm há hốc, mắt trợn đứng, khi máu chảy, nằm xuống giãy giụa, tay lần chuỗi hạt, mắt nhắm nghiền, trên đầu, chung quanh đại pháo Bắc quân nổ liên hồi, nổ tàn ác...

Đạn nổ không bỏ sót một phần đất, không quên một thân người... *Lính Cộng hòa ơi!* Người dân rất nhiều lần kêu lên như thế. Nhưng hôm nay, tháng 5, 1972 người Quảng Trị, Thừa Thiên - Huế nhất định trở về, sống lại cùng làng xưa, chốn cũ bởi: *Ông Trưởng đã ra Huế! Ông Trưởng đã tới ngoài Huế rồi bà con ơi!* Người dân hăm hở, tin tưởng thúc giục nói cùng nhau, và những chuyến hàng Đà Nẵng - Huế bắt đầu trở lại với hành khách chen chúc đầy ngập. Trên đoạn đường lầy lất, ươn ướt thịt da người phía Nam La Vang, lối *"về ngoài mền..."* thấp thoáng từng toán người gồng gánh chạy theo đoàn quân. *Mền về Quảng Trị thôi bà con ơi, ông Trưởng đã vô ở Trung Mang Cá giữ*[1] *kỳ Tết Mậu Thân với mền rồi bà con nè...*[2]

Chiếc xe jeep mang cờ hiệu tư lệnh màu đỏ với ba ngôi sao trắng chạy chậm dọc đường Trần Hưng Đạo hướng cầu Gia Hội. Vị Tướng quân khẽ liếc về hai bên, che giấu cảm xúc trong ánh mắt u uất, cố giữ vẻ bình thản, ông đưa tay lên vành nón sắt tỏ ý nhấc khẽ để đáp lễ những người dân kính cẩn chào ông với cách nhìn hàm ân, trân quý. Chợ Đông Ba ngầu đục váng vất những đường khói nhỏ bốc mùi khét và loang lổ vết nám đen trên lớp tường sơn vôi vàng nhạt - dấu vết của lần hỗn loạn hai ngày trước, 30 tháng 4, 1972 khi mặt trận Quảng Trị tan vỡ và đám lính phẫn nộ tràn vào thành phố với những người dân đang nháo nhác rùng rùng di tản.

Quảng Trị mất. Mất chưng hửng, tức tối. Biệt động Quân nương nhau dọc Quốc lộ về Nam, Thủy quân Lục chiến co lại, Tiểu đoàn này đỡ Tiểu đoàn kia rút gần xuống Mỹ Chánh. Về phần Sư đoàn 3 Bộ binh, không phải lỗi ở lính, cấp chỉ huy không gian, cũng có thể không do Tướng Giai, Tư lệnh Sư đoàn (chưa có thể kiểm chứng rõ), đã rã ngũ một cách mau chóng, phi lý; dẫu ba Trung đoàn bị thiệt hại từ ngày cuối tháng 3, đầu tháng 4, nhưng vẫn còn đủ quân số, vũ khí, phương tiện liên lạc, yểm trợ, bỗng nhiên như viên đá nhỏ tan trong ly nước bốc khói. Một đại đơn vị diện địa mất hẳn khả năng chiến đấu trong bất ngờ kinh ngạc, xua đẩy dân và lính Tiểu khu Quảng Trị hỗn loạn đua nhau tháo chạy về Huế như cơn nước lũ từ nguồn cao băng qua bờ đê cát nhỏ. Và tiếp theo, dưới cơn ép kinh hoàng của Quảng Trị, Huế nổ bùng tan nát như ánh lửa điên loạn bốc cháy chợ Đông Ba chen tiếng súng của đám quân không người chỉ huy gồm những thành phần lao công đào binh nhân cơ hội chạy trốn, đám phạm nhân từ các trại giam dân sự, quân đội thoát ra, và tất nhiên, không thiếu những tổ đặc công, cơ sở nằm vùng cộng sản lợi dụng tình thế đồng khởi động phá hoại.

Huế mau chóng lâm cơn hấp hối cũng bởi ảnh hưởng, tác động kinh khiếp của Mậu Thân mà dấu vết vẫn còn rất mới - Từ đêm Giao thừa 1968 nối tiếp, mở rộng, thấm sâu ấn tượng bi thảm của lần thất thủ Kinh đô 1885, mà nay vẫn hằng lưu trong tâm hồn người Huế, với cảnh sắc u uẩn của hệ thống chùa, miếu, am luôn mờ mịt những đầu chân hương cháy đỏ vào đêm đến, hoặc những ngày rằm, mồng 1 Âm lịch, rải rác cạnh những con đường nhỏ hẹp, âm âm bóng cây che kín.

Giặc vào và hiện thực cảnh tượng nhà tan, cửa nát, người chết hằng hằng lớp lớp. Gần một thế kỷ qua kể từ năm tháng bi thảm kia, mối đau không hề giảm bớt, mà lại càng tăng thêm sắc độ khốn cùng, thương tâm. Chỉ một điều khác biệt: Thựcd Pháp năm 1885 khi tiến đánh Kinh đô Huế, không có được *"ý niệm chính trị tiến bộ của kẻ ngụy danh cách mạng giải phóng"* sau này. Họ chưa biết cách thực hiện, không hề có cơ tâm tàn nhẫn thực hiện *kỹ thuật giết người rẻ tiền và im lặng của quần lũ gọi là "bộ đội nhân dân"* - chôn sống những đồng bào, đồng loại mình.

Huế hốt hoảng kinh hoàng do đã có kinh nghiệm về thành tích tàn bạo của những toán bộ đội cộng sản và đám người cuồng khấu địa phương mang huy hiệu lá cờ đỏ (hoặc chiếc băng vải đỏ) sục sạo khắp cùng những căn nhà, ngõ ngách, đường hẻm để *tìm địch, giết Ngụy*. Thế nên người người hớt hải xuôi Nam hướng Đà Nẵng, rần rật chen chúc lên tất cả mọi phương tiện di chuyển. Lại một lần bỏ quê hương chạy giặc. Đấy là cảnh tượng của những ngày cuối tháng 4, năm 1972. Nhưng, nay tình thế đã hoàn toàn khác hẳn. Bởi, Quân lệnh Thứ Nhất của Trung Tướng Tư lệnh Quân đoàn 1 - Vùng 1 Chiến thuật loan báo khẳng định:

Tất cả quân nhân các cấp Quân lực Việt Nam Cộng hòa trong lãnh thổ Khu 11, Vùng 1 Chiến thuật (kể cả thành phần tăng phái, thuộc dụng hành quân), quân phạm, lao công đào binh phải trở về trình diện đơn vị, hoặc tại địa điểm quân sự gần nhất trong vòng 24 giờ kể từ "Không Giờ" ngày 2 tháng 5, năm 1972.

Các trường hợp vắng mặt bất hợp pháp tại đơn vị coi như đào ngũ trong thời chiến, khi đối diện địch quân, sẽ bị truy tố ra trước tòa án quân sự mặt trận với trường hợp khẩn cấp.

Tất cả hành vi cướp giật, phá hoại, khủng bố sẽ bị trừng phạt, xử bắn tại chỗ do các đơn vị Quân cảnh Quân lực Việt Nam Cộng hòa toàn quyền áp dụng, thi hành.

Huế hồi sinh từ những dòng quân lệnh mạnh mẽ và sự hiện diện uy nghiêm của vị Tướng quân Tư lệnh. Và người Huế, Quảng Trị chuẩn bị trở về.

---

(1) Mang Cá: Cơ sở quân sự Đông - Bắc Thành nội Huế: Nơi đặt Bộ Tư lệnh Sư đoàn 1 Bộ binh, Bộ Tư lệnh Tiền phương của Quân đoàn 1, chỉ huy mặt trận phía Bắc đèo Hải Vân trong chiến dịch phản công năm 1972.

(2) "mền = mình"; "trung = trong"; "giư = như"

• Cổ Kim Như Danh Tướng. NGÔ QUANG TRƯỞNG •

Kết từ về một người Lính

Ba mươi năm sau, báo chí Mỹ, cho dù tờ báo khách quan, đứng đắn; hoặc giới học giả, nghiên cứu (với những con người được tin cậy, kính phục như Giáo sư W.Tuchman) khi viết về lịch sử, quân sử Việt Nam (giai đoạn sau Mậu Thân 1968, trước Hiệp định Paris 1973) đã *không hề có một dòng chữ ngắn đối với chiến công lẫm liệt kể trên.*

Phim ảnh, sách, báo chí Mỹ với những đầu óc chủ bại lẫn tự tôn (khiếp nhược trước kẻ nghịch, bất nhân với bạn hữu), thiển cận từ tư cách chuyên nghiệp, bác học của văn minh kỹ thuật cao nên đã không nhìn rõ địch tình; đánh giá thấp, không tận hiểu đúng sức mạnh tinh thần của một dân tộc, quân đội bạn.

Điển hình như Thượng nghị sĩ Bob Kerry, kẻ viết Biên khảo Stanley Karnow, đạo diễn phim ảnh Oliver Stone... đã sử dụng hệ thống thông tin đại chúng Mỹ để trút lỗi lầm thất bại, gánh nặng *"hội chứng Việt Nam"* lên lưng người lính Việt với một lý luận hàm hồ chung nhất: *"Quân lực Việt Nam Cộng hoà không chịu chiến đấu dù rằng người Mỹ đã góp nên trị giá 58,000 người chết và hơn 100 tỷ đô-la trong cuộc chiến với cộng sản Việt Nam".*

Những kẻ này đã không hề biết đến (hoặc cố tình không biết) những số liệu: **587 Tù binh Mỹ** và người nước ngoài (gồm một binh sĩ Đại Hàn và hai binh sĩ Thái - Số liệu của Ban Liên hợp Quân sự do chính bản thân người viết làm báo cáo là 585) trao trả theo điều khoản của Nghị định Thư Tù Binh - Hiệp định Paris gồm *473 nhân viên quân sự thuộc thành phần phi hành đoàn của những phi cơ bị bắn hạ trên lãnh thổ Bắc Việt* kể từ khi Mỹ bắt đầu oanh tạc miền Bắc do cớ sự vụ tàu Maddox (tháng 8, 1964). Hiệu số của **585** và **473** là **112**, trừ thêm 3 quân nhân có Quốc tịch nước ngoài kể trên, ta có con số:

109 NGƯỜI LÀ TỔNG SỐ TÙ BINH MỸ BỊ BẮT Ở MIỀN NAM, GỒM THƯƠNG DÂN, NHÂN VIÊN TÌNH BÁO, CỐ VẤN CƠ QUAN BÌNH ĐỊNH VÀ QUÂN NHÂN BỘ BINH MỸ.

Trong khi ấy phía Việt Nam Cộng hòa *trao trả về phía cộng sản 26,508 nhân viên quân sự* và nhận về *5,081 người lính từ Binh nhì đến cấp Đại tá.*

Cơ sở Rand Mc Nelly sử dụng trong *Chronicle of 20th Century* còn cho thêm số liệu, **924,048 lính cộng sản tử thương** ở chiến trường.

Từ những chứng số kể trên (do những cơ quan thống kê - chắc chắn không do cảm tính với chính phủ, quân đội Việt Nam Cộng hòa - nếu không nói là ngược lại) chúng ta có thể kết luận với mức độ chính xác nhất:

TRONG SUỐT CHIẾN TRANH VIỆT NAM TỪ KHI BỘ BINH, THỦY QUÂN LỤC CHIẾN MỸ LÂM CHIẾN - CUỘC HÀNH QUÂN STARLIGHT, THÁNG 5, 1965 ĐẾN 27 THÁNG 3, NĂM 1973 - BỘ BINH CỘNG SẢN *HOÀN TOÀN NÉ TRÁNH CÁC ĐẠI ĐƠN VỊ BỘ CHIẾN MỸ*. NẾU CÓ ĐỤNG ĐỘ CHĂNG CHỈ LÀ NHỮNG ĐƠN VỊ CẤP ĐẠI ĐỘI; PHÍA MỸ BỊ THƯƠNG VONG PHẦN LỚN DO BỊ ĐÁNH MÌN BẪY, PHỤC KÍCH, PHÒNG KHÔNG, PHÁO KÍCH.

Số lượng **924,048** bộ đội cộng sản tử thương; **26,508** tù binh bị bắt đổi lại **5,081** người của **Việt Nam Cộng hòa** (chưa kể số lượng **200,000 cán binh cộng sản đầu hàng** quân đội Việt Nam Cộng hòa tại trận địa, **hồi chánh Chính phủ VNCH** với nhiều hình thức, tại nhiều địa phương, trong nhiều trường hợp) đã xác chứng:

QUÂN ĐỘI VIỆT NAM CỘNG HOÀ LÀ ĐƠN VỊ CHỦ ĐỘNG CHIẾN TRƯỜNG DO ĐÃ KIÊN CƯỜNG CHIẾN ĐẤU VÀ UY HÙNG CHIẾN THẮNG TRÊN CHIẾN ĐỊA.

Nói như thế để cùng nhau hiểu một điều đau đớn: **Ngày 30 tháng 4, 1975 là một bi thảm phẫn uất suốt dải quê hương - nỗi oan khiên chung của toàn Dân tộc Việt Nam.** Nhưng đây là đề tài thuộc về những biên khảo khác.

Để kết luận, ta thử tìm so sánh. Người Đức bao vây Stalingrad 76 ngày; người Mỹ giữ Bataan trong 66 ngày, Corregidor 26 ngày; quân lực Anh và Khối Thịnh Vượng Chung tử thủ Tobruk trong 241 ngày; phải mất đến 4 ngày kịch chiến, một Trung đội thuộc Trung đoàn 28/Sư đoàn 5 Thủy quân Lục chiến Mỹ mới dựng được ngọn cờ oai dũng Sao và Sọc lên đỉnh núi Suribachi của đảo Iwo Jima.

Và đây gần nhất, Điện Biên Phủ thực sự bị bao vây 56 ngày dưới sức công phá của những sơn pháo 75 ly và đại pháo (Trung cộng) tương đương 105 ly. Những cuộc bao vây, tử thủ, tấn công lừng danh này được thực hiện bởi súng tiểu liên Sten, Mat 36, Garant, Carbin M1, loại vũ khí hàng đầu của Bộ binh Mỹ, cũng là Bộ binh hàng đầu thế giới!

Những trận đánh để đời của quân sử toàn cầu kia đó có là gì so với Quảng Trị, chỉ từ 27 tháng 7 đến 14 tháng 9 là 48 ngày và nếu kể từ ngày 7 tháng 7, lúc Tiểu đoàn 7 Dù vượt qua ngã Ba Long Hưng, vào cách Chi khu Mai Lĩnh 300 thước thì mặt trận thành phố Quảng Trị thực sự đã kéo dài trong 68 ngày.

Trong 68 ngày ấy, lực lượng bộ chiến gồm bốn Tiểu đoàn Dù (5, 6, 7, 11) trong giai đoạn đầu; hoặc tám Tiểu đoàn Thủy quân Lục chiến, một liên đoàn

Biệt động quân và một thiết đoàn chiến xa của giai đoạn 2.

Trong 68 ngày đó, chỉ riêng 48 ngày của Thủy quân Lục chiến, những người lính quân đội miền Nam đã phải chiến đấu liên tục trên một chiến trường dài hai cây số năm trăm thước từ ngã Ba Long Hưng, ngõ vào thị xã Quảng Trị đến sát bờ sông Thạch Hãn và bề ngang một cây số hay 1,000 thước.

Những con số này phải viết chính xác để nói đủ về một chiến trường hẹp cứng, gai góc vượt hết ý niệm chiến trận - Chiến trường có diện tích *"Hai ngàn năm trăm thước vuông"* đó đã được 15 Tiểu đoàn Bộ chiến bao vây, quét sạch từng thước đất, phải nói từng tấc đất, nếu muốn giữ độ chính xác trong 68 ngày.

Đội quân 15 Tiểu đoàn có khoảng 7,500 đến 8,000 người phải vượt qua 2,500 thước vuông mục tiêu. Vậy mỗi người lính có bao nhiêu thước đất chiến trận? Chỉ số trung bình cho thấy: *"3 người lính có 1 thước vuông mục tiêu chiến đấu"*. Một thước vuông để tác chiến trong 68 ngày!

Quân sử thế giới, trước và sau Quảng Trị, không một nơi nào, không thể có một chiến trường nào chật cứng, đứt hơi bằng ở Quảng Trị, Việt Nam. Chắc chắn như thế.

Trong 68 ngày đó, sáu Tiểu đoàn pháo của hai Sư đoàn Dù và Thủy quân Lục chiến, dàn hải pháo Hạm đội 7 đã bắn bao nhiêu trái đạn? Phi cơ chiến đấu Mỹ từ Chu Lai (Quảng Tín), Đông Tác (Tuy Hòa); từ Guam, của Hạm đội 7 (ngoài khơi lãnh hải Đông Dương; phi cơ Việt Nam từ Đà Nẵng đã đánh bao nhiêu bom xuống khu vực cổ thành?

Trong 68 ngày, bao nhiêu cân bom, trái đạn đã rơi

xuống trên mỗi phân đất của thị xã chiều dài không quá 15 phút Honda ấy?! Quảng Trị! Muốn được kêu lên một tiếng, muốn nhỏ xuống dòng nước mắt - **Thành phố Quê Hương là Thánh Địa chịu nạn cho hết tai ương nhân loại** - Không một nơi chốn nào trên địa cầu này phải chịu đựng cảnh huống điêu linh khốc liệt bằng vùng đất gọi tên Quảng Trị, nơi thị xã có khối Cổ thành Đinh Công Tráng.

KHÔNG DÂN TỘC NÀO NÊN SỨC CHỊU ĐỰNG SO CÙNG DÂN VÀ LÍNH Ở VIỆT NAM.

Phải, Người Lính Việt Nam đã chiến đấu và tồn tại như một nhiệm màu. Trên màu nhiệm bình thường lặng lẽ này Tổ Quốc điêu linh thở từng hơi ngắn đớn đau nhưng bền bỉ. Chữ nghĩa hoàn toàn vô nghĩa trước chân dung bi tráng hùng vĩ của Người và Quê Hương - Nơi ĐẤT PHƯƠNG NAM với NGƯỜI CHỈ HUY GIỮ NƯỚC tên gọi NGÔ QUANG TRƯỞNG.

Để nhớ ngày
Người Lính lẫm liệt
giữ vững Quê Hương,
14 tháng 9, 1972
Nơi Quảng Trị - Việt Nam.
Phan Nhật Nam

Vẽ lại từ tác phẩm của NAG Nguyễn Ngọc Hạnh.

HÀO KIỆT NƯỚC NAM KHÔNG ĐỜI NÀO THIẾU

TƯỚNG QUÂN NGUYỄN VĂN HIẾU

Tướng Quân Nguyễn Văn Hiếu (1929 – 1975)

(Trong bài có trích dẫn nhiều đoạn từ tác phẩm "Thiếu Tướng Nguyễn Văn Hiếu" - Tác giả Nguyễn Văn Tín, Cali xuất bản năm 2005).

Chúng ta vừa qua tháng 6 với Lễ Tưởng Niệm Người Lính Vị Quốc Vong Thân ở nước Mỹ, trùng với thời điểm Ngày Quân lực Việt Nam Cộng hòa để tưởng nhớ Người Lính đã bảo vệ miền Nam suốt một phần tư thế kỷ. Những ngày tháng buộc phải liên tưởng đến mối uất hận không nguôi khởi từ những ngày tháng 3, tháng 4, 1975 ba mươi tám năm trước.

Uất hận nước mất, nhà tan, đọa đày, khổ nhục không cơ hội phục hồi, không khả năng giải thích. Bởi từ đâu? Và do những ai?! Để sau đó, mỗi người tự hoàn cảnh riêng rẽ, phải tìm cách biện minh với bản thân trước những câu hỏi khắc nghiệt: Tại sao xảy đến nông nỗi này? Tại sao đã phải chịu đựng tình thế bi thảm ấy? Và đồng lúc hiểu ra như một cách an ủi, cùng đành: Nỗi Đau này là Nỗi Đau Chung - Nỗi Đau toàn Dân Việt phải đồng lần gánh chịu.

Nhưng trong cơn đau thương của buổi quê nhà tàn cuộc hấp hối trong tháng 4, 1975, có một người, cả một gia đình phải chịu tình huống oán hờn sắc đậm hơn, sớm sửa hơn trước khi miền Nam đổ sụp: Gia đình của Thiếu Tướng Nguyễn Văn Hiếu - Vị Tướng Quân bị bức tử cùng lúc đất nước lâm hồi cùng kiệt. Chúng ta sống lại cảnh huống của phận Người Lính uất hận và vận Nước điêu linh - Ngày 8 tháng 4, năm 1975 - Ngày Người Lính Trung Hiếu Dũng Lược bị oan hờn bách hại.

1. Buổi đầu khởi cuộc

Năm 1949, sau khi Hồng Quân Trung cộng thâu chiếm Hoa Lục, người thanh niên Nguyễn Văn Hiếu vừa đúng hai mươi tuổi cùng gia đình rời Thượng Hải, từ một tô giới thuộc Pháp trở lại quê nhà, bến

Sài Gòn. Tiếp theo, anh di chuyển ra Hà Nội vì thân phụ, ông Nguyễn Văn Hướng, một nhân vật cao cấp của ngành An ninh, tình báo quốc gia khi chế độ vừa thành hình đầu những năm 50, được chỉ định giữ chức vụ Phó Giám đốc Công an Bắc phần.

Với ảnh hưởng giao thiệp rộng, quyền chức của người cha trong chính giới; thêm trình độ học vấn cao (sinh viên Đại học Kỹ thuật Aurore, hệ thống đại học tư do các linh mục Dòng Tên điều hành) và khả năng Anh, Pháp, Hoa thông thạo, người sinh viên Nguyễn Văn Hiếu hẳn quá dễ dàng, thuận lợi để theo học ngành, nghề kỹ thuật cao cấp nơi những trường Cao đẳng Âu, Mỹ, vốn đang là một phong trào nở rộ khi bắt đầu giữa thế kỷ 20 (sau Thế Chiến thứ Hai); hơn nữa số lượng sinh viên dự thi, du học lại quá ít ỏi. Nhưng anh chọn hướng đi khác, đường bất trắc, nguy biến hơn - *Đời sống quân ngũ với nhiệm vụ Người Lính Chiến Đấu.*

Năm 1950, anh nhập học Khóa 3 trường Võ Bị Liên Quân Đà Lạt, một trong những khóa đầu tiên sau khi trường chuyển từ Đập Đá (Huế) lên Đà Lạt trong kế hoạch đào tạo cấp chỉ huy cho Quân đội Quốc gia. Đấy sẽ là một quân đội với thành phần sĩ quan cán bộ hứng chịu toàn bộ gánh nặng cuộc chiến tranh Quốc - Cộng kéo dài theo ba thập niên với kết thúc bi thảm oan nghiệt của ngày 30 tháng 4, 1975 sau này.

Người thanh niên Nguyễn Văn Hiếu - Thiếu Tướng Nguyễn Văn Hiếu - quả tình đã đi suốt những tháng ngày bão lửa quê hương không hề đứt đoạn và kết thúc cùng lần với vận nước gian truân. Chúng ta có bổn phận phải nhắc toàn bộ hành trình chiến đấu của Người - *Vị Tướng Quân Sống -Chiến Đấu - Chết theo cùng Mệnh Nước* - để nhiên hậu lịch sử dân tộc phải xác chứng một điều cao cả: Người Lính Quân lực Việt Nam Cộng hòa quả là chủ thể thực hiện nhiệm vụ **Bảo Quốc - An Dân**, cho dù vận nước gặp phải thời suy mạt, với phận người chiến sĩ bị bức hại uất hận qua thất trận năm 1975.

Thiếu Tướng Nguyễn Văn Hiếu là một điển hình về tinh thần hy sinh khắc kỷ của Người Lính Cộng Hòa. Cái chết của Người dẫu là một kết thúc bi thảm nhưng đồng thời cũng rọi sáng thêm lòng trung liệt vô hạn thanh cao. Đoạn đường binh nghiệp của Người Lính Nguyễn Văn Hiếu khởi đầu với những bước bất trắc không suôn sẻ, dẫu người sinh viên sĩ quan Khóa 3 trường Võ Bị Liên Quân Đà Lạt ấy hội đủ tất cả những khả năng tối ưu để hoàn tất chương trình khóa học với chỉ số điểm cao nhất.

Anh đã là sinh viên sĩ quan có điểm văn hóa cao nhất, điểm quân sự cao nhất, cũng cao nhất về điểm hạnh kiểm (côte d'amour) do tánh tình khoan hòa, khiêm tốn, luôn giúp đỡ đồng bạn, mực thước và trọng nguyên tắc - Mẫu người bẩm sinh thích hợp với đời sống quân ngũ - Nói rõ hơn, những người tuổi trẻ được sắp sẵn tinh thần, trí tuệ, cá tính, ngoại hình, thể chất để trở nên hàng Tướng soái thống lĩnh ba quân nơi trận địa.

Những De Gaulle, De Lattre, Bigeard của Quân lực Pháp; Montgomery của Kỵ binh Hoàng Gia Anh; Rommel, Con Sói Sa Mạc của Quân đoàn Bắc Phi Quốc Xã Đức; hay Người Lính Lớn của Quân Lực Mỹ, McArthur. Thiếu úy Nguyễn Văn Hiếu tốt nghiệp với thứ hạng Á Khoa, nhường vinh dự Thủ khoa cho Thiếu úy Bùi Dzinh, bởi lẽ Quốc Trưởng Bảo Đại đã có chỉ dụ: Muốn thấy một người miền Trung giữ vị trí danh dự kia. Thiếu úy Hiếu không chút tự hiềm - Ông vững tin vào bản lãnh, năng lực riêng - Sức tự tin cao độ của Người Chiến Đấu với Tinh thần Kẻ Sĩ Đông Phương. Cuộc đời ngoại hạng tiếp theo chứng nhận chính xác về những phẩm chất cao quý đã lộ hé từ bước khởi đầu này. Tai họa kế tiếp do bịnh lao phổi gây nên từ lần trúng mưa, nhiễm lạnh nơi trường Đà Lạt trong một buổi huấn luyện thể chất (cũng có nguyên nhân ẩn tàng vì thân mẫu đã qua đời bởi chứng lao phổi). Và có thể đây là cớ sự đã gây nên lần tinh thần bị dao động của viên Trung úy trẻ tuổi khi nghe người bạn cùng khóa, Đại úy Lữ Lan kể về những chiến công tại mặt trận Quảng Trị (thành tích đã đưa người bạn đồng khóa này sớm thăng cấp Đại úy). *"Moa bây giờ đã là một phế nhân, không biết cuộc đời mình sau nầy sẽ ra sao?"* (NVT sđd trg 31).

Nhưng lời nói có tính cách ngã lòng trên giường bệnh ở Bệnh viện Lanessan (Hà Nội) này chỉ là dấu hiệu tạm thời và Trung úy Hiếu đã không như phần đông quân nhân mắc phải căn bệnh nguy nan này (đối với đời sống quân ngũ luôn cần thể lực tốt; hơn nữa ở buổi đầu hậu bán thế kỷ 20, thuốc chữa trị bệnh lao phổi vốn hiếm, quý, thường lấy cớ để rời bỏ quân đội. Thế nên, sau khi chữa lành bệnh ông về Nam, tiếp tục đời sống quân nhân với tư thế, tinh thần mới qua chức vụ sĩ quan Tham mưu hành quân nơi văn phòng Tham mưu Trưởng Đại Tá Trần Văn Đôn.

Với nhiệm vụ sĩ quan Phòng Ba (Phòng Hành Quân, Huấn Luyện - Bộ phận quan trọng hàng đầu thuộc tổ chức Tham mưu của tất cả quân đội hiện đại) năng lực Đại úy Nguyễn Văn Hiếu được phát triển toàn diện, chuẩn bị cho những chức vụ chỉ huy Tham mưu, Tư lệnh sau này. Vì lẽ này, khi Đại Tá Trần

Văn Đôn thăng cấp Thiếu tướng, lãnh nhiệm vụ Tư lệnh Quân đoàn I (Vùng I Chiến Thuật, từ Quảng Trị đến Quảng Ngãi) đã đưa viên sĩ quan Tham mưu ưu tú này cùng ra Đà Nẵng.

Năm 1970, khi viên sĩ quan Tham mưu ngày trước lúc ấy đã là Thiếu Tướng Nguyễn Văn Hiếu, Tư lệnh Sư đoàn 5 Bộ binh phải ra điều trần trước Quốc hội về vụ thất bại trong lần rút quân khỏi thị trấn Snoul (Campuchia), Thượng Nghị Sĩ Trần Văn Đôn, Chủ tịch Ủy ban Quốc phòng Thượng Viện đã có lời bảo chứng xác đáng: *"Nếu Quân lực Việt Nam Cộng hòa có được nhiều tướng tài giỏi như Tướng Hiếu thì Việt Nam đã không mất"* (NVT sđd trg57).

Chắc rằng lời nhận xét này không là tiếng nói do ân huệ chủ quan mà xuất phát từ một thực tế đã được chứng nghiệm. Chúng ta hãy xét tới những chiến trận điển hình để minh xác đánh giá vừa kể ra.

II. Giữa chiến địa

Cho dẫu những người viết quân sử có những ý kiến khác nhau bao nhiêu (ngay đến giới chức, học giả người Mỹ vốn có thiên kiến bất công đối với Quân lực Việt Nam Cộng hòa), nhưng tất cả hẳn phải đồng ý một điều: Tướng Đỗ Cao Trí là một trong những Tướng lãnh thao lược nhất của quân đội miền Nam; của cả Việt Nam (nếu so với hàng Tướng lãnh miền Bắc); cũng không kém sút đối với các danh tướng đồng minh. Nhưng chắc rằng, phần lớn số đông kia hẳn đã thiếu phần xác chứng do họ đã không tìm hiểu ra một trong những nguyên nhân cấu tạo nên những chiến thắng của Danh tướng Đỗ Cao Trí. Nguyên nhân ấy đã có từ lúc nắm giữ chức Tư lệnh

Sư đoàn I Bộ binh (trước đảo chính 11/11/1963), Đại Tá Đỗ Cao Trí đã giao nhiệm vụ Tham mưu Trưởng Sư đoàn vào tay Trung Tá Nguyễn Văn Hiếu. Sự gắn bó chặt chẽ giữa hai con người chiến đấu kéo dài qua suốt một thập niên (60-70), chỉ thật đứt đoạn khi Tướng Trí bị tử nạn trực thăng trong ngày 23 tháng 2, 1971, trước khi sắp rời chức vụ Tư lệnh Quân đoàn III (Biên Hòa) để ra Đà Nẵng thay thế Tướng Hoàng Xuân Lãm lúc chiến trận Hạ Lào (Hành Quân Lam Sơn 719) đang hồi nguy kịch.

Tướng Đỗ Cao Trí cũng đã chỉ thuận nhận chức vụ Tư lệnh Vùng I nếu người thay thế ông giữ chức Tư lệnh Vùng III không phải ai khác mà chính là (và chỉ là): Thiếu Tướng Nguyễn Văn Hiếu, Nguyên Tư lệnh Sư đoàn 5 Bộ binh (Bình Dương) - Mũi nhọn xung kích đã cùng ông tạo nên Chiến thắng Bình Tây - Chiến dịch đánh vỡ Trung ương cục miền Nam khởi sự từ cuối năm 1969.

Phải có một điều gì sâu xa hơn ngoài nhiệm vụ quân sự đã làm mối nối liên kết giữa hai con người kỳ tài kia. Những chiến công lẫm liệt sau sẽ là lời giải thích tường tận về cuộc phối hợp toàn hảo giữa một viên Tư lệnh dũng cảm và một Tham mưu Trưởng ngoại hạng. Điều này cũng là một đính chính xét ra cần thiết nêu lên: Tướng Đỗ Cao Trí không hề là một người *"kỳ thị Nam - Bắc"* như tin đồn đãi mà trái lại, chính ông là người *"bảo vệ"* Tướng Hiếu đến kỳ cùng.

Tương tự như thế, Thiếu Tướng Nguyễn Văn Hiếu chỉ có thể hoàn tất được nhiệm vụ khó khăn trong *"Ủy Ban Bài Trừ Tham Nhũng"* nếu không được một người miền Nam - Kẻ Sĩ sáng ngời danh tiết thuần túy Nam bộ rất mực thương yêu, quý trọng, gìn giữ: cụ Trần Văn Hương.

1964: Phá Đỗ Xá

Mật khu Đỗ Xá của lực lượng cộng sản vốn nằm trong vùng miền núi ranh giới hai tỉnh Kontum, Quảng Ngãi theo chia vùng lãnh thổ Việt Nam Cộng hòa; hoặc thuộc khu vực hoạt động của hai mặt trận B3 và B5 cộng sản. Đây là vùng hiểm trở nhất của dãy Trường Sơn với đỉnh Ngọc Lĩnh cao 8524 bộ, trấn giữ toàn vùng Hạ Lào, đổ xuống đồng bằng duyên hải miền Trung thuộc hai tỉnh Quảng Nam - Quảng Ngãi, cũng là đường thông về Kontum, Pleiku của Cao nguyên Trung Phần.

Mật khu được đặt dưới quyền của Tướng cộng sản Nguyễn Đôn, vốn là một vùng bất khả xâm phạm từ chiến tranh Pháp - Việt, giai đoạn 1945-1954. Vào buổi chiến tranh Đông Dương lần thứ hai (1960-1975), từ lúc giữ chức Tư lệnh Quân đoàn I (Đà Nẵng), Tướng Trí đã muốn *"hỏi thăm"* vùng cấm địa này, nhưng do không đủ lực lượng để mở cuộc hành quân lớn (nhất là không quân chiến thuật yểm trợ và trực thăng đổ quân); thêm nữa những biến động chính trị, xã hội suốt năm 1963 khiến ông phải bỏ qua dự định dọn sạch Mật khu Đỗ Xá.

Tháng 1/1964, Tướng Trí đổi lên trấn thủ Vùng II (Cao nguyên Trung Phần), *"cục xương"* Đỗ Xá trở lại như một thách thức và lần này ông quyết ra tay, dẫu vùng hành quân dự trù phần lớn nằm trong địa vực tỉnh Quảng Ngãi (thuộc Vùng I Chiến Thuật).

Đại Tá Nguyễn Văn Hiếu, Tham mưu Trưởng Quân đoàn II được trao nhiệm vụ thiết lập, điều động kế hoạch hành quân dưới quyền chỉ huy của Tư lệnh Quân đoàn, Thiếu Tướng Đỗ Cao Trí và Tư lệnh Phó, Thiếu Tướng Lữ Lan. Lực lượng hành quân chia làm hai cánh: Cánh A gồm ba Tiểu đoàn Biệt Động Quân dưới quyền của Thiếu Tá Sơn Thương; Cánh B do Thiếu Tá Phan Trọng Chinh chỉ huy Trung đoàn 50 Bộ binh làm nỗ lực chính; cánh quân này được tăng phái Tiểu đoàn 5 Nhảy Dù của Thiếu Tá Ngô Quang Trưởng.

Với khả năng giao thiệp rộng từ lúc còn là phụ tá hành quân Quân đoàn I, Đại Tá Hiếu đã có liên hệ mật thiết với Thiếu Tá Thủy quân Lục chiến Wagner, cố vấn của đơn vị Thủy quân Lục chiến Mỹ bên cạnh bộ tư lệnh Quân đoàn, nên hôm nay hai người là nhân tố chính để phối hợp soạn thảo kế hoạch trực thăng vận với Phi đoàn HMM-364 của Thủy quân Lục chiến Mỹ với số lượng 16 trực thăng H34 chuyển quân, đồng đổ bộ một lúc xuống bãi đáp, được hai trực thăng H34 của Không quân Việt Nam từ Đà Nẵng vào tăng cường.

Đoàn trực thăng chuyển quân có năm chiếc UH-1B võ trang thuộc Tiểu đoàn 52 Không quân *"Dragon Flight"* của Lục quân Mỹ yểm trợ bảo vệ suốt lộ trình tới mục tiêu và tại bãi đáp (LZ) Đỗ Xá. Vùng hành quân được phi cơ quan sát L19 *"Bird Dog"* Hoa Kỳ bao vùng, chỉ điểm, ngoài ra còn có máy bay Helio Courier STOL của Đại Tá Merchant, văn phòng CIA và Đại Tá Cố vấn Trưởng Quân đoàn I bay trên cao độ 5,000 bộ để thanh sát tổng quát cuộc hành quân với chỉ danh *Sure Win 202* về phía Thủy quân Lục chiến Mỹ.

Từ thực tế vừa trình bày, Hành Quân Quyết Thắng 202 không chỉ là một hoạt động quân sự thuần túy, nhưng đã là cuộc trắc nghiệm khả năng quân lực Cộng hòa sau những biến động chính trị 1963, 1964 và cụ thể là lượng giá khả năng của chính những sĩ quan cao cấp đang chỉ huy, điều động cuộc hành quân.

Ngày 27 tháng 4, 1964 chiến dịch tấn công Đỗ Xá bắt đầu. Từ phi trường Quảng Ngãi, nơi đặt Bộ

Chỉ huy Hành quân, 18 trực thăng H34 đợt xung kích đầu tiên đồng loạt đưa toàn bộ Tiểu đoàn 5 Nhảy Dù vào trận địa. Súng cao xạ của cộng sản không chỉ bố trí chung quanh bãi đáp, nhưng dài theo thung lũng dọc đường bay của trực thăng chuyển quân.

Hãy nghe lại lời kể của Đại úy "Woody" Goodmansee, Trưởng toán trực thăng võ trang (sau này là Trung Tướng Lục Quân hồi hưu): *"Trong đợt đầu trực thăng đầu bay thấp khoảng 100 bộ, tất cả bốn trực thăng Dragon đều thả khói hai bên trực thăng (để ngụy trang). Tôi có thể thấy các lằn đạn xẹt ngang dọc từ cả hai bên (lộ trình bay). Trong một vòng bay từ Tây sang Đông, tôi bị một súng phòng không 50 ly nhắm bắn từ phía Nam, một lằn đạn xẹt qua dưới bụng trực thăng... (NVT sđd trg 351).*

Đấy là cảnh tượng trên không. Dưới mặt đất, Tiểu đoàn 5 Nhảy Dù bị tấn công ngay tại bãi đáp, Thiếu Tá Ngô Quang Trưởng dàn hết bốn Đại đội tác chiến lẫn Đại đội chỉ huy để cự địch. Đại đội Trưởng Trần Đại Tân Âu tử thương ngay từ khi xuống bãi đáp; khẩu súng 57 không giật của Đại đội chỉ huy công vụ (vốn là súng phá công sự, chống chiến xa) nay biến thành vũ khí bắn thẳng để bảo vệ cận phòng bộ chỉ huy Tiểu đoàn.

Tướng Đỗ Cao Trí đích thân chỉ huy trận địa từ trên không, trực thăng chở ông và các Tướng Lữ Lan, Tướng Minh (Tư lệnh Không quân sau này) phải bay sát ngọn cây để tránh phòng không; nhưng về đến phi trường Quảng Ngãi, kiểm soát lại, lưng và bụng trực thăng đều bị trúng đạn lỗ chỗ. Không núng thế, Tướng Trí thả nốt Tiểu đoàn Biệt Động quân vào trận, tiếp sức với nhảy dù cày sạch vùng bất khả xâm phạm gọi là Đỗ Xá.

Chỉ riêng ngày thứ hai của cuộc hành quân, phía biệt động đã tịch thu được một đại liên 30 ly, một trung liên, sáu tiểu liên và 144 súng cá nhân, một ngàn bịch chất nổ, một số lượng lớn quân trang, lựu đạn, mìn và tài liệu quan trọng. Cuối trận, tổng số vũ khí có thêm hai phòng không 52 ly, một đại liên 30 ly và 69 súng cá nhân với 62 xác đếm tại hiện trường; 17 tù binh bị bắt. *(NVT sđd trg 347-348).*

Cuộc hành quân chấm dứt đúng một tháng sau, 27 tháng 5 do Trung đoàn 50 Bộ binh của Thiếu Tá Phan Trọng Chinh hoàn tất quét sạch toàn vùng Đỗ Xá sau khi Nhảy Dù và Biệt Động Quân đã kết thành vòng đai chận bít không để lực lượng cộng sản chạy lẩn vào vùng núi phía Tây, hoặc về phía Nam của Cao nguyên Trung Phần.

Số lượng vũ khí và nhân mạng phía cộng sản bị thiệt hại như kể trên không phải là một thắng lợi quân sự quá to lớn, nhưng đứng về mặt chính trị đã chứng minh điều quan trọng: Sau những xáo trộn chính trị (1963-64) mà tập thể người lính bị cuốn hút vào do những quân nhân chỉ huy muốn tranh đoạt quyền lực lãnh đạo Quốc gia theo một phong trào *"Quân nhân cầm quyền với sức mạnh nòng súng"* đang diễn ra trên toàn thế giới (Nasser ở Ai Cập; Phác Chánh Hy, Đại Hàn; Fidel Castro, Cuba; gần gũi, trong khu vực Đông Dương với Đại úy Kông Le ở Lào...) Quân lực Việt Nam Cộng hòa đã lấy lại sức mạnh chiến đấu cơ hữu; có khả năng thực hiện những cuộc hành quân lớn cấp Trung đoàn, Sư đoàn nếu như những sĩ quan Tham mưu, chỉ huy được yểm trợ xác đáng và nhất là để họ toàn quyền điều động đơn vị quân binh theo thực tế chiến trường chứ không là một biểu diễn bề mặt vì mục tiêu chính trị.

Chứng minh điển hình đối với luận cứ này là Hành Quân Phi Hỏa với hằng trăm trực thăng chuyển quân (Hành quân trực thăng vận lớn nhất, huy động trực thăng toàn vùng Đông - Nam Á) với lần tham dự của bốn Tiểu đoàn nhảy dù đồng đổ bộ xuống vùng mật khu Hố Bò (Bình Dương) vào cuối tháng 8 cũng trong năm 1964 đã không đưa lại kết quả mong muốn. Hoặc tại chính chiến trường Đỗ Xá này, Tướng Nguyễn Khánh và Tham mưu Trưởng Ngô Dzu đã một lần thất bại trước khi hoán đổi vùng trách nhiệm với Tư lệnh Đỗ Cao Trí và Tham mưu Trưởng Nguyễn Văn Hiếu.

Cuối cùng, tất cả đã chứng minh: Hành Quân Quyết Thắng 202 của Quân đoàn II vào Đỗ Xá là một kế hoạch hành quân chính xác, đáp ứng đúng điều kiện, yêu cầu của chiến trường, được chỉ huy, điều động bởi những con người thao lược nơi trận tiền với quyết tâm: *Đánh tất thắng chứ không là cuộc diễn binh cầu may với mạng sống của quân sĩ.*

Ngoài ra, có một chi tiết nhỏ nhưng cần phải nêu rõ: Những đơn vị nhảy dù, biệt động, bộ binh nơi mặt trận Đỗ Xá đồng được chỉ huy bởi những sĩ quan vốn xuất thân binh chủng Nhảy dù: Tướng Đỗ Cao Trí, các Thiếu Tá Phan Trọng Chinh, Ngô Quang Trưởng, Sơn Thương - *Nhưng tất cả diễn tiến hành quân đã được Đại Tá Bộ binh Nguyễn Văn Hiếu lập kế hoạch tổ chức và điều hành chỉ huy Tham mưu* - Đây cũng là mục đích của công việc muộn màng nhưng cần thiết của chúng ta hôm nay đối với Người Lính đã Vị Quốc Vong Thân qua cách vô ân của một chế độ do những người cầm đầu bất nhân nghĩa, tham nhũng, xây công danh, tài lợi trên xương máu chiến sĩ, đồng bào, đồng đội. Những phần tiếp theo sẽ minh chứng Nỗi Đau Chung này dẫn đến lần đau tàn cuộc ngày 30 tháng 4, 1975.

1965: Đánh thông Quốc lộ 19, Đèo An Khê

19 giờ chiều ngày 24 tháng Sáu, 1954, mà chỉ không đầy một tháng sau (20 tháng 7, 1954) Hiệp định Genève sẽ ký kết, chấm dứt chiến tranh Đông Dương lần thứ Nhất. Nhưng trên đèo Mang Yang, nơi Cây số 15, Quốc lộ 19 nối Pleiku (Thủ phủ quân sự vùng Cao Nguyên) với Quy Nhơn (Hải cảng quan trọng của duyên hải Trung Việt) đang diễn ra cảnh tượng địa ngục...

Trung đoàn 803 cộng sản cố tâm diệt gọn Trung đoàn Triều Tiên của Quân đoàn Viễn Chinh Pháp, đơn vị lập kỳ tích chận đứng làn sóng biển người của Hồng quân Trung cộng nơi mặt trận Triều Tiên năm 1953 bên cạnh Sư đoàn 2 Bộ binh Mỹ. Thế nên, binh sĩ của Trung đoàn Triều Tiên này vẫn mang nơi vai áo huy hiệu Ngôi Sao Trắng với hình tượng Đầu Người Da Đỏ của Sư đoàn 2 Bộ binh Mỹ để đánh dấu chiến thắng vinh dự kia.

Nhưng vào năm 1954 với đèo An Khê của chiến tranh Việt Nam chứ không là bán đảo Triều Tiên của năm 1953 nên những thành phần sống sót của Chiến đoàn Lưu Động số 100 - Group Mobile 100 mà Trung đoàn Triều Tiên là thành phần xung kích điển hình, mối kiêu hãnh của Chiến đoàn đang cố gắng tập họp lực lượng lại sau lần bị nghiền nát bởi sáu giờ kịch chiến với bộ đội cộng sản. Thật sự ra họ đã chịu đựng sáu tháng hiểm nghèo từ khi tham chiến nơi mặt trận Cao nguyên Trung Phần nước Việt.

Đêm xuống mau dẫu trời miền núi tháng Sáu soi rọi những ánh chớp chói lòa khi binh sĩ ném lựu đạn lân tinh phá nòng súng đại bác; đốt cháy quân trang cụ; bắn hết đạn các súng cộng đồng, vũ khí nặng trước khi phá hủy để chuẩn bị cho vụ rút chạy khỏi vùng tập kích của Trung đoàn 803 cộng sản. *(Bernard B. Fall, Street Without Joy. Schoken Books - New York, 1972 pp214-220).*

Phải nói nói rõ hơn, trận chiến đèo An Khê trên Quốc lộ 19 với lần tiêu diệt toàn bộ Chiến đoàn Lưu Động số 100 (G.M.100) năm 1954 chỉ là diện chiến thuật của một sách lược lớn của chiến trường Đông Dương bao gồm Cao Nguyên Trung Phần, ngã ba biên giới ba nước Việt - Miên - Lào. Đấy là cô lập Cao Nguyên, chiếm giữ đường di chuyển Bắc - Nam mặt Đông Trường Sơn, theo đường 14 xuống chiếm Ban Mê Thuột, vào vùng thượng nguồn sông Đồng Nai, tiếp đến miền Đông Nam Bộ.

Thế trận của năm 1954 sau này được lập lại trong những năm 1974-1975 trước khi mất miền Nam với lãnh thổ Cao Nguyên miền Trung bị bỏ trống do cuộc di tản tai họa theo tỉnh lộ 7 từ Pleiku về Tuy Hòa của Quân đoàn II và toàn thể lực lượng diện địa thuộc Quân khu II trong tháng 3 năm 1975.

Cuối cùng, kế hoạch xâm thực của Trung cộng hiện nay, đầu thế kỷ 21, cũng là củng cố địa bàn Cao Nguyên miền Trung qua các trọng điểm khai thác bâu-xít Nhân Cơ, Tân Rai bằng cách đóng chốt vùng cao nguyên, xương sống nước Việt với những đoàn quân binh, phạm nhân ngụy trang làm công nhân kỹ nghệ. Tất cả đang đợi một giờ G, ngày N để tháo bùn đỏ theo sông Đồng Nai tràn về miền Đông Nam Bộ. Để rồi từ cao nguyên đánh xuống đồng bằng, nối với các chốt (ngụy trang những bè cá ở Cam Ranh, Nha Trang...) vùng duyên hải, phối hợp với lực lượng hải - lục quân từ Hoàng, Trường Sa đổ bộ vào.

Kế hoạch xâm chiếm Việt Nam từ Cao Nguyên Trung Phần như vừa kể ra không phải là một cuộc chiến tưởng tượng nhưng là một quan niệm điều quân rất có khả năng thi hành đối với tất cả những ai có hiểu biết lý thuyết quân sự, kinh nghiệm chiến trường. Cụ thể qua hai cuộc chiến 1954 và 1975 nơi chiến trường Cao Nguyên quyết định này.

Trở lại năm 1965 nơi núi rừng Tây Nguyên. Chúng ta hãy xem Đại Tá Tham mưu Trưởng Quân đoàn II đã chiến đấu như thế nào để giữ vững Trường Sơn.

Năm 1965, Hà Nội phát động một chiến dịch nhằm cắt đôi Việt Nam từ Cao Nguyên xuống đồng bằng theo đường 19 theo một kế hoạch đánh bại Quân lực Việt Nam Cộng hòa trong một trận chiến quy ước với những Sư đoàn chính quy cộng sản Bắc Việt. Đến giai đoạn này, chúng ta phải dùng đến cụm từ *"cộng sản Bắc Việt"* vì những lực lượng tham chiến thuần là những đơn vị chính quy thuộc mặt trận B3 và B5 được chỉ huy, điều động bởi Bộ Tổng quân ủy miền Bắc với sao chép nguyên bản từ chiến dịch Đông - Xuân 1954 như trên vừa kể ra.

Quốc lộ 19, đèo Mang Yang thêm một lần sôi máu lửa. Ngày 20 tháng 2, 1965 Căn cứ tiền phương số I của một Đại đội Dân Sự Chiến Đấu (DSCĐ) dọc đường 19, Tây Đèo Mang bị tấn công sau lần một Đại đội địa phương quân bị phục kích khi di chuyển từ Pleiku về một căn cứ trên Đèo Mang. Đại đội địa phương quân lẫn trại DSCĐ không thể là những đối thủ với lực lượng cộng sản chính quy, bởi đơn vị này đã được trang bị những vũ khí hiện đại nhất do Liên Xô chế tạo và cung cấp: Súng tiểu liên AK, súng phóng lựu RPD, bản sao cải tiến của súng chống chiến xa RPG2. Trái lại phía DSCĐ, địa phương quân, hoặc các đơn vị chủ lực của Việt Nam Cộng hòa như Nhảy Dù, Biệt Động, Thủy quân Lục chiến, (trong những năm 1965, 66, 67) vẫn còn dùng những vũ khí cổ điển từ Đệ Nhị Thế Chiến để lại như Garant; Carbin M1...

Trận chiến dọc đường 19, hai bên Đông - Tây đèo Yang lập lại chiến thuật cổ điển phía cộng sản thường áp dụng (và áp dụng hữu hiệu) - Chiến thuật *"Công Đồn Đả Viện"* - Nhưng sau hai ngày giao tranh khốc liệt, các trại DSCĐ số 1 (Tây Đèo Mang); số 2 (Đông Đèo Mang) vẫn giữ vững được nhờ yểm trợ liên hoàn và được một Tiểu đoàn biệt động quân đóng tại An Khê (Đông Đèo Mang khoảng hơn 50 cây số) làm thành phần trừ bị, tiếp ứng. Bộ Chỉ huy Lực lượng đặc biệt đóng tại Pleiku còn thành lập sẵn những Trung đội DSCĐ chuyên nhảy trực thăng vận theo Chiến Thuật Diều Hâu để tiếp cứu chiến trường khi hữu sự.

Tuy bị bất ngờ bởi chiến thuật trực thăng vận, cùng yểm trợ hỏa lực cận phòng mạnh mẽ của trực thăng võ trang Hoa Kỳ, khu trực Skyraider, B57 của Không quân Việt Nam, nhưng với hệ thống phòng không tinh vi, hữu hiệu, phía cộng sản cũng gây thiệt hại lớn đối với DSCĐ, Biệt Động Quân, các toán nhảy Diều Hâu tiếp ứng.

Tính đến ngày 24 tháng 2, tình hình ngưng lại ở điểm bế tắc: Căn cứ tiền phương số 2 của DSCĐ (bao gồm thêm một thành phần Biệt Động Quân bị kẹt lại) cần phải di tản vì không thể chịu đựng áp lực pháo kích liên tục do một hệ thống súng cối 82 ly đặt dày chung quanh căn cứ. Trong số 220 quân nhân cần di tản có một cháu nhỏ (bị thương) mới chín tháng. Đây là hành khách độc nhất được sống sót của chuyến xe đò dân sự đi từ Quy Nhơn lên Pleiku bị tàn sát ngày hôm trước khi chiếc xe rơi vào bãi pháo cộng sản.

Đại Tá Tham mưu Trưởng Nguyễn Văn Hiếu và Cố vấn Trưởng quân Đoàn sau hai ngày thám sát, nghiên cứu chiến trường đồng có chung kết luận: Lực lượng cộng sản thuần là những Tiểu đoàn chủ lực của Mặt trận B3 với vũ khí hiện đại, có khả năng cao độ về chiến thuật di động hỏa lực, tập trung hỏa lực phòng không. Đạo quân này rõ ràng có ý định biến thung lũng An Khê (Đông Đèo Mang, dọc đường 19) thành một chiến trường lớn hợp cùng đạo quân ở đồng bằng (Vùng Bình Định tức Liên khu 5 cộng sản) cắt đôi miền Nam như đã thực hiện một lần trong chiến tranh 1946-1954.

Biện pháp cấp thời được đưa ra là phải bốc ngay toán quân đang bị cầm giữ của Căn cứ 2 trước khi trại bị tràn ngập. Tướng Nguyễn Hữu Có, tân Tư lệnh đồng ý trên nguyên tắc nhưng đồng thời nêu lên một khó khăn: Không đủ hỏa lực để bao vùng yểm trợ cuộc hành quân trực thăng vận vào bốc toán quân ở căn cứ 2; hơn nữa hệ thống súng cối 82 ly cộng sản chung quanh căn cứ sẽ tạo một vùng lửa tại bãi đáp trực thăng (trong căn cứ). Và nếu tình hình như thế ắt sẽ xảy ra, cuộc hành quân trực thăng vận nhằm giải cứu lực lượng bạn sẽ biến thành một cuộc hành quân tự sát.

Cuối cùng, quân đoàn phải cậy đến một biện pháp do chính Tướng Westmoreland quyết định: Dùng phản lực cơ chiến đấu F100 Hoa Kỳ hiệp đồng với A-1E, B57 VNCH đánh tiếp cận hai bên sườn thung lũng, trong khi trực thăng võ trang xạ kích vào các vị trí cối cộng quân sát trại, để trực thăng chuyển quân vào bãi đáp cứu bạn.

Cuộc hành quân trực thăng vận được thiết kế và hoàn tất như một phép lạ: Không một người bị nạn trong ba đợt bốc đầu tiên, chỉ một trực thăng và một người bị thương trong chuyến bốc cuối cùng. Đại Tá Tham mưu Trưởng Nguyễn Văn Hiếu hoàn tất một cuộc hành quân giải cứu do ông lập kế hoạch và phối hợp tuyệt hảo (với liên quân Việt - Mỹ) mà đến hôm nay mấy người đã hay.

    Giải tỏa được căn cứ DSCĐ, Bộ Tư lệnh Quân đoàn II cậy tiếp đến quân trừ bị: Chiến đoàn 2 Nhảy Dù gồm hai Tiểu đoàn 7 và 8 Dù được không vận từ Sài Gòn xuống phi trường An Khê, xong từ đây xuất quân quét sạch toàn diện đoạn đường gai góc từ quận An Túc đến Đèo Mang.

    Quân cộng sản núng thế, chuyển hướng lên phía Bắc vây đánh trại Lực Lượng Đặc Biệt (LLĐB) K'nack (Bắc đường 19 để giải tỏa áp lực của nhảy dù nơi thung lũng An Khê) với cách đánh biển người (như Hồng quân Trung cộng đã áp dụng ở các cao điểm Pock Chop, T-Bone và Old Baldy ở Mặt trận Triều Tiên năm 1953): Hai Tiểu đoàn xung phong vào những tiền đồn chỉ do quân số một Trung đội DSCĐ chiếm giữ. Một tiền đồn bị tràn ngập, nhưng sau đó, DSCĐ phản công chiếm lại do trợ lực của nhảy dù từ phía Nam đánh lên, giải tỏa lực lượng cộng sản bao vây quanh trại LLĐB.

    Cuối trận, quân cộng sản rút lui để lại 126 xác chết với đại bác không giật 57 ly, súng cối 82 ly cùng rất nhiều lựu đạn, chất nổ. Nhưng thành quả lớn nhất của cuộc hành quân là: *Các đoàn xe được hộ tống lên Pleiku tạo nên một sinh khí mới trên vùng cao nguyên. Vật giá thực phẩm và hàng hóa giảm từ 25 đến 30 phần trăm, đồng thời dân chúng hồi phục cảm nghiệm an ninh, tin tưởng và hy vọng. Học sinh tại Pleiku tình nguyện giúp quân lính gỡ hàng xuống*

*và dân chúng trước đây di tản nay trở lần lượt về.
(Trung Tướng Vĩnh Lộc, Military Review, April 1966-
NVT sđd p378).*

Nhưng mấy ai trong những người dân của thành phố Pleiku ngày ấy hiểu ra rằng đời sống họ tìm lại được là do từ máu xương, sinh mạng của trăm, ngàn người lính - Trong đó có Người Lính Lớn vô cùng khiêm cung tận tụy với quân đội và quê hương - Đại Tá Tham mưu Trưởng Nguyễn Văn Hiếu.

Người dân Pleiku nào ai biết, nghe đến tên Người, ngay cả bản thân người viết đoạn ký sự này lúc ấy là viên Thiếu úy thuộc Tiểu đoàn 7 Nhảy Dù, đơn vị giải tỏa đoạn An Khê - Đèo Mang, tháng 3, năm 1965. Thất bại ở mặt trận đường 19, tiếp theo chiến dịch tái chiếm Bồng Sơn, Tam Quan (tháng 4, 1965) với Sư đoàn 22 Bộ binh được tăng phái một Lữ đoàn Thủy quân Lục chiến bẻ gãy kế hoạch cắt Quốc lộ I tại khu vực chiến lược Quảng Ngãi - Bình Định (thuộc Mặt trận B5 cộng sản) buộc phía chỉ huy cộng sản tại Vùng II (của Việt Nam Cộng hòa) phải rà soát lại kế hoạch.

Và một lần nữa, những người cầm đầu ở Hà Nội lại chuyển chiến trường trở lại dọc Quốc lộ 14 (Đường nối Pleiku với Ban Mê Thuột (phía Nam); với Komtum (Phía Bắc) từ mùa mưa đến khi mùa khô bắt đầu nơi cao nguyên (từ tháng 4 đến hết cuối năm 1965) với những Sư đoàn thiện chiến nhất của Mặt trận B3 cộng sản: Sư đoàn 325; SĐ F10; SĐ 2 Sao Vàng, những đơn vị chủ lực tinh nhuệ của quân đội miền Bắc do các kiện tướng Vũ Lăng, Hoàng Minh Thảo, Chu Huy Mân... chỉ huy.

Sau này, vào giai đoạn chót của chiến tranh, tháng 3/1975, đích thân Tổng Tham mưu Trưởng Văn Tiến Dũng chỉ huy chiến dịch đánh chiếm Tây

Nguyên theo chỉ đạo trực tiếp của Bộ Tổng quân ủy Hà Nội. Trong cùng lúc, Bộ Tư lệnh Quân đoàn II lần lượt thay đổi người chỉ huy: Các Tướng Đỗ Cao Trí, Nguyễn Hữu Có, Vĩnh Lộc tiếp thay thế giữ chức Tư lệnh, nhưng chỉ riêng viên Tham mưu Trưởng vẫn giữ nguyên vị trí.

Thế nên, chúng ta có thể xác định về một thực tế mà không sợ sai lầm, chủ quan: Chính Đại Tá Nguyễn Văn Hiếu, Tham mưu Trưởng Quân đoàn II là người đã đối đầu liên tục, trực tiếp với Bộ Chỉ huy quân sự miền Bắc nơi chiến trường Tây Nguyên trong suốt năm 1965 chứ không ai khác. Từ đó chúng ta có thể đặt nên một vấn nạn muộn màng:

Giá như năm 1974-1975, Thiếu Tướng Nguyễn Văn Hiếu nắm giữ chức Tư lệnh Vùng II, biết đâu sẽ không có tình thế di tản Cao Nguyên trong tháng 3, 1975... Từ đó tình hình quân sự đâu có thể nhanh chóng sụp đổ như thực tế đã xảy ra 55 ngày sau?! Nhưng tất cả đã thành sự với 30 tháng 4, 1975!

1965: Giải tỏa Quốc Lộ 14, Đức Cơ

Trở lại mùa mưa 1965, dọc theo Quốc lộ 14, lực lượng cộng sản liên tục mở ra những hoạt động tấn công lấn chiếm có hệ thống như sau: Ngày 16 tháng 5, quận Phú Túc và Buôn Mroc thuộc tỉnh Phú Bổn (hay Hậu Bổn, tên cũ Cheo Reo), cách Pleiku khoảng 70 cây số đường thẳng về hướng Đông - Nam bị tấn công, địa phương quân kêu cứu với trại Lực Lượng Đặc Biệt (LLĐB) đóng gần đấy để xin yểm trợ nhưng không được vì đơn vị LLĐB cũng bị tấn công, cả toán tiếp ứng, lẫn căn cứ trại.

Tình hình Phú Bổn suy sụp nhanh chóng, quân

đoàn phải không vận một Tiểu đoàn của Trung đoàn 40 thuộc Sư đoàn 23 Bộ binh để tiếp cứu. Tỉnh lỵ Phú Bổn chỉ liên lạc, tiếp tế với bên ngoài bằng đường hàng không bởi cầu Lệ Bắc trên Tỉnh Lộ 7 bị giật sập. Ngày 20 tháng 5, quân cộng sản tấn công đơn vị địa phương giữ cầu Pokala và phá hủy cây cầu quan trọng này khiến tất cả hệ thống đồn bót, trại LLĐB, phía Tây - Bắc Kontum đồng bị cắt đứt.

Tình hình càng tồi tệ hơn vào ngày 1 tháng 6, khi một phái đoàn của tỉnh Pleiku do tỉnh trưởng dẫn đầu vào thanh tra thăm viếng quận Lệ Thanh (30 cây số phía Tây Pleiku, bên trái đường 14) bị phục kích và quận bị tràn ngập từ sáng sớm cùng ngày. Quân đoàn phải cho đổ bộ các toán Diều Hâu (Eagle Flight) để giải cứu phái đoàn, đồng thời điều động chiến đoàn nhảy dù đang sẵn có mặt trong vùng vào giải tỏa quận Lệ Thanh.

Tình hình nghiêm trọng đến đây chưa hẳn hết, thành phần đi đón đoàn xe của tỉnh gặp nhau tại một điểm trên Quốc lộ 19 (đoạn đường Tây PLeiku đến biên giới Việt - Campuchia). Đây cũng chính là điểm phục kích của bộ đội cộng sản, trực thăng võ trang của Tiểu đoàn 52 Không quân Mỹ từ trại Holloway phải liên tục vào vùng để yểm trợ cho đoàn quân xa của Tỉnh Trưởng trở về, hai chiếc trực thăng bị bắn rơi; đoàn người và xe của tỉnh (đoàn của Tỉnh Trưởng lẫn đoàn đi đón) đồng bị tiêu hủy nặng nề, người sống sót phân tán tìm đường chạy về Pleiku.

Tư lệnh vùng Tướng Vĩnh Lộc cuối cùng phải hủy bỏ quận đường Lệ Thanh cũ để đưa về một vị trí gần Quốc lộ 14 (gần Pleiku) để dễ yểm trợ hơn, tuy nhiên phải giữ tiền đồn Đức Cơ, điểm xa nhất của lực lượng chính phủ nằm trên nhánh Tây đường 19, đối mặt với biên giới Campuchia.

Tình hình ở phía Nam, nơi tỉnh Phú Bổn cũng không khá hơn, một Tiểu đoàn của Trung đoàn 40 thuộc Sư đoàn 23 Bộ binh trên đường tiến tới cầu Lệ Bắc cốt để tái lập an ninh và sửa chữa cây cầu lại rơi vào một ổ phục kích, rốt cuộc phải rút về lại quận Phú Túc để chịu chung số phận của toàn tỉnh bị bao vây. Tiếp đến quận Thuận Mẫn, Tây - Nam của tỉnh lại bị tấn công và đe dọa bị tràn ngập, Chiến đoàn nhảy dù lại được điều động đến hợp cùng Tiểu đoàn của Trung đoàn 40 cố mở đường tiếp cứu quận.

Quân cộng sản tấn công vào giữa đội hình của nhảy dù và bộ binh, tràn ngập các vị trí pháo và đốt cháy đoàn xe chở đạn đến Thuận Mẫn. Các Tiểu đoàn Dù phải co cụm lại tự bảo vệ để đợi tải thương và tiếp tế đạn dược.

Tư lệnh Quân đoàn đối mặt với một tình hình càng ngày càng đen tối bởi ý đồ của phía cộng sản quyết đánh chiếm Cao Nguyên trong mùa mưa càng lộ rõ, nên phải xin tiếp viện từ Sài Gòn. Thế nên một chiến đoàn Thủy quân Lục chiến (TQLC) và một chiến đoàn Dù được điều động đến Phú Bổn trong tình trạng khẩn cấp. Phi trường Cheo Reo bỗng nhiên trở nên thành một phi trường bận rộn nhất của chiến tranh Việt Nam. Các phi cơ vận tải Hoa Kỳ do điều động của Ban Tham mưu Quân đoàn đã bay liên tục trong vòng 24 giờ để chuyển quân.

Chiến đoàn nhảy dù thứ hai vừa tới nơi đã vội vào vùng để giải tỏa áp lực cho Chiến đoàn đang bị vây khốn ở Thuận Mẫn. Về mặt Bắc Pleiku, quận Toumorong cực Bắc của Kontum bị tràn ngập từ đầu tháng 7, vì đây là một nơi quá xa, lại không phải là một vị trí quan yếu nên Quân đoàn ra lệnh cho triệt thoái về quận Dakto (Tân Cảnh) nơi đặt bản doanh của Trung đoàn 42.

Đến lượt quận đường Dakto bị tấn công (7 tháng 7); Trung đoàn Trưởng 42, Trung Tá Lại Văn Chữ tử thương; Thiếu Tá John R. Black Cố vấn Trưởng bị thương nặng khi điều quân lên giải cứu quận. Tình hình Trung đoàn suy sụp sau cái chết của Trung Tá Chữ, Quân đoàn vội điều Đại Tá Đàm Văn Quý đến chỉ huy Trung đoàn 42; viên Trung Tá Cố vấn Thomas Perkins (trước đây làm việc chung với Đại Tá Quý) cũng vội lên Kontum để tăng cường hệ thống cố vấn.

Một Tiểu đoàn Biệt Động và Chiến đoàn Thủy quân Lục chiến vừa vào vùng được không vận lên Tân Cảnh phối hợp với Trung đoàn 42 để chặn địch mạn phía Bắc Kontum. Cùng thời điểm tình hình quân sự sôi bỏng bùng vỡ mỗi ngày nơi Tây Nguyên thì ở Sài Gòn những vụ biến động chính trị cũng thường trực xảy ra với tốc độ chóng mặt...

Biểu dương lực lượng, 12 tháng 9, 1964; đảo chính hụt, 19 tháng 2, 1965; tiếp đến phản đảo chính, 20 tháng 5... Các nội các đua nhau thay đổi với Thủ Tướng Phan Huy Quát, Trần Văn Hương; đồng bào Công giáo, Phật giáo thay nhau xuống đường, hỗn chiến, biến Sài Gòn thành một chiến địa hung hãn không kém mặt trận súng đạn nơi Cao Nguyên.

Trận chiến tại các trại Lực lượng Đặc Biệt Đức Cơ, Pleime như giọt nước tràn qua chiếc ly đã nứt vỡ, đồng lúc các Tư lệnh quân đoàn cũng liên tục thay đổi theo tình hình chính trị của Sài Gòn. Riêng chỉ Đại Tá Nguyễn Văn Hiếu vẫn giữa chắc chức vụ Tham mưu Trưởng Quân đoàn với những người lính giữa vũng lửa ở núi rừng Cao Nguyên.

Trong tình thế như vừa kể ra, trại Lực Lượng Đặc

Biệt Đức Cơ nằm cuối nhánh Tây đường 19, đối mặt biên giới Việt - Campuchia, hứng chịu toàn phần áp lực của lực lượng quân đội cộng sản Mặt trận B3 sau khi quận Lệ Thanh bị lấn chiếm.

Vào giữa tháng 7, trại hoàn toàn bị bao vây và các cuộc tuần tiểu ra bên ngoài đều bị đánh bật vào lại bên trong. Và dù đã có hằng trăm phi vụ oanh tạc chung quanh trại, nhưng bộ đội cộng sản vốn thiện nghệ trong nghệ thuật công kiên chiến, địa đạo chiến, nên đã bố trí một hệ thống hỏa lực cối chung quanh trại, đe dọa bãi đáp trực thăng của trại cũng không thể sử dụng được.

Một kế hoạch hành quân táo bạo nhưng vô cùng tinh vi và chính xác được Tham mưu Trưởng Nguyễn Văn Hiếu thiết lập, trình lên Bộ Tư lệnh Quân đoàn II: Sử dụng Chiến đoàn I Dù gồm ba Tiểu đoàn 1, 3 và 5. Đây là những đơn vị xung kích hàng đầu của Lữ đoàn Dù (trước tháng 12 năm 1965 phiên hiệu Sư đoàn Nhảy Dù chưa thành lập) có nhiệm vụ trong một thời hạn ngắn nhất phải chiếm cho được phi đạo (dành cho máy bay C123; C7 Caribou) sau khi phi cơ chiến đấu dội bom cách vị trí pháo cối chung quanh trại.

Sau khi xuống được phi đạo theo như dự trù, Chiến đoàn I Dù cố mở rộng vòng đai kiểm soát nhưng bất thành, họ phải rút lại trở về phi đạo. Vấn đề sinh tử của chiến trận đối với Ban Tham mưu Quân đoàn là, quân số tham chiến của phía cộng sản quả thật đã hơn hẳn bên lực lượng Dù (chỉ là một Chiến đoàn gồm ba Tiểu đoàn đã bị tổn thất từ những trận ở vùng Phú Bổn, Cheo Reo từ tháng 4); trong khi lực lượng cộng sản bao vây trại là một Trung đoàn - Có nghĩa, phía đối phương đã ném hẳn một sư đoàn vào trận địa.

Vấn đề không còn là những trận đánh cấp Tiểu, Trung đoàn với đối tượng là một trại LLĐB nữa mà là ý đồ chiến lược của tất cả trận chiến năm 1965 tại vùng Cao Nguyên bây giờ hẳn hiện rõ: Quân đội Bắc Việt dưới quyền Thượng Tướng Hoàng Minh Thảo quyết tâm tấn chiếm Cao Nguyên để từ đây đổ xuống đồng bằng duyên hải - Cắt đôi miền Nam theo trục Pleiku - Bình Định (Chiến trận tháng 3, 1975 sau này chỉ là biến cải, điều chỉnh những khuyết điểm của năm 1965).

Đại Tá Hiếu đề nghị lên Bộ Tổng Tham mưu một kế hoạch lớn: Yêu cầu người Mỹ thế chân cho những đơn vị Việt Nam Cộng hòa làm thành phần trừ bị, giữ an ninh lãnh thổ để quân lực Cộng hòa tập trung thành một đơn vị xung kích cấp Sư đoàn mới có khả năng giải quyết Mặt trận Đức Cơ (*Theo binh thư: Bên tấn công không thể ít hơn 1/3 quân số so với lực lượng cố thủ được*).

Kế hoạch được Tướng Westmoreland thêm một lần chấp thuận với quyết định: Điều động Lữ đoàn Nhảy Dù 173 do Tướng Stanley R. Larsen làm Tư lệnh Lực lượng Dã Chiến Hoa Kỳ tại Pleiku thay thế quân đội Việt Nam nhiệm vụ tiếp ứng và an ninh lãnh thổ. Được rảnh tay, Ban Tham mưu Quân đoàn II thực hiện kế hoạch: Thành lập Chiến đoàn Đặc nhiệm gồm Thiết đoàn Kỵ binh gồm Chiến xa M41, M48 và Thiết Vận xa M113; một Tiểu đoàn Biệt Động Quân; Chiến đoàn Thủy quân Lục chiến (có pháo binh cơ hữu) và pháo binh diện địa yểm trợ tổng quát. Lực lượng giải tỏa Đức Cơ đặt dưới quyền chỉ huy của Chuẩn Tướng Cao Hảo Hớn, Tư lệnh biệt khu 24 (Bắc Kontum).

Ngày 8 tháng 8, lực lượng đặc nhiệm vào vùng, thành phần tiền phong gặp ngay sự kháng cự của địch, một chiến xa bị bắn cháy bởi súng không giật khi vừa từ ngã Ba đường 14 rẽ vào đường 19. Quân cộng sản áp dụng chiến thuật bám chặt đoàn quân tiếp ứng để tránh phi pháo, đánh vào trung tâm để chia cắt chiến đoàn ra làm nhiều thành phần không liên kết được.

Rạng ngày 9, Chiến đoàn I Dù từ phi đạo trại Đức Cơ đánh bung về phía Đông kềm chặt lực lượng cộng sản giữa hai gọng kìm... *Sợ bị kẹp giữa hai lực lượng tấn công, địch chém vè và tháo lui chỉ để lại các đơn vị ngăn chận nhỏ, các toán núp bắn sẻ và mìn, bẫy dọc đường lộ. Trận chiến Đức Cơ chấm dứt với sự thảm bại nặng nề của Việt cộng. Các đơn vị chính phủ đã làm chủ chiến trường, chiến thắng đã nâng tinh thần của chiến binh Quân lực Việt Nam Cộng hòa. Họ đã nhận những điều tệ hại nhất mà cộng sản đã áp đặt nên và không những đã đứng vững mà họ còn làm cho địch ngưng chiến và tháo lui, để lại nhiều vũ khí, xác chết trên chiến trường. (Đại Tá Theodore Matasis* – VC Summer Monsoon Offensive (5/1966) *NVT sđd trg 381).*

Tướng Westmoreland cùng Chủ tịch Ủy Ban Lãnh đạo Quốc gia, Trung Tướng Nguyễn Văn Thiệu đã đến Đức Cơ để xác nhận tính chất quan yếu của chiến thắng. Nhưng Đại Tá Tham mưu Trưởng Nguyễn Văn Hiếu chưa có dịp nghỉ ngơi, ông sử dụng căn cứ mới được giải tỏa này làm bộ chỉ huy để điều quân thanh toán nốt mục tiêu thứ hai: Trại Lực lượng Đặc biệt Pleime. Ông thức trắng đêm cùng với lần giải tỏa Pleime (*NVT sđd trg 385).*

Giữ vững Pleime

Trước tháng 10, 1965 quả thật không mấy ai biết đến tên Pleime, một trại lực lượng đặc biệt nằm về phía Tây Quốc Lộ 14, cách Pleiku khoảng 40 cây số đường thẳng về hướng Tây - Nam. Nhưng bỗng nhiên Pleime trở thành một danh hiệu của chiến sử miền Nam bởi sau thất bại của lần đánh chiếm Đức Cơ, phía bộ đội miền Bắc đã *"biến chuyển thực tế tức là một diễn tiến sinh hoạt ắt phải có sau mỗi lần thực hiện một kế hoạch tác chiến, một phương án chính trị dẫu thất bại hay thành công"* và rút kinh nghiệm còn nóng của Đức Cơ nên thành một kế hoạch:

1/ Bao vây Pleime.

2/ Tiêu diệt thành phần tiếp viện. Sau khi thu hút về *điểm Pleime* để biến nơi đây nên thành một *diện tác chiến* làm suy yếu lực lượng phòng thủ Pleiku của Quân đoàn II để cuối cùng,

3/ Dùng một trung đoàn còn nguyên sức tấn công Pleiku với ba mũi giáp công (Từ phía Bắc, theo đường 14; từ phía Đông theo đường 19; và từ phía Tây - Nam, cửa ngõ của Đức Cơ, Pleime).

Tất cả diễn tiến chiến thuật này được giao phó cho Tướng Chu Huy Mân với Sư đoàn 320 (Sư đoàn Điện Biên) gồm ba Trung đoàn 32, 33 và 66 đã từ lâu là chủ lực của vùng Cao Nguyên.

Để phá vỡ mưu định của phía cộng sản, ban Tham mưu Quân đoàn thiết lập một kế hoạch phản công trên những chọn lựa:

1/ Nếu giải cứu Pleime thì lực lượng tiếp cứu sẽ rơi vào bẫy phục kích ắt sẽ phải xảy ra trên lộ trình dẫn đến trại (như đã xảy ra khi giải cứu Phú Túc, Thuận Mẫn và mới mẻ của Trại Đức Cơ...); và phòng thủ Pleiku sẽ suy yếu.

2/ Nếu bỏ mặc Pleime thì sẽ gây nên một tác động tâm lý rất xấu đối với tinh thần chiến đấu của cả Vùng II.

Thêm một lần, Tướng Westmoreland lại có quyết định hữu hiệu, sáng suốt bằng cách đưa một Lữ đoàn Không Ky từ An Khê lên Pleiku, đặt dưới quyền của Tướng Stanley R. Larsen làm thành phần bảo vệ Pleiku và trừ bị cho cuộc hành quân; Lữ đoàn này cũng bố trí những pháo đội 155, 105 cơ hữu yểm trợ trực tiếp cho chiến đoàn đặc nhiệm giải tỏa Pleime.

Chiến đoàn đặc nhiệm này gồm 1,200 binh sĩ đặc dưới quyền chỉ huy của Trung Tá Thiết Giáp Nguyễn Trọng Luật gồm Thiết đoàn 3 Thiết Ky, Tiểu đoàn 1, Trung đoàn 42BB; hai Tiểu đoàn 21 và 22 Biệt Động Quân. Chiến đoàn đặc nhiệm này có những đơn vị công binh, pháo binh thống thuộc hành quân.

Ngoài ra còn có hai đại đội LLĐB thuộc Tiểu đoàn 91 Biệt Kích Dù (Tiền thân của Liên đoàn 81 Biệt Kích) phối hợp với Toán Projet Delta của Thiếu Tá Charlie A.Beckwith (LLĐB Mỹ) trưa ngày 20 tháng 10 nhảy vào khu vực tiếp cận trại Pleime, để trở thành lực lượng xung kích từ trong trại đánh ra bắt tay lực lượng tiếp cứu của Trung Tá Luật như kế hoạch dự trù từ đường 14 tiến vào trại theo ngã rẽ của Hương lộ 6C.

Nhưng kế hoạch tiếp cứu không đơn giản như những điều tổng quát vừa kể ra, ban tham mưu quân đoàn đã tinh tế rút kinh nghiệm của Đức Cơ trong tháng 8, nên trong ngày 23 tháng 10 thay vì dùng Tiểu đoàn 22 BĐQ làm thành phần tùng thiết với chiến xa của Trung Tá Luật, lại đổ đơn vị này xuống phía Nam vị trí phục kích của Trung đoàn 32 Sư đoàn 320 cộng sản để hoàn thành thế liên hoàn hai mặt

Nam - Bắc kẹp chặt thế trận của quân Bắc Việt. Chiến trận hai ngày 23, 24 tuy đã chuẩn bị kỹ (của cả hai bên tham chiến), nhưng tình hình chiến trận vẫn thay đổi vào những lúc bất ngờ nhất. Các Tiểu đoàn 635, 344 thuộc Trung đoàn 32 Bắc Việt dưới quyền chỉ huy của Trung Tá Nguyễn Hữu An từ những vị trí được chuẩn bị, ngụy trang kỹ bám sát bộ phận tiếp ứng của Trung Tá Luật, gây thiệt hại trầm trọng đối với đơn vị hậu vệ và chận đứng thành phần tiền đạo ở cây số 5 cách trại Pleime.

Quân đoàn tăng viện một toán tiền sát pháo binh của Lữ đoàn Không kỵ cho đoàn tiếp ứng. Những tiền sát viên này điều chỉnh tác xạ cận phòng (từ những đại bác cơ hữu của chính đơn vị Không kỵ) trải thảm trước mặt từng bước giúp đoàn chiến xa. Ngoài ra những phi cơ F100; trực thăng võ trang Hoa Kỳ và AD1 của Việt Nam Cộng hòa bằng kỹ thuật tác xạ chính xác đã lập nên hàng rào lửa bảo vệ cạnh sườn cho đoàn quân tiếp ứng.

Phối hợp tuyệt hảo giữa thế trận phản phục kích hợp cùng sức chiến đấu ngoan cường của chiến sĩ nơi trận địa, như hành vi dũng cảm của các chiến sĩ LLĐB Mỹ - Việt từ trong trại phản kích, xung phong ra với súng phun lửa đã tạo nên chiến thắng kiên cường: Tối 25 tháng 10, 1965 toàn tiếp ứng bắt tay được với lực lượng phòng thủ trại, chấm dứt sự bao vây Pleime mà Bộ Tư lệnh Mặt trận B3 đã mưu định từ mùa Xuân 1965. "... *Vị Tư lệnh chiến trường có thể đi ngủ để đợi tin chiến thắng khi chiến dịch bắt đầu!*".

Thống Tướng Montgomery của Thiết giáp Hoàng gia Anh Quốc đã nói lên điều kiên định này để nhấn mạnh *vai trò quyết định của tổ chức, tham mưu* trong những chiến dịch lớn. Trận Đức Cơ và Pleime đã xác chứng về *ý nghĩa, vai trò quyết định của công tác chuẩn bị, điều hành, tổ chức, tham mưu* (lẽ tất nhiên thực tế chiến trường, với sức chiến đấu của người lính trên trận địa là những yếu tố quan yếu khác nữa).

Chiến thắng Pleime được Tướng Vĩnh Lộc khai triển nên thành một biểu tượng chiến đấu và chiến thắng của Quân đoàn II - Đại bản doanh của Quân đoàn được đặt tên là Thành Pleime - Nhưng hầu như không mấy ai (trong và ngoài quân đội) biết rằng: Đại Tá Tham mưu Trưởng Nguyễn Văn Hiếu hầu như đã thức suốt ngày, đêm trong những ngày 20 đến 25 nơi chiếc hầm chỉ huy trại Đức Cơ, để sử dụng hệ thống truyền tin âm thoại (có công suất mạnh) của đơn vị Lực lượng Đặc biệt Mỹ mới có thể liên lạc, phối hợp với những tư lệnh người Mỹ thuộc nhiều binh chủng không quân, lực lượng đặc biệt, bộ binh, không kỵ trong suốt cuộc hành quân (*NVT sđd trg 385*).

Áp dụng trọn vẹn nguyên tắc của binh thư, Bộ Tham mưu Quân đoàn hợp cùng Sư đoàn I Không kỵ (1st Air Cavalary Div) - Cũng có nghĩa khai triển thành quả mối giao hảo tốt đẹp giữa hai cá nhân, Đại Tá Nguyễn Văn Hiếu và Tư lệnh Kinnard của Không kỵ qua hai lần chiến thắng lẫm liệt Đức Cơ, và Pleime - Hai bên cùng hợp soạn một kế hoạch hành quân truy kích tàn quân của các Trung đoàn 32, 33 và 66 Bắc Việt để không cho đối phương dịp nghỉ ngơi như phía cộng sản từ bao lâu vẫn giữ ưu thế quyết định chiến trường.

Với khả năng không vận trực thăng tưởng như vô hạn (Sư đoàn Không kỵ với hơn 600 trực thăng cơ hữu là đơn vị số một và độc nhất có khả năng tác chiến di động lớn nhất so với tất cả các đơn vị hoạt động biệt lập trên toàn thế giới), Sư đoàn 1 Không kỵ (SĐ1KK) yểm trợ phối hợp hành quân đưa các Tiểu đoàn 1 và 2 thuộc Lữ đoàn 7 SĐ1KK và bốn Tiểu đoàn nhảy dù vào trận địa - Thung lũng Ia Drang sát biên giới Campuchia - Hậu cần bất khả xâm phạm từ trước tới nay của Mặt trận B3. Cánh quân nhảy dù do đích thân Tham mưu Trưởng Lữ đoàn Nhảy Dù chỉ huy: Trung Tá Ngô Quang Trưởng với tham dự cố vấn của viên sĩ quan có tên gọi: Thiếu Tá Norman Schwarzkopf.

Với kế hoạch hành quân tinh tế, cẩn mật, tiên kiến mọi tình huống; với quân binh nhảy dù tinh nhuệ dưới quyền chỉ huy của những sĩ quan kiệt liệt; phối hợp với đơn vị không kỵ có di động tính cao, tổ chức hiện đại, hỏa lực hùng hậu và yểm trợ trực thăng tối đa của SĐ1KK, cuộc hành quân truy kích binh đoàn cộng sản Bắc Việt vào đầu sông Ia Drang, sát biên giới Campuchia tháng 11,1965 là một trong những cuộc *hành quân thế công thành công* hiếm hoi nhất của quân lực miền Nam và Đồng Minh trong suốt cuộc chiến khởi đi từ 1960.

1966: Với chiến trường Bình Định

Nhưng, Tướng Nguyễn Văn Hiếu không chỉ là một vị tướng tài giỏi chuyên về tham mưu, tổ chức mà còn là một Tướng Quân trí dũng nơi trận địa. Những chiến trận sau đây sẽ chứng minh về khả năng thao lược của người tướng lãnh trận địa. Tỉnh Bình Định là một trong những tỉnh lớn nhất của miền Trung, cũng của cả miền Nam với mười hai quận và dân số đông nhất (gần một triệu); nhưng cũng là tỉnh có số lượng nhân sự cộng sản đông nhất.

Trong chiến tranh 1945-1954, tỉnh là Thủ phủ của Liên khu 5 cộng sản (LK5), quân đội Liên hiệp Pháp không hề đặt chân đến được, chỉ thuộc quyền của chính quyền quốc gia sau 20 tháng 7, 1954.

Tại lãnh thổ này, lực lượng cộng sản có Sư đoàn 3 Sao Vàng (SĐ3SV), hệ thống tỉnh ủy, bộ chỉ huy tỉnh đội gồm nhiều Tiểu đoàn địa phương và cơ sở du kích vững chắc qua cuộc chiến tranh của thập niên 50 được gài lại sau 1954.

Theo chiến lược *"Lùng và Diệt"* thành hình giữa Tướng Westmoreland và Bộ Tổng Tham mưu Quân lực Việt Nam Cộng hòa, tỉnh được chia làm ba vùng: Khu vực phía Nam của tỉnh (giáp ranh với Tuy Hòa/ Phú Yên) gồm ngoại vi thị xã Quy Nhơn, các quận Phú Phong, Tuy Phước, Vân Canh thuộc trách nhiệm của Sư đoàn Mãnh Hổ Đại Hàn.

Khu vực rừng núi phía Tây (giáp ranh Pleiku, Kontum) gồm các quận An Khê, Vĩnh Thạnh, An Lão và Hoài Ân thuộc vùng trách nhiệm của Sư đoàn 1 Không kỵ (SĐ1KK) với Mật khu An Lão (nằm dọc theo sông An Lão, nhánh phía Bắc của sông Lại Giang chảy ra biển tại Bồng Sơn/ Hoài Nhơn, vùng châu thổ trù phú nhất của miền Trung), hậu cần quan trọng của toàn Liên khu 5. Vùng phía Bắc và Đông (dọc bờ biển và giáp tỉnh Quảng Ngãi) là khu vực đông dân của các quận Hoài Ân (Bồng Sơn), Tam Quan, Phù Mỹ, Phù Cát thuộc trách nhiệm hành quân của Sư đoàn 22 Bộ binh, Đại Tá Nguyễn Văn Hiếu giữ chức Tư lệnh - Không thể ai sánh được với ông trong chức vụ chỉ huy đơn vị này ở Vùng II - Nhưng ông vẫn chỉ là một vị Tư lệnh Sư đoàn với cấp bậc Đại Tá dù đã là người thiết kế nên những chiến thắng lẫm liệt trong suốt năm 1965 vừa kể ra trên.

Ông mang cấp Đại Tá từ tháng 11, 1963. Nắm quyền Tư lệnh Sư đoàn từ giữa năm (tháng 6, 1966), cuối năm (tháng 11), vị tân Tư lệnh đã tạo dựng ngay một chiến thắng vẻ vang dưới chân Đèo Phù Cũ (quận Phù Mỹ). Lúc ấy, chúng tôi, đơn vị tăng phái (*Chiến đoàn 3 Nhảy Dù - PNN*) làm thành phần chận địch đóng trên núi, chứng kiến đơn vị bạn (Trung đoàn 42/ Sư đoàn 22 Bộ binh) hợp cùng chi đoàn thiết vận xa M113 lùa địch từ Quốc lộ I vào núi.

Trận chiến hào hùng như một đoạn phim tài liệu lịch sử kỳ Đệ Nhị Thế Chiến - Các chiến sĩ bộ binh tùng thiết với thiết vận xa M113 theo đội hình hàng ngang, ào ạt tiến tới sau một đợt tác xạ, mạnh mẽ uy vũ như những hiệp sĩ thời Trung cổ xung trận.

Chiến đoàn Trưởng Nhảy Dù, Trung Tá Nguyễn Khoa Nam đứng trên sườn núi chong ống nhòm quan sát trận địa, dẫu là người kín đáo, ít nói phải nói nên lời thán phục: *"Đại Tá Hiếu điều quân như một "ông thiết giáp"nhà nghề và lính Sư đoàn 22 đánh đẹp đâu thua lính mình"* - Lời ngợi ca chân thật giữa những người chiến đấu nơi trận tiền. Không để địch nghỉ ngơi (như sau chiến thắng Pleime, Đức Cơ), nay với khả năng quyết định rộng rãi của quyền Tư lệnh, Đại Tá Hiếu hạ lệnh tiếp tục truy kích, diệt gọn các đơn vị của Sư đoàn 3 Sao Vàng, cũng để chứng tỏ *"Ai Thắng Ai"* nơi mặt trận Liên khu 5 này - Vùng *"Năm Eo"*, bí danh bộ đội cộng sản thường gọi với lòng kiêu hãnh - Khu vực bất khả xâm phạm mà chế độ Đệ Nhất Cộng Hòa với Tổng Thống Ngô Đình Diệm phải mất hai năm (1955-1957) mới bình định được.

Chiến dịch tấn công của liên quân bắt đầu Ngày N (Ngày Khởi Sự) với lực lượng SĐ1KK đổ quân xuống vùng hai quận Hoài Ân và Vĩnh Thạnh, đơn vị Không kỵ khám phá ra nhiều kho tàng, quân nhu, quân dụng được cất giữ trong những khu vực kín đáo, an toàn (Hậu cần Liên khu 5/ Sư đoàn 3 Sao Vàng). Nhưng các đơn vị chính quy cộng sản hoàn toán tránh né, bởi họ đã hiểu ra hỏa lực quá hùng hậu của Không kỵ. Nên vào lúc 11 giờ đêm ngày N+3, Thiếu Tướng Tư lệnh SĐ1KK vào Bộ Tư lệnh SĐ22 gặp Tướng Hiếu (vinh thăng Chuẩn Tướng tháng 11/1966) với yêu cầu: Sư đoàn 22 hủy bỏ kế hoạch tấn công vào hướng Tây quận Phù Mỹ theo như dự trù, để phối hợp với SĐ1KK tiến chiếm An Lão mà ông tin chắc là nơi SĐ3SV đang tập trung.

Tư lệnh Kinnard nêu luận cứ: *"Hôm nay, tôi đã cho một Đại đội Biệt Động/ SĐ1KK trực thăng vận vào khu vực đó (Vùng quận Phù Mỹ của SĐ22-PNN) để tìm và diệt nhưng không thấy đụng độ... Biết vậy là sai nguyên tắc (đã phân chia vùng trách nhiệm), nhưng bởi nóng lòng tiêu diệt địch nên đã làm như thế...".*

Tướng Hiếu lại đến xác định tình báo của sĩ quan Trưởng phòng 2 (Phòng Quân Báo), Thiếu Tá Trịnh Tiếu: *"Thưa Thiếu Tướng, cộng sản rất né đụng độ với quân đội Hoa Kỳ vì họ sợ hỏa lực của các ông. Tôi tin Sư đoàn 22 sẽ đụng độ với Sư đoàn 3 Sao Vàng tại mục tiêu này...".*

Thiếu Tá Trịnh Tiếu giải thích thêm: *"Tôi đã gặp một du kích Việt cộng sống ở vùng đồi núi phía tây quận Phù Mỹ. Tôi đã tốn rất nhiều tiền bạc nuôi gia đình tên du kích này. Cách đây vài ngày, tên du kích đã báo cho tôi biết có nhiều đơn vị của Sư đoàn Sao Vàng trú quân tại ranh giới hai quận Phù Mỹ và Hoài Ân".*

Từ xác định của Thiếu Tá Trịnh Tiếu, Tướng Hiếu có kết luận với Tướng Kinnard: *"Sư đoàn chúng tôi sẽ vào vùng hành quân ngày mai, không nên thay đổi kế hoạch quá sớm..."* (Đại Tá Trịnh Tiếu; *NVT sđd, trg 393-394*).

Dựa theo tin tức của Thiếu Tá Tiếu, Trưởng phòng 2, Tướng Hiếu chỉ thị cho Trung Tá Bùi Trạch Dzần, Trung đoàn Trưởng Trung đoàn 41 chỉ sử dụng hai Tiểu đoàn bộ binh, cùng với Bộ Chỉ huy Trung đoàn vào vùng thật sớm để *khoảng ba giờ chiều hãy đóng quân, đào hầm hố, lập công sự phòng thủ thật kỹ càng.*

Dân chúng nằm vùng nơi vùng xôi đậu đang hành quân tất thế nào cũng báo cáo cho Bộ Chỉ huy cộng sản biết tình hình quân số của lực lượng quân đội Cộng hòa. Sư đoàn cộng sản sẽ điều quân đến đánh theo như tin tức này - Trong khi ấy Tướng Hiếu ém quân thật kín đáo nơi xa một Tiểu đoàn trừ bị và Chi đoàn thiết vận xa, và sẽ dùng lực lượng này để phản công.

Quả nhiên đến hai giờ sáng, Trung Tá Dzần báo cáo Trung đoàn cộng sản bắt đầu tấn công vị trí của ông. Tướng Hiếu ra lệnh Chi đoàn chiến xa và Tiểu đoàn trừ bị thần tốc tiến quân vào mục tiêu, bao vây, tiêu diệt không cho địch rút lui. Sư đoàn Không ky được tin Bộ binh Sư đoàn 22 đụng trận theo kế hoạch trù liệu, yểm trợ hỏa lực với tất cả pháo binh đã bố trí sẵn, dựng nên hàng rào lửa giữa đội hình của đối phương đã bị phơi bày dưới ánh sáng hỏa châu rọi liên tục - Biến đêm tối nên thành ngày rạng... Và khi ngày thật sự đến, các chiến sĩ của Sư đoàn 22 Bộ binh đếm hơn 300 xác chết nơi trận địa.

Theo thống kê của chuyên viên quân sự: *Khi có một xác chết để lại trận địa thì đơn vị ấy phải bị thiệt hại quân số đến ba lần hơn* - Chiến tích của Hành quân Đại Bàng 800 và những hành quân cấp Tiểu đoàn của Sư đoàn này kể từ khi Tướng Nguyễn Văn Hiếu giữ chức Tư lệnh (6/1966) đã đưa Sư đoàn 22

Bộ binh từ một đơn vị bình thường *trong vòng sáu tháng nên thành:*

1/ Sư đoàn 22 sử dụng nhiều thì giờ hành quân tác chiến cao hơn hết so với bất cứ một Sư đoàn nào khác trong nước trong thời gian này (1966-1967).

2/ Thời giờ dùng vào công tác bình định chỉ chiếm khoảng 10% tổng số ngày cơ hữu.

3/ So với toàn quốc, Sư đoàn 22BB dùng ít thời lượng nhất trong công tác an ninh.

4/ Số lượng đụng độ địch trên đơn vị cấp Tiểu đoàn của Sư đoàn này cao nhất trong toàn quân đoàn... (*Báo cáo của Toán Cố vấn Vùng II Chiến Thuật - NVT sđd trg 209*).

Bản lượng giá còn nhiều ưu điểm khác được nêu lên. Chúng tôi tóm lược với ý nghĩ: Nếu tất cả Sư đoàn Bộ binh Quân lực Việt Nam Cộng hòa đồng có những Tư lệnh Sư đoàn như các Tướng Quân: Nguyễn Viết Thanh, Trương Quang Ân, Ngô Quang Trưởng, Nguyễn Khoa Nam, Trần Văn Hai, Nguyễn Văn Hiếu... sớm hơn một thập niên. Và các Liệt vị Nguyễn Viết Cần, Lê Nguyên Vỹ, Lê Văn Hưng, Hồ Ngọc Cẩn, Nguyễn Hữu Thông, Đặng Phương Thành, Nguyễn Xuân Phúc, Trung Tá Cảnh sát Nguyễn Văn Long, Thiếu Tá Điệp báo Đặng Sĩ Vĩnh... mau chóng nên thành Tướng Lãnh Huân Công Giữ Nước thì **chắc hẳn không có ngày uất hận 30 tháng 4, 1975**. Nỗi Đau này không chỉ riêng một người. Không phải của một người mà là của cả miền Nam.

1970: Triệt thoái snoul

Khả năng thao lược của Tướng Nguyễn Văn Hiếu không ngừng ở cấp Sư đoàn với những đơn vị Bộ binh cơ hữu, người chứng tỏ năng lực chỉ huy, điều động trận địa ở mức độ cao hơn với quan niệm hành quân liên binh chủng, cấp Quân đoàn. Năm 1969, nắm giữ chức Tư lệnh Sư đoàn 5 Bộ binh (Vùng III), Tướng Hiếu chỉ huy Hành quân Toàn Thắng 46 đánh vào Trung ương Cục R với mục tiêu vùng Lưỡi Câu, Tây - Bắc Lộc Ninh, bên kia biên giới Việt Nam Cộng hòa - Campuchia.

Vùng Lưỡi Câu là bản doanh của Công trường (Sư đoàn) 5 cộng sản; trên danh nghĩa, đơn vị này thuộc Lực lượng vũ trang giải phóng miền Nam, nhưng hầu hết cán bộ khung là người miền Bắc với ủy viên chính trị từ cấp cơ sở thuần là người của Hà Nội. Điều này được hiện thực toàn diện từ khi Ba Cấp (không rõ tên, thay thế Chín Chiến, người Nam) nhận lệnh từ Lê Duẩn trực tiếp điều hành Liên minh Dân tộc Dân chủ Tranh thủ Hòa Bình từ đầu thập niên 70 (*Trương Như Tảng*, Journal of A Vietcong; *Johanathan Cape, London, England 1986, p197*).

Tổ chức này bao gồm Mặt trận giải phóng miền Nam và lực lượng vũ trang là những bộ phận thống thuộc. Vùng này cũng là cơ sở hậu cần của hai đoàn 70, 80 yểm trợ không riêng cho Sư đoàn 5, mà cho toàn vùng Lưỡi Câu bao gồm mặt trận Bình Long trong nội địa Việt Nam. Hành Quân Toàn Thắng 46 xử dụng những đơn vị gồm Trung đoàn 9 thuộc Sư đoàn 5 Bộ binh Việt Nam Cộng hòa gồm có các Tiểu đoàn 2, 3, 4 cơ hữu và Đại đội 5 Viễn Thám của Sư đoàn; Trung đoàn 9 được yểm trợ, tùng thiết với Trung đoàn 11 Thiết ky. Mỹ tiến quân theo năm giai đoạn: Giai đoạn 1 tấn công; Giai đoạn 2, 3 và 4 lùng và diệt địch; Giai đoạn 5 rút về lại đất Việt.

Cuộc hành quân này chỉ kéo dài từ tháng 5 đến tháng 7, 1970 có nhiệm vụ đánh thăm dò và kiện toàn hệ thống Tham mưu, phối hợp để tiếp theo những cuộc hành quân quan trọng hơn, cũng trên đất Miên với mục tiêu là căn cứ Hậu cần 86, khu vực quanh thị trấn Snoul.

Ngày 14 tháng 10, 1970 Bộ Tư lệnh Quân đoàn III chỉ thị Sư đoàn 5 mở cuộc hành quân Toàn Thắng 8/B/5 với lực lượng được tổ chức như sau:

1/ Chiến đoàn 1 gồm Thiết đoàn 1 Thiết kỵ làm thành phần chủ lực;

2/ Chiến đoàn 9 gồm Trung đoàn 9/SĐ5 làm thành phần chủ lực;

3/ Chiến đoàn 333 gồm Chi đoàn 18 Chiến Xa và bốn Tiểu đoàn Biệt Động Quân.

Bộ Tư lệnh Tiền phương Sư đoàn 5 đóng ở Lộc Ninh chỉ huy trực tiếp cuộc hành quân chỉ rút về Lai Khê khi các đơn vị lâm chiến đã rút khỏi đất Miên an toàn về đến hậu cứ (10/11/70). Qua hai cuộc hành quân (ngắn hạn, có tính chất đánh thăm dò) này, Bộ Tư lệnh Quân đoàn III và Sư đoàn 5 rút ra hai điều căn bản:

1/ Trong giai đoạn lực lượng Việt Nam Cộng hòa tiến quân, quân cộng sản thường lẩn trốn vào sâu trong nội địa đất Miên.

2/ Khi quân đội Cộng hòa triệt thoái quân về đất Việt là lúc tình hình chiến trường trở nên khó khăn vì đối phương thường tổ chức phục kích cuộc rút binh. Thế nên, dẫu hủy diệt rất nhiều kho tàng, quân trang bị, vũ khí, đạn dược, lương thực của địch hai cuộc hành quân vừa kể, quân lực Cộng hòa cũng chưa đánh vỡ được các đơn vị chủ lực cộng sản như các Trung đoàn 174, 275 và đầu não chỉ huy là Sư đoàn 5 với các đơn vị thống thuộc trong khu vực.

Thêm một lần, Tướng Hiếu đề nghị cùng Tướng Trí thay đổi quan niệm hành quân: *Thay vì lùng, diệt địch, ta phải dụ địch xuất hiện, rồi mới tập trung quân tiêu diệt.* Cụ thể trong khu vực hành quân của Sư đoàn 5BB Việt Nam Cộng hòa, có Sư đoàn 5 cộng sản với hai Trung đoàn có phiên hiệu 174, 275. Nay ta dùng một Trung đoàn để nhử địch và nếu địch dùng một Trung đoàn tấn công, thì ta sẽ tập trung một Sư đoàn để phản kích; còn nếu địch tấn công toàn bộ một Sư đoàn thì ta sẽ dùng ba Sư đoàn cơ hữu của Vùng III tức là các Sư Đoàn 18, 25 và 5 để phản kích.

Tướng Trí đồng ý kế hoạch *"Điệu hổ ly sơn"* táo bạo này và Tướng Hiếu bắt đầu một kế hoạch chuẩn bị tỉ mỉ trong suốt những tháng còn lại của năm 1970. Ông cho đặt 11 vị trí máy dò thám quanh vùng Snoul và một trung tâm dò tìm tín hiệu được đặt ở Lộc Ninh với nhân viên phòng Tình Báo Sư đoàn làm việc 24/24.

Ngày 4 tháng 1, 1971 kế hoạch *"điệu hổ"* bắt đầu với Chiến đoàn 9 gồm Trung đoàn 9/SĐ5BB, Tiểu đoàn 74/BĐQ, Chi đoàn 1 Chiến Xa và Đại đội 5 Công Binh vào vùng hành quân... Nhưng địch quân quả tình rất tinh khôn nên luôn tránh né giao tranh, mãi đến hai tháng sau mới có chỉ dấu quân cộng sản bắt đầu dấn vào bẫy sập. Nhưng một biến cố bất lợi vô cùng quan trọng xảy ra: Ngày 26 tháng 1 năm 1971, trực thăng chở Tướng Đỗ Cao Trí bị phát nổ - Vị Tư lệnh chiến trường tử nạn vào giai đoạn quan yếu quyết định của chiến dịch - Và hệ quả tiếp theo, ngày 8/3/71, địch quân bắt đầu pháo kích vào vị trí đóng quân của Chiến đoàn 9, một cây số Tây - Nam Snoul. Cùng lúc Mặt trận Hạ Lào, Lam Sơn 719 nơi phía Bắc bị lâm vào thế bế tắc. Tướng Nguyễn Văn Minh thay thế Tướng Trí giữ chức Tư lệnh Quân đoàn đồng ý tiếp tục kế hoạch *"dụ địch"* của Tướng Hiếu nhưng không mấy sốt sắng. Phần vì không phải kế hoạch của chính ông; phần không đủ bản lãnh để theo đuổi một kế hoạch sẽ có nhiều diễn tiến mở rộng, khó lường trước (Sẽ phải sử dụng đến hai Sư Đoàn 18, 25 trong trường hợp Bắc quân tập Trung cấp Sư đoàn).

Liên tục trong những ngày tháng 3 hai bên vẫn tiếp tục theo dõi diễn biến chiến trường để sửa soạn một cuộc tấn công quyết định. Tướng Hiếu ra lệnh cho Trung đoàn 8/SĐ5BB, thay thế Trung đoàn 9, lực lượng mới cải danh thành Chiến đoàn 8, các thành phần tăng phái, Biệt Động Quân, Thiết kỵ không thay đổi.

Với quân số gần 5,000 người, được yểm trợ bởi Không lực Hoa Kỳ, Tướng Hiếu trải rộng vùng hành quân cốt lùa cho được địch quân vào bẫy sập. Ngày 26/5/71 cộng quân ra mặt tấn kích Snoul nhưng bị quân trú phòng đánh bật ra.

Ngày 27/5 địch chuyển hướng tấn kích sang mặt phía Tây và ngày 29 đánh vào trung tâm chỉ huy của Chiến đoàn 8 với quân số cấp Trung đoàn phá hủy hệ thống truyền tin, đài kiểm báo. Tướng Hiếu yêu cầu Tướng Minh sử dụng quân trừ bị của quân đoàn phản công với đa số áp đảo như kế hoạch đã dự trù. Cố vấn Mỹ khuyến cáo Tướng Minh đừng thi hành yêu cầu của Tướng Hiếu với lý do: *"Hãy đợi quân Việt cộng tập trung đông rồi dùng B52 tiêu diệt".* Thiếu Tướng Nguyễn Văn Hiếu không thể chấp thuận kế hoạch này, vì nếu thế B52 sẽ gây thiệt hại cho quân bạn. Ông chỉ yêu cầu B52 dội bom dọc theo lộ trình rút quân (Quốc lộ 13 từ Snoul về Lộc Ninh) và nếu không áp dụng kế hoạch dự trù sơ khởi (dùng quân viện để phản kích) thì hãy cho lệnh rút Chiến đoàn 8 khỏi Snoul.

Ngày 30 tháng 5/1971, chỉ cần đợi Tướng Minh phủi tay với lời bất nhẫn: *"Anh muốn làm gì thì làm!"*, Tướng Hiếu đáp máy bay xuống Snoul nơi Bộ Chỉ huy của Chiến đoàn 8 đang trong tầm súng bắn thẳng của cộng quân, đích thân ra lệnh triệt thoái đến với tất cả cấp chỉ huy những đơn vị tham chiến, sau khi biết rằng lời yêu cầu của ông xin B52 yểm trợ cuộc hành quân rút lui đã bị Bộ Tư lệnh Quân đoàn và cố vấn Mỹ bỏ qua. (*NVT sđd, trg 411*).

Cuộc lui quân thành công cũng vì được *Lực lượng Xung kích Quân đoàn III của Chuẩn Tướng Trần Quang Khôi trợ lực tiếp cứu từ Lộc Ninh theo đường 13 đánh lên Snoul.* Cuối cùng, Thiếu Tướng Nguyễn Văn Hiếu (sau lần triệt thoái Chiến đoàn 8 khỏi đất Miên) phải ra tường trình trước Quốc Hội do lỗi đã để thất trận Snoul. Ông bị cất chức Tư lệnh Sư đoàn 5 Bộ binh cũng bởi báo cáo của Tướng Minh lên ông Thiệu: *"Thiếu Tướng Hiếu và Chuẩn Tướng Khôi, Tư lệnh Lữ đoàn III Thiết kỵ lấy cớ phối hợp hành quân để đem quân về Sài Gòn đảo chánh!"* (*NVT sđd trg 411*).

Tuy nhiên, cuộc lui binh khỏi Snoul cũng được hoàn tất (dẫu với tỷ số thiệt hại 1/3 quân số, Trung đoàn Phó Trung đoàn 8 tử trận), bởi các đơn vị vẫn giữ được đội hình chiến đấu trong lúc triệt thoái, duy trì khả năng tác chiến sau lần tổn thất do tất cả những người chỉ huy, binh sĩ các cấp đồng biết rằng: *Vị Tư lệnh Sư đoàn luôn ở với họ trong những giờ phút nguy nan nhất.*

Điều kiện (khi còn sống) của cố Đại Tướng Đỗ Cao Trí, nếu đưa ông ra đáo nhiệm Quân đoàn 1 (để thay thế Tướng Hoàng Xuân Lãm chỉ huy chiến dịch Hạ Lào, Lam Sơn 719) là: Thiếu Tướng Nguyễn Văn Hiếu sẽ phải thay ông giữ chức Tư lệnh Quân đoàn III. Tất nhiên đề nghị này không hề được thực hiện, trái lại Thiếu Tướng Hiếu nhận được lệnh ra Quân đoàn 1 giữ chức Tư lệnh Phó mà viên Tư lệnh (Trung Tướng Lãm) cũng không biết có ông ở đấy hay không! *(NVT sđd trg 478).*

Hành Quân Triệt Thoái là hình thái hành quân KHÓ NHẤT - Bởi tự thân đã mang mầm thất bại, thực hiện trong những tình huống bế tắc. Cuối cùng miền Nam thật sự lâm cảnh nước mất, nhà tan từ cuộc rút lui gọi là *"di tản chiến thuật"* bắt đầu ngày 15 tháng 3, nơi Cao Nguyên Trung Phần từ thủ phủ Quân đoàn II - Quân khu II. Riêng phần Thiếu Tướng Hiếu rời chức vụ Tư lệnh Sư đoàn 5 Bộ binh để tham dự vào một mặt trận mới - Trận chiến chống tham nhũng qua sự kiện Qũy tiết kiệm Quân Đội.

Phan Nhật Nam

TỪ THIẾU SINH QUÂN
NÊN NGƯỜI LÍNH LỚN

THIẾU TƯỚNG
TRƯƠNG QUANG ÂN

Thiếu Tướng Trương Quang Ân (1932-1968)

DẪN NHẬP

Câu chuyện sắp kể lại đáng lẽ đã phải được viết nên từ lâu, trong lần tường trình của Mùa Hè, hoặc từ dịp tháng 8, tháng 9 năm nay. Nhưng do những biến cố lịch sử Việt Nam và thế giới xảy ra tại những thời điểm kể trên quá đỗi lớn lao nên kỳ tích tưởng như huyền thoại về Người Lính Lớn Trương Quang Ân bị chìm lấp giữa khối uất hận đau thương chung của toàn dân tộc.

Nay khi lần tường trình về Mùa Hè 1972 đã qua, chúng ta có bổn phận phải nhắc lại buổi Tướng Quân Trương Quang Ân và Phu Nhân Dương Thị Thanh vị quốc vong thân bốn mươi bốn năm trước, 1968 nơi chiến trường Tây Nguyên. Và cũng như cuộc sống khiêm tốn, giản dị của Người, báo chí Sài Gòn, kể cả báo quân đội thuở ấy đã chỉ loan tin một cách sơ lược về cái chết của vị tướng lãnh đầu tiên của miền Nam gửi thân tại trận địa do đạn bắn thẳng của kẻ nghịch.

Chúng ta hôm nay phải viết lại đoạn đời kiệt liệt kết thúc với cái chết bi hùng của một cựu Thiếu Sinh Quân cũng là Người Lính Lớn: Cố Thiếu Tướng Trương Quang Ân.

Bởi nếu không sẽ là một thiếu sót vô cùng đối với vong linh liệt sĩ tiền nhân, những người đã dâng hiến trọn đời cho quân ngũ, chấp nhận phần thiệt hại cuối cùng, lớn lao nhất với sinh mệnh của chính mình để Tổ Quốc và Dân Tộc tồn sinh.

MỘT.

Tường trình hôm nay cũng có phần giải thích vì sao trong trận chiến cuối cùng khởi từ 10 tháng Ba, 1975 ở Tây Nguyên, đơn vị đầu tiên hứng chịu ngọn cuồng phong khốc liệt của cuộc tấn công cường tập do bốn Sư đoàn Bộ binh cộng sản có chiến xa và đại pháo yểm trợ... Đấy là Sư đoàn 23 Bộ binh, đơn vị trách nhiệm vùng cao nguyên Ban Mê Thuột đã có sức chống cự bi hùng bền bỉ với những người lính cơ hữu từ hàng binh sĩ, đến cấp chỉ huy Tiểu đoàn,

Trung đoàn. Tất cả đã đồng nêu gương trung dũng quyết liệt, đánh đến viên đạn cuối cùng mà người viết bản tường trình này đã tận mắt chứng kiến, đã trực tiếp tham dự qua cuộc đổ quân của các Tiểu đoàn thuộc các Trung đoàn 44 và 46 Bộ binh từ sân bay Hàm Rồng ở Pleiku trong hai ngày 14, 15 tháng 3 xuống quận Phước An, Tây - Nam Ban Mê Thuột để từ đây lập đầu cầu giải toả phần đất bị bộ đội miền Bắc xâm chiếm từ đêm mồng 10 cùng tháng 3 của năm 1975 mở đầu thảm kịch miền Nam.

Cuộc đổ quân của ngày 13, 14 tháng 3 năm 1975 của người Lính Sư đoàn 23 Bộ binh từ sân bay Hàm Rồng Pleiku có tham dự của những người lính không súng, không đạn, không nón sắt mà chỉ với con nhỏ bế trên tay, hoặc buộc chặt vào thân. Đấy là những người vợ lính nhảy trực thăng cùng chồng trong chiến dịch tái chiếm Ban Mê Thuột với lời thề sinh tử: *"Trở về Trại Gia Binh của đơn vị hay là chết"*. Cũng tại chiến địa Ban Mê Thuột đã vang dội lời nguyền quyết liệt của Đại Tá Võ Ân, thay mặt toàn thể binh sĩ thuộc Trung đoàn 53 thề chiến đấu đến cùng tại chiến trận phi trường Phụng Dực, bên trong thị xã đang bị quân cộng sản chiếm đóng hầu hết những vị trí xung yếu.

Tinh thần hào hùng kiên trì này không thể hình thành trong một lúc bất ngờ, do tác động ngẫu nhiên mà phải là kết quả của một khởi đầu sâu xa bền bỉ... Ở từ đâu? Do những ai xây đắp nên? Tường trình về Thiếu Tướng Trương Quang Ân hôm nay sẽ là câu trả lời đầy đủ và chính xác nhất.

Bài viết lại này cũng có thể để giúp hiểu rõ thêm, giải đáp tại sao Thiếu Tướng Nguyễn Khoa Nam đã nên hiển thánh với cái chết làm sông núi phải quặn mình đau thắt cùng lần với hổ Tướng Đại Tá Hồ Ngọc

Cẩn và vô vàn anh linh tử sĩ khác, những Tướng Quân Lê Văn Hưng, Trần Văn Hai, Lê Nguyên Vỹ... trong giờ phút thiên thu uất hận của miền Nam năm 1975. Tất cả gương trung liệt của liệt quý vị đã có xuất phát từ một nguyên nhân, có chung một động lực: Đấy là Đất Nước Phương Nam không hề thiếu hào kiệt mà Tướng Quân Trương Quang Ân là một trong những ngọn nguồn ánh sáng linh hiển dẫn đầu.

Bởi chính Tướng Quân Trương Quang Ân đã là Cấp Chỉ huy của vị Anh Hùng sống mãi với quê hương, Thiếu Tướng Nguyễn Khoa Nam Tư lệnh Quân đoàn IV. Bởi Thiếu Tá Nguyễn Khoa Nam, Tiểu đoàn Trưởng Tiểu đoàn 5 Nhảy Dù là đơn vị thống thuộc hành quân của Chiến đoàn 2 Dù do Trung Tá Trương Quang Ân hằng trực tiếp chỉ huy trong thập niên 60. Và vị sĩ quan kỳ tài, đứng đầu quân lực do công nghiệp dựng nên tại chiến trường, Đại Tá Hồ Ngọc Cẩn cũng chính là niên đệ của Người nơi trường Thiếu Sinh Quân Quân lực Việt Nam Cộng hòa từ những năm tháng xa xôi sau 1954.

Hai.

Trường Thiếu Sinh Quân là chiếc nôi nuôi dưỡng, phát triển lòng yêu nước vô vàn của Người Lính Việt. Ngôi trường ấy đã là đơn vị cuối cùng, quyết liệt chiến đấu với bộ đội cộng sản khi tiến chiếm Vũng Tàu sáng 30 tháng 4, 1975 với những Người Lính chết trận cuối cùng cho quê hương miền Nam. Những Người Lính chưa đến tuổi thành niên thuộc tập thể Thiếu Sinh Quân Quân lực Việt Nam Cộng hòa.

Cũng cần nói thêm chi tiết, tường trình hôm nay được ghi nhận từ thuở bản thân người viết vừa qua tuổi hai mươi gần 50 năm trước. Và viên sĩ quan cấp thấp nhất của quân lực khi ấy đã tin rằng là đi đúng đường của một Người Lính với những Cấp Chỉ huy như Thiếu Tá Trương Quang Ân xứng đáng để trao gởi hết lòng thành.

Để biết được đầy đủ hơn về cuộc đời kiệt liệt của một Người Lính Lớn, chúng ta phải bắt đầu lại chuyện kể từ thời điểm sớm nhất - Ngày Thiếu Sinh Quân Trương Quang Ân tốt nghiệp Thiếu úy Khóa 7 Sĩ Quan Hiện Dịch trường Võ Bị Liên Quân Đà Lạt với vị thứ thủ khoa, tháng 12, năm 1952. Thiếu úy Trương Quang Ân đã chọn binh chủng Nhảy Dù, đơn vị tổng trừ bị sẵn sàng cho những chiến trận lớn suốt miền châu thổ Bắc Việt Nam, nơi những đỉnh núi cao lẫn trong mây vùng Bắc Trường Sơn, dọc biên giới Lào - Việt.

Trận Bản Hiu Siu cuối năm 1953 bùng nổ trên vùng Cánh Đồng Chum nơi cao nguyên Trấn Ninh, vị trí xung trí xung yếu của miền Trung Lào, đầu nguồn sông Nậm Ngung do Tướng Cogny, Tư lệnh quân đội Pháp miền Bắc Đông Dương chỉ huy có mục đích bẻ gãy mũi tiến công của Trung đoàn cộng sản có ý hướng tiến về Thủ Đô Vạn Tượng của Lào.

Đơn vị địa phương giữ Bản Hiu Siu xin quân tăng viện, Tiểu đoàn 3 Nhảy Dù Hải Ngoại viết tắt là BEP - Bataillon Étranger Parachutiste đơn vị đầu đời của Thiếu úy Trương Quang Ân nhảy xuống trận địa với hai đại đội Tiểu đoàn 7 Dù tăng phái. Trận đánh không cân sức diễn ra ngay từ phút đầu tiên vì bộ đội Việt Minh sẵn có ưu thế quân số vượt trội, chuẩn bị, chọn lựa và chiếm giữ trận địa, nhưng dần dần thắng lợi nghiêng về phía quân nhảy dù bởi sức chiến đấu quá đỗi kiên cường, lập lại thế phản công, giữ vững, kiểm soát được những vị trí quan trọng của vùng Cánh Đồng Chum, đẩy quân đội cộng sản trở về hướng Bắc.

Thành quả chiến trận không phải là điều bất ngờ, bởi Tiểu đoàn 3 Dù là một đơn vị ngoại hạng của 17 Tiểu đoàn tổng trừ bị mặt trận phía Bắc Việt Nam. Kết quả trận đánh đồng thời đã chứng minh cho thành phần lãnh đạo Pháp - Việt thấy rõ một yếu tố mới: Những sĩ quan trẻ, những hạ sĩ quan, binh sĩ người Việt tình nguyện trong đơn vị nhảy dù thuộc quân đội Liên hiệp Pháp chính là nhân tố kết nên thắng lợi. Tiểu đoàn 3 Nhảy Dù Việt Nam hậu thân của Tiểu đoàn 3 Nhảy Dù Hải Ngoại là đơn vị đầu tiên của Quân lực Cộng hòa được tuyên công Bảo Quốc Huân Chương với dây Biểu Chương Tam Hợp Ba Màu Vàng - Xanh - Đỏ do công trận chỉ huy bởi những những Thiếu úy, Trung úy của năm 1953 này. Đấy là những sĩ quan có danh tính Trương Quang Ân, Phan Trọng Chinh và sau này là Lê Nguyên Vỹ, Nguyễn Hữu Luyện...

Ba.

Chính phủ Thủ Tướng Ngô Đình Diệm được thành lập ngày 20 tháng 7, 1954 mang đủ tất cả gánh nặng của quá khứ gần 100 năm lệ thuộc người Pháp với tình thế quân sự chính trị suy sụp hỗn loạn sau thất trận Điện Biên Phủ của quân đội Pháp và công cuộc định cư hơn triệu người di cư từ miền Bắc vào Nam.

Các lực lượng chính trị chống đối của miền Nam kết hợp thành Mặt trận Thống Nhất Toàn Lực Quốc Gia yêu cầu Thủ Tướng Ngô Đình Diệm giải tán nội cát, cải tổ chính phủ và chấp thuận để họ duy trì tình trạng cát cứ của những tổ chức quân sự tại những địa phương riêng biệt.

Chính phủ Sài Gòn giữ nguyên lập trường: Thống nhất quân đội trước khi bàn đến những cải tổ chính trị. Lực lượng Bình Xuyên dưới quyền chỉ huy của Thiếu Tướng Lê Văn Viễn quyết chống lại Chính phủ Trung ương Sài Gòn. Ngày 1 tháng 1, 1955 Thủ Tướng Ngô Đình Diệm đóng cửa các cơ sở kinh tài quan trọng của Bình Xuyên, cách chức Tổng Giám đốc Cảnh sát và Công an của Lai Văn Sang, một người thân tín đắc lực của Thiếu Tướng Viễn... Cuối cùng việc phải đến, ngày 28 tháng 4, 1955 lực lượng Bình Xuyên nổ súng tấn công quân Chính phủ.

Liên đoàn Nhảy Dù với bốn Tiểu đoàn 1, 3, 5, 6 hình thành nên những trụ cột chống đỡ nền móng Quốc gia, nên chỉ một ngày sau, quân nhảy dù đã làm chủ tình hình toàn bộ đô thành Sài Gòn, Chợ Lớn. Mặt trận Sài Gòn mau chóng kết thúc vào ngày 5 tháng 5, tàn binh Bình Xuyên rút về Rừng Xác, vùng sình lầy dọc theo sông Sài Gòn và Đồng Nai lập thế chống cự. Tháng 9, lực lượng chính phủ mở Hành Quân Hoàng Diệu cũng với lực lượng nhảy dù làm thành phần xung kích truy quét đám phản loạn.

Ngày 24 tháng 10 kết thúc chiến dịch, nơi khuôn viên Dinh Độc Lập lần đầu tiên diễn ra khung cảnh Đại hội ân thưởng toàn quân kể từ ngày mở nước về phương Nam, cũng là lần đầu tiên, Quân, Quốc kỳ cùng bay rạng rỡ trên kỳ đài tòa dinh thự báo hiệu thống nhất quân đội, chủ quyền quốc gia quy về một mối. Trung úy Trương Quang Ân đứng hàng đầu giữa những chiến binh của quân đội Cộng hòa được tuyên công. Ông được trao gắn một lần hai Anh Dũng Bội Tinh với Nhành Dương Liễu. Đây là hiện tượng độc nhất chỉ xảy ra một lần trong các quá trình nghi lễ trao gắn huy chương cho dù về sau này khi chiến trường trở nên nặng độ.

Năm 1957, Đại Tá Nguyễn Chánh Thi thay thế Đại Tá Đỗ Cao Trí giữ chức Tư lệnh Liên đoàn Nhảy Dù, Đại úy Trương Quang Ân rời Tiểu đoàn 3 Dù về Bộ Tư lệnh giữ chức vụ Trưởng phòng Ba tức Phòng Hành Quân, Huấn Luyện. Một sự kiện quan trọng xảy ra trong đời sống cá nhân Đại úy Trương Quang Ân, đồng thời cũng là một biểu tượng đặc thù của binh chủng nếu không nói là của toàn quân đội. Ông làm lễ thành hôn với Chuẩn úy Dương Thị Thanh, một trong những nữ quân nhân đầu tiên của Binh chủng Nhảy Dù.

Cuộc kết ước được chính Tư lệnh đơn vị làm chủ hôn và hôn lễ được thực hiện theo nghi thức thuần túy quân đội: Đại úy Trương Quang Ân trao nhẫn đính hôn cho Nữ Chuẩn úy Dương Thị Thanh nơi cửa máy bay, xong hai người cùng nắm tay điều khiển dù nhảy xuống đất nơi bãi đáp Ấp Đồn thuộc quân Củ Chi. Cảnh tượng cảm khích trên chắc hẳn không phải là màn trình diễn của đôi vợ chồng trẻ muốn làm nên sự kiện độc đáo ngoạn mục, nhưng đấy là hành vi biểu hiện lòng sắt son của Hai Người Lính muốn kết hợp lời nguyền hiến dâng đời sống bản thân, gia đình cho Quân Đội và Tổ Quốc.

Bốn.

Đầu năm 1965 để chuẩn bị đưa ông vào những chức vụ cao hơn, Bộ Tổng Tham mưu tuyển chọn Trung Tá Ân theo học trường Chỉ Huy Tham mưu Cao cấp Leavenworth, Kansas, Hoa Kỳ. Và cũng như hai mươi năm trước, Trung Tá Trương Quang Ân lại tốt nghiệp khóa học với vị thứ thủ khoa kèm lời khen ngợi nồng nhiệt kính phục từ Ban giám đốc trường: Đây là học viên tốt nghiệp với số điểm cao nhất từ trước đến nay. Ông đứng đầu trên 45 sĩ quan cao cấp của quân đội toàn thế giới, kể cả những tướng lãnh, cấp tá thuộc quân lực Mỹ.

Năm 1966, trong buổi tiệc tiễn ông đi nhận chức Tỉnh Trưởng Gia Định, binh sĩ, Hạ sĩ quan của Bộ chỉ huy Chiến đoàn 2 và sĩ quan của những Tiểu đoàn trực thuộc trong vùng Biên Hòa được mời tham dự. Mỗi người có một hộp giấy gồm hai pâté-chaud, hai bánh ngọt và một xăng-wích; thức uống gồm một chai bia và nước ngọt Quân Tiếp Vụ. Trung Tá Ân giải thích bữa liên hoan thanh đạm như sau: *"Bữa liên hoan này là do tiền lương tôi xin lãnh trước để đãi anh em và bánh là do nhà tôi làm. Chứ còn như trong Chợ Lớn đã có mấy tiệm ăn, tửu lầu gì đó của người Hoa nghe tin tôi về làm Tỉnh Trưởng, họ đã đưa đề nghị đãi hết người của Chiến đoàn mình. Nhưng đó là của họ mình nhận làm chi cho mang tiếng".*

Vào một ngày của năm 1967, Đại Tá Tỉnh Trưởng Gia Định nhận danh thiếp Thiếu Tá Chánh Văn Phòng của phu nhân một viên tướng cao cấp nhất của quân lực. Viên Thiếu Tá đặt lên bàn giấy ông Tỉnh Trưởng tập hồ sơ thổ trạch đứng tên bà Tướng với lời yêu cầu ông phê chuẩn sự hợp thức hóa tình trạng sở hữu phần đất của bà.

Sau khi xem xét kỹ hồ sơ và những quy định hành chánh về thủ tục hợp thức hóa đất đai thuộc phạm vi tỉnh, Đại Tá Tỉnh Trưởng Trương Quang Ân có lời quyết định: *"Thiếu Tá có thể trở về trình với bà Tướng như thế này: Tôi đã xem xét kỹ càng về thủ tục hợp thức hóa thổ cư, điền thổ theo như các quy định hành chánh cho phép một Tỉnh Trưởng, nhưng lô đất nầy dẫu thuộc về Tỉnh Gia Định, nhưng cũng là công thổ Quốc gia nên tôi không thể hợp thức hóa quyền*

sở hữu của bà đối với phần đất đó được".
Ông rời nhiệm sở Tỉnh Trưởng Gia Định để trở lại với chiến trường không một chút luyến tiếc.

Năm.

Phi trường Phụng Dực Ban Mê Thuột hôm ấy có một sinh hoạt khác hơn ngày thường với đoàn quân nhạc của Sư đoàn 23 Bộ binh đứng xếp hàng nhiêm chỉnh, phòng khách phi trường được quét dọn sạch sẽ, có mặt gần như đầy đủ thành phần sĩ quan cao cấp của đơn vị và tiểu khu Darlac, đơn vị hành chính cùng có chung một địa bàn hoạt động với Sư đoàn, lực lượng diện địa quan yếu của khu 23 Chiến thuật. Chiếc máy bay C47 hàng không quân sự đáp xuống, lố nhố những hành khách quân nhân và gia đình ào ra từ cửa máy bay. Giàn quân nhạc chuẩn bị nhạc cụ, sửa soạn trình tấu khúc Thượng Cấp Võ; đám sĩ quan vội vã xếp đội hình: Tất cả chờ đợi viên tân Tư lệnh xuất hiện.

Họ chờ một Tướng lãnh mặt trận có uy danh với những chiến công nơi trận địa mà ông đã thâu đạt từ binh chủng Nhảy Dù qua những chức vụ sĩ quan chỉ huy những đơn vị tác chiến. Nhưng vị Tướng với vóc dáng, y phục, cách thế như chờ đợi ấy đã không xuất hiện.

Người ta chỉ thấy một người lính với nón sắt hai lớp, lưới ngụy trang, quân phục tác chiến xanh của bộ binh, vai mang ba-lô, tay xách sac-marin (túi đựng quân trang, quân dụng của binh sĩ) đi lẫn vào cùng đám quân nhân hành khách. Hay là ông chưa tới? Có thể ông đi máy bay Air-Vietnam để được sạch sẽ, lịch sự hơn chăng?!

Đám sĩ quan nghi lễ bàn tán. Bỗng một người nhác thấy người lính đi hàng cuối mang bảng tên màu trắng kẻ chữ *"ÂN"* đen trên nắp túi áo và ngôi sao huy hiệu cấp Tướng màu đen may tiệp vào cổ áo tác chiến... Không một chiếc huy chương ở phần ngực áo. Người này vội vã, hốt hoảng... Vào hàng... Vào hàng! Vào hàng! Phắc!

Hành khách quân nhân cuối cùng kia vội đi nhanh đến chỗ viên sĩ quan Trưởng toán chào kính, và nói nhanh, dẫu tiếng nhỏ nhưng dứt khoát: *"Trung Tá cho anh em nghỉ, tôi không thể nhận".* Và khi đứng hẳn trước đoàn người, Đại Tá Trương Quang Ân khiêm tốn giải thích: *"Cám ơn anh em đã đón tôi với đủ lễ nghi quân cách, nhưng tôi không được phép nhận vì chưa bàn giao đơn vị. Vậy chỉ cho tôi một xe jeep cũng như những sĩ quan vừa đáo nhậm đơn vị mới và chờ cho tôi bàn giao với vị Chỉ huy Trưởng xong, các anh em hẳn giành cho tôi quân lễ đối với một tân Tư lệnh".*

Ông lên một chiếc jeep trần trụi, sửa lại thế ngồi, bi-đông nước và khẩu súng colt; chiếc nón sắt hai lớp đội thẳng, sát xuống mí mắt đúng quân phong, quân kỷ ấn định. Đoàn xe ra khỏi phi trường, hướng khu dân cư nơi có đặt những cơ sở quân sự của khu chiến thuật và tòa Tỉnh Trưởng. Sau chiếc jeep cũ kỹ chở vị tân Tư lệnh, một chiếc khác bóng loáng mới tinh khôi cắm cờ hiệu cấp Tướng, không người ngồi chạy theo giữa bụi mù.

Ngay sau khi nhậm chức, Tướng Quân được dịp chứng nghiệm khả năng chỉ huy vào dịp Tết Mậu Thân, 1968 khi quân cộng sản Tổng tấn công miền Nam mà thị xã Ban Mê Thuột với Bộ Tư lệnh Sư đoàn 23 là mục tiêu đầu tiên bị những Tiểu đoàn thuộc Trung đoàn 33 cộng sản Bắc Việt tập trung dứt điểm. Liền sau giờ Giao Thừa, lúc 1 giờ 35 đêm 29 rạng 30 tháng 1, 1968 bốn Tiểu đoàn thuộc Trung đoàn 33 tăng cường hai Tiểu đoàn 401 và 301 cơ động tỉnh và bốn đại đội địa phương, cùng du kích đồng loạt tấn công những mục tiêu của thị xã cần phải chiếm lãnh, tràn ngập. Sở Hành chánh Tài chánh, Tòa Hành chánh, Dinh Tỉnh Trưởng, Bộ Chỉ huy tiểu khu, Đại đội 514 Vận Tải, mà trại gia binh Đại đội trinh sát, cư xá sĩ quan và bản doanh Bộ Tư lệnh Sư đoàn là những vị trí phải được chiếm cứ trước hết - Bởi phía chỉ huy quân sự đối phương hiểu rõ rằng, nếu đập vỡ được cơ quan chỉ huy (Bộ Tư lệnh), khống chế được thành phần nhân sự hoặc thân nhân, gia đình của lực lượng trừ bị tiếp ứng (Đại đội trinh sát, thành phần sĩ quan chỉ huy, Tham mưu Sư đoàn) thì cuộc tấn công ắt chiếm giữ phần ưu thắng.

Nhưng tất cả mũi tấn công đồng bị chận đứng trước cổng các doanh trại và âm mưu lùa dân vào thị xã biểu tình thực hiện bước tổng nổi dậy tiếp theo hoàn toàn bị thất bại. Bởi từ Bộ Tư lệnh Sư đoàn 23, Tướng Quân đã điều động ngay trong đêm cuộc phản công với Thiết đoàn 8 Kỵ binh, các Tiểu đoàn 2 và 3 thuộc Trung đoàn 45 Bộ binh và Đại đội 45 Trinh sát đang hành quân bên ngoài thị xã.

Lực lượng tấn công cộng sản hóa thành bị bao vây, chia cắt bởi đoàn quân tiếp ứng. Sáng ngày 30 (mồng 1 Tết Âm Lịch) lực lượng Thiết kỵ và Bộ binh của Sư đoàn đã hoàn toàn giữ vững những vị trí, cơ quan quân sự, hành chánh trọng yếu của tỉnh và thị xã. Về mặt chiến thuật, chúng ta có thể nói rằng âm mưu tiến chiếm Ban Mê Thuột bị đập tắt từ giờ phút đầu tiên chỉ trừ những cơ sở như Ty Ngân Khố, Sở

Hành Chánh Tài Chánh số 3 còn bị những tiểu tổ du kích chiếm đóng mà vì cốt tránh thiệt hại về nhân mạng cũng như tài sản chung nên phía tiểu khu, Bộ Tư lệnh Sư đoàn chưa cho lệnh phản kích, lấy lại.

Tính đến ngày mồng 6 Tết, mặt trận Ban Mê Thuột hoàn toàn được giải tỏa, Trung đoàn 33 và các đơn vị địa phương, du kích bị đánh bật ra khỏi vành đai thị xã để lại 924 xác trên hiện trường, và 143 bị bắt sống. Nhưng mỉa mai thay, có một *"lạnh nhạt cố ý"* rất đáng chê trách: Suốt chiến dịch ca ngợi thắng lợi kiên trì giữ vững miền Nam sau biến cố lớn lao này, công trận thủ thắng ở mặt trận Ban Mê Thuột *"hình như"* được cố ý loại bỏ - Điều này càng thấy được cụ thể qua tập quân sử tổng kết *"Cuộc tổng công kích - Tổng khởi nghĩa của Việt cộng Mậu Thân 1968"*, danh tính vị Tướng Quân Tư lệnh Sư đoàn 23 - Chuẩn Tướng Trương Quang Ân hoàn toàn không được nhắc tới một lần, cho dù có hình ảnh của Người cùng viên Tư lệnh quân khu đi xem xét chiến lợi phẩm sau khi mặt trận im tiếng súng và quân địch đã toàn phần bị đánh bại (Trang 264 TCK-TKN, Khối Quân Sử Phòng 5/ Bộ Tổng Tham Mưu QLVNCH, 1968).

Khi những người cầm quyền quốc gia, lãnh đạo quân đội xem nhẹ kẻ sĩ, bạc đãi chiến sĩ, danh tướng thì chỉ dấu suy thoái của Quốc gia, Quân đội đó ắt đã phát hiện. Nếu những Người Lính mang tên Trương Quang Ân, Nguyễn Viết Thanh, Ngô Quang Trưởng, Nguyễn Khoa Nam, Trần Văn Hai, Lê Văn Hưng... nắm quyền thống lĩnh quân đội, trọng trách vận mệnh quốc gia từ thập niên 60, đầu những năm 70 thì đâu có ngày đau thương oan nghiệt 30 tháng 4, 1975.

Chúng ta phải kêu lên tiếng uất hận vỡ trời cùng Anh Linh Chiến Sĩ - Tướng Quân Trương Quang Ân!

Kết từ.

Ngày 8 tháng 9 năm 1968 sau buổi thuyết trình buổi sáng tại Trung tâm Hành Quân, Chuẩn Tướng Tư lệnh cùng cố vấn Sư đoàn, vị sĩ quan Phòng Ba ra bãi đáp trực thăng cạnh Bộ Tư lệnh để đi thanh tra, kiểm soát những đơn vị thuộc quyền đang hành quân trong phạm vi quận Đức Lập.

Theo thường lệ, Tướng Quân đi cùng những giới chức trên bằng trực thăng HU1D của hệ thống cố vấn Mỹ, nhưng bởi sáng nay có bà tháp tùng theo cùng để đến thăm gia đình binh sĩ của đơn vị có hậu cứ tại quận ly, nên hai người quyết định xử dụng trực thăng H.34 của Không quân Việt Nam, cũng cốt để chở được nhiều nhu yếu phẩm, quà tặng cho binh sĩ và gia đình của họ.

Hai vợ chồng Người Lính lớn nhất của đơn vị thăm hỏi đến mỗi gia đình binh sĩ, bà ngồi xuống giữa những người vợ lính, những em bé xao xác do thiếu dinh dưỡng, trú ngụ nơi những lều trại dã chiến mà người lính tạm dựng lên tại tiền trạm vùng hành quân. Bà bối rối, băn khoăn về nỗi khổ của từng người, bà ôm không hết những em nhỏ với nước mắt rưng rưng thương cảm. Ông yên lặng đi đến tại mỗi vị trí phòng thủ, xem xét những khẩu pháo, hỏi kỹ về nhu cầu của đơn vị và luôn nhắc nhở cán bộ sĩ quan: *"Phải luôn cố gắng chăm sóc đời sống anh em, họ đã quá thiếu thốn, quá gian khổ, bổn phận của Cấp chỉ huy là phải tận tụy hết lòng với mỗi người lính của mình. Ai cũng có thể có khuyết điểm nhưng cần nhất là biết phục thiện, sửa chữa".*

Buổi thăm viếng đã quá lâu, cố vấn Mỹ, đoàn sĩ quan tham mưu, cũng như cá nhân tướng Tư lệnh phải trở về Ban Mê Thuột; những người vợ binh sĩ vây quanh bà, bà bước đi ngập ngừng... *"Về mình ạ, mình còn trở lại nhiều lần nữa, mình nói với các chị, các cháu như thế".* Ông bắt tay từng sĩ quan, ân cần đáp lại ánh mắt lưu luyến của binh sĩ. Cánh quạt chiếc H.34 bắt đầu quay, Tướng Quân đỡ Phu Nhân, chiến hữu sắt son của Người suốt đời dài binh đao, bước lên cửa máy bay vì sức gió mạnh xô đẩy. Hai Người Lính nhìn lại những bóng người dưới đất bắt đầu mờ dần. Do nước mắt của bà đã thấm nhòa cảm xúc. Người dưới đất đưa tay ngoắt từ biệt. Bỗng như tia chớp cực mạnh loé sáng. Con tàu bùng vỡ khối lửa hung hãn ác độc và lao nhanh xuống như một mũi tên. Khu trại gia binh đồng la lớn kinh hoàng... *Chết rồi... Chết rồi trời ơi... Ông bà tướng chết rồi trời ơi... Trời ơi là trời ơi!!* Những người vợ lính bật khóc cùng với những đứa con gào ngất trong tay bởi ánh lửa đỏ rực loáng sáng khoảng trời.

Tướng Quân Trương Quang Ân cùng Phu Nhân Dương Thị Thanh trở về cùng mặt Đất Quê Hương như trong tuổi thanh xuân Hai Người Lính đã kết hợp giữa bầu Trời Tổ Quốc.

Trong buổi phát tang nhị liệt vị, sĩ quan nghi lễ kê khai phần tài sản để lại gồm: 53,000 đồng, tiền lương tháng cuối cùng của Tướng Quân và tám chiếc áo dài nội hóa của Phu Nhân.

Chúng ta hôm nay cùng sông núi kính cẩn nghiêng mình trước Anh Linh Người Lính Thanh Cao, Trung Liệt đã vô vàn tận hiến với Nước Việt Miền Nam: **Thiếu Sinh Quân - Người Lính Cộng Hòa Trương Quang Ân.**

Để nhớ Ngày Hè Lẫm Liệt, 1972
Phan Nhật Nam

Vẽ lại từ tác phẩm của NAG Nguyễn Ngọc Hạnh.

Chân Dung
Cần Phải Viết Lại

Dẫn Nhập.

Người cộng sản không phải hên may nên đoạt thắng. Chúng ta, những người lính Quân lực Việt Nam Cộng hòa không hề thua vì kém chiến đấu. Chúng ta đã thua trận từ những nguyên nhân vượt khỏi trách nhiệm người lính, quá xa tầm súng và sức chịu đựng của chiếc lưng.

Chiếc lưng mang khối nặng ba-lô đã khởi đi từ một thuở rất lâu, những năm sau Thế chiến thứ Hai, khi trên thế giới, toàn loài người đang cố gắng chữa trị vết thương, xóa bỏ dấu ấn sự chết. Từ thời điểm đáng ghi nhớ và cũng đáng nguyền rủa đó, dân tộc Việt Nam, toàn thể những con người sống trên vùng đất chữ "S" vùng Đông - Nam Châu Á bị đẩy vào vũng lửa của một cuộc chiến tranh bị hạ nhục, mạ lỵ, vu khống và không cân sức.

Cho dù tất cả các cuộc chiến tranh đều có chung yếu tính Sự Ác và Hủy Diệt, nhưng đây là một trong những cuộc chiến tồi tệ nhất của dòng sống con người. Cuộc chiến vô ích, dai dẳng, khắc nghiệt nhất của lịch sử dân Việt. Người lính Việt Nam, Quân lực Việt Nam Cộng hòa gánh chịu phần nặng nề, thua thiệt và đau đớn nhất.

Gần hai mươi năm sau khi cuộc chiến kia chấm dứt, vết thương bị lăng nhục vẫn còn tươi máu. Trên tất cả những vùng đất, thị trấn, xóm làng, thành phố tan tác, loang lổ của khắp miền Nam hôm nay vẫn nguyên độ nóng của dấu bom miếng đạn, vẫn hằng hằng những người tóc ngả màu mệt nhọc cúi mình trên tập vé số, tì tay lăn chiếc xe phế binh hoen rỉ bên trên lề đường đặc lềnh bụi khói mờ mờ che màu cờ đỏ của một buổi đổi thay tàn nhẫn.

Nơi Nghĩa trang Quân đội Long Bình lũ chó hoang kéo lê những lóng xương rã mục, Trung Liệt Đài sụp xuống chiếc mái, biến thành nơi tích chứa phân của đơn vị bộ đội cộng sản làm nhiệm vụ khai thác đá và chăn nuôi vùng Tăng Nhơn Phú. Người lính và các con họ vẫn là đám *"ngụy tiện dân"* bị xếp hạng thứ *"13"* của phân chia thành phần giai cấp, chỉ trên đứa trộm cắp, giết người lãnh án tù chung thân khổ sai, loại cùng đinh xã hội.

Và cuối cùng, ở đây, nơi xứ người, trên đất Mỹ, *"những người đi theo diện H.O"* đã nên thành một giai cấp, một cộng đồng trong lòng một cộng đồng. Một tổng số của tập hợp bị xem nhẹ và coi thường. Chân dung người lính đó từ lâu đã bị ngộ nhận. Hôm nay chúng ta cần viết lại. Phải vẽ lại đúng vóc dáng kỳ vĩ nỗi chịu đựng lặng lẽ đầy bi tráng này.

1. chiến đấu giữa bóng tối

Một cuộc biên chế toàn trại bắt đầu từ 7 giờ sáng. Đến trưa, năm trăm người thuộc thành phần sĩ quan từ Đại, Trung tá đến Đại úy được xếp theo 13 đội vào từng khu riêng biệt; một khu gồm hai căn nhà lớn liền nhau, mỗi nhà chứa hai đội khoảng bảy, tám chục người. Sân trại giam chỉ còn lại mình Nhân với đám cán bộ công an vây quanh, những khuôn mặt lạnh lùng cẩn mật.

Mang đồ ra phòng trực trại ở cổng! Tại đây một màn lục soát sơ khởi tiến hành. Bắc, gã cán bộ an ninh nhân lực, người quyết định sinh mạng chính trị và cả đi sống của toàn thể tù nhân, chỉ huy cán bộ trực trại và gã phụ tá, đồng thời cũng tự tay thực hiện việc khám xét.

Ba người, sáu bàn tay, sáu con mắt đồng mân mê từng lai quần, đổ tung những lon guigoz đựng đường, bột. Không khó khăn, họ tịch thu ngay cuốn nhật ký Nhân viết từ ngày vào trại Long Giao, tháng 6, 1975. *Còn gì nữa không?* Bắc khép mở cánh môi màu gạch nung, lớp da xác chết, hàm răng kín khít, con mắt chó đá nhìn anh không chớp. Nhân lắc đầu, quả tình anh nói không được, cổ họng đóng khô...

Anh nhìn bàn tay (không phân biệt mặt người) xé tấm bìa cuốn nhật ký; hình vẽ khuôn mặt con trai anh bị ném tung từng mảnh... Anh đưa mắt nhìn theo những mảnh vụn. Bắc biết ý. Y dẫm chân lên, đế dép lốp xe hơi chà xát giày xéo. Y nhìn vào mắt anh lạnh và ngắn... *Mang một chăn, một chiếu, một bát, một cóng vào phòng kỷ luật! Vâng!* Nhân lóng cóng ôm gói đồ lếch thếch theo hai người, kẻ thứ ba đi sau anh.

Phòng kỷ luật ở về phía cực phải cuối trại giam; khi sắp bước chân qua ngạch cửa dẫn vào khu kỷ luật, Nhân có ý định chạy về khu nhà phía trái, nơi có cánh cửa khép hờ dẫn vào đội những người già, yếu, bệnh hoạn. Nhưng anh bỏ ngay ý nghĩ. Bởi nếu muốn thế, anh phải chạy vào khu nhà ở thuộc đội những người khoẻ mạnh, gan góc (như đội cũ của anh trước cuộc biên chế sáng nay).

Bây giờ, những người bạn trẻ kia đã bị chia tan tác qua những đội mới; còn đội già yếu này, đa số, nếu không nói hầu hết đều là những người lớn tuổi an phận, nếu có những người trẻ tuổi thì cũng chỉ những người vốn đau yếu. Họ đã không mang vác nổi cảnh khốn cùng của bản thân lấy đâu sức mạnh thể chất, cứng cỏi tinh thần để che chở cho anh.

Vô ích thôi! Nhân bước chân vào khu kỷ luật với ý nghĩ cùng đành buông xuôi. Bắc trở mặt ngay. *Để đồ xuống! Đứng nghiêm!* Y lấy trong túi ra tờ giấy viết sẵn, chẳng cần nhìn vào, y đọc nhanh, vẻ chán chường, bất đắc dĩ phải làm công việc vô ích, phiền toái.

"Cộng hòa xã hội chủ nghĩa Việt Nam. Độc lập, Tự do, Hạnh phúc. Bộ nội vụ, trại cải tạo số 5 quyết định tên Phạm Trung Nhân, sinh 1943 tại Nại Cửu, Triệu Phong, Quảng trị can tội ngụy quân, án phạt tập trung *cải tạo. Quá trình cải tạo không chuyển biến tốt, biểu hiện phản động sai trái qua hành động tổ chức phá rối an ninh trật tự trại giam ngày 13 tháng 2, 1979. Xét bốn tiêu chuẩn của trại cải tạo và để duy trì an ninh kỷ luật trại giam, nay quyết định. Phạt kiên giam tên Nhân từ 21 tháng 2 cho đến khi có biểu hiện tiến bộ. Đồng chí Bùi Dù, cán bộ trực trại thi hành".*

Cởi đồ ra! Bắc nôn nóng. Cách nóng nảy của con thú chờ mồi quá lâu. Cát, tên phụ tá chuẩn bị ra đòn, dù có vẻ bình tĩnh và quen công việc, khôn ngoan giấu đi phản ứng. *Thôi xong rồi!* Nhân tự nhủ, cổ họng đắng như nuốt phải cục vôi khô. Người anh trống không nhẹ tênh.

Bắc chú ý đến cái áo khoát ni-lông từ khi anh bỏ ra, lưng áo nổi cộm lộ liễu. Y đặt tay lớp lót bằng vải bao cát mà Nhân đã khâu vào thành lớp dày chống rét. *A!* Bắc không ngăn được vẻ khoái trá khi bóp được lớp giấy lót giữa hai tầng áo. Xoẹt! Y xé lớp vải bao cát không nương tay. *Rồi!* Nhân kêu lên tiếng nhỏ, xem như đã đứng trước một dãy nòng súng...

Tập thơ năm trăm bài làm từ ngày đi tù, bút ký ghi sự việc, cảm xúc từ Nam ra Bắc và cuốn dàn bài chi tiết về bộ trường thiên tiểu thuyết dự tính từ bao năm nay. *Xong rồi!* Nhân không còn gì phải gìn giữ và lo sợ. Mọi sự coi như đã kết thúc! Bắc không phải lật với một tay mà cả hai tay hối hả...

Đây là những cái mà y đã truy lùng từ bao lâu, từ tháng 10 năm ngoái khi Nhân bắt đầu viết những tập bản thảo kia. Khuôn mặt Bắc cau lại, y không đọc ra được... (vì chữ viết bằng bút chì quá nhỏ chen lẫn giữa hai hàng chữ mực tím của bản thảo tài liệu dịch cho bộ Quốc phòng từ những năm trước mà Nhân đã lưu giữ sau bao đợt chuyển trại).

Trong dự kiến, theo báo cáo của những tên ăng-ten (những gã tù chỉ điểm trong tập thể sĩ quan cải tạo), Bắc nghĩ rằng Nhân đã có những lời đả kích lộ liễu đối với chế độ, chủ nghĩa cộng sản, chính sách giam giữ của các trại tù. Thế nhưng ở đây lại là... *"Luyện Ngục Rực Lửa; Đá Nát Vàng Phai..."*.

Bắc không hiểu được, suy diễn ra... *Cho vô cùm, mai đưa ra sân trại, đánh tàn phế một cơ quan trước tập thể... Tính sau!* Cửa vào phòng kỷ luật mở ra, Nhân bước vào. Cửa đóng lại. Phòng chìm bóng tối, im lặng, ẩm mốc, không khí, cảnh sắc của sự chết, nhà mồ. Thêm một cửa nữa được mở, cửa cuối cùng, và anh bước vào căn phòng, đúng hơn một cái hộp, dài hai thước, rộng khoảng một thước, cao ba thước, chiếc bệ đất tráng lớp xi-măng, phần cuối có thanh sắt chắn ngang bên trên lủng lẳng hai vòng cùm hình chữ U.

Nhân đút chân vào cùm, nằm xuống. Trời tháng 2 lạnh cóng, căn phòng sũng ướt như một hầm nước đá. Không có vật gối đầu, Nhân định cởi cái áo mưa ngắn làm gối nhưng lưng không chịu nổi lạnh, bèn dùng gà-men lính gối đầu lên. Bây giờ mới hiểu tại sao Kinh Thánh có câu: *"Con Người không có chỗ gối đầu..."*. Tình trạng này đây! Hoá ra cũng đã có người trải qua những giây phút này mà là Con Người - Thiên Chúa.

Nhân nằm như thế bao lâu, không biết trời bên ngoài sương mù hay ửng nắng, trưa, chiều, tối, khoảng mấy giờ... Chỉ bóng tối mờ mờ lầy lầy, lạnh tanh và im lặng. Hình như chung quanh có âm động, tiếng nói nào đó... thoảng nghe xa... từ xa dội lại.

Đầu và chân mình ở hướng nào? Nhân cố gắng xác định nhưng vô hiệu. Những cơn mê ngắn nối tiếp giấc ngủ chập chờn và khoảng thức tỉnh ngây ngây. Thân thể rất lạnh, cái lạnh dị thường từ thời tiết bên ngoài, lạnh giữa bốn bức tường thẩm tối và bên trong từ gan ruột, dưới lớp da. Lạnh khiếp sợ của thần kinh bị tê liệt, tổn thương, nhưng bên ngoài da thịt hầm hập nóng như lên cơn sốt, hai hàm răng dẫu nghiến chặt vẫn đập cầm cập vào nhau.

Thôi, tất cả đã hết... Vậy ta cho xong luôn! Nhân quyết định đời sống bản thân ở bước chót - Nhịn đói để chết. Bởi lẽ, nếu chỉ mỗi việc tổ chức tuyệt thực trong ngày 13 vừa rồi cũng đã phải chịu hình phạt tối đa, vì đây là trại tù Trung ương miền Bắc, hậu thân Lý Bá Sơ thiết lập và nổi danh từ năm 1945 về thành tích giam giữ, sát hại tù chính trị, lúc cộng sản chỉ là tổ chức sơ khai, còn ẩn danh dưới chiêu bài Mặt trận Việt Minh; Việt Nam độc lập đồng minh hội để tranh thủ sự yểm trợ phía đồng minh Mỹ, Anh, Tàu và cả Pháp.

Từ 1945 đến nay, 1979, hơn ba mươi năm dựng thành tích trên thân phận và sinh mạng người tù, trại 5 Lam Sơn ắt sẽ không nương tay. Thêm ngàn trang bản thảo... Chỉ còn đường chết thôi! Lê Đức Thịnh chỉ vì mỗi câu *"anh không chịu bó tay..."*. Câu nói vô thưởng vô phạt trong lá thư gởi vợ cũng đủ nát thân nơi pháp trường trại Long Giao. Nhân quyết định cho mình ân huệ tự do tội nghiệp cuối cùng nầy.

Việc nhịn ăn quả tình không khó lắm khi đã qua hai, ba, ngày đầu. Những ngày sau Nhân chỉ có cảm giác trống rỗng, người như bay bềnh bồng giữa khoảng không. Nhiệt lượng trong người bốc ra hừng hực để giữ thân nhiệt ở mức cần thiết, chống chỏi, vượt qua cái lạnh kỳ dị. Anh chìm dần vào cơn mê mờ nhạt lãng đãng, nhưng hình như các giác quan tinh tế, sắc sảo hơn.

Và trong trạng thái tỉnh thức bất định này anh nghe vang dội chuỗi âm động từ bên ngoài nhưng cũng bên trong vang lên. *Tiếng động bàn chân người giậm mạnh lên bệ nằm theo nhịp đi... Bảo vệ làng thôn quân lực Việt Nam Cộng hòa... Nhân dân chờ mong, không nề hiểm nguy...* Nhịp hát một lúc một phấn khởi, người hát như đang được thôi thúc bởi một nguồn sinh lực mạnh mẽ, tuy âm lượng không giấu nét mệt mỏi, cằn cỗi, tắc nghẹn ở những nốt cao, ngân. Và như để bù trừ cho phần khuyết điểm này, người hát chuyển qua hành khúc quen thuộc *"Đường trường xa ta quyết đi cho đến cùng. Đoàn hùng binh say sưa trong gió reo vang...".* Đến điệp khúc *"Muôn đời Lục quân Việt Nam..."* thì lời hát đã nên thành tiếng thét vang dội và không chỉ với bàn chân giậm trên bệ nằm mà nắm tay hình như đang sử dụng để đập vào vách tường thay nhịp trống, chêm giữa âm sắc khắc nghiệt của chiếc cùm chạm lanh canh lên thanh sắt chắn ngang...

Chào cờ! Nghiêm! Này công dân ơi đứng lên đáp lời sông núi... Tiếng hát vang vang tràn vỡ căn phòng trùm bóng tối. Người hát hình như đang tận dụng hết sức lực của cánh tay, bàn chân không bị cùm để nâng cao, đẩy mạnh lên lời hát hào hùng phơi phới. Thanh âm, ngôn ngữ đã một lần vọng dội sông núi miền Nam. Những bàn chân rất đông người chạy vào rần rật (hình như đã chuẩn bị sẵn cho tình thế), cửa vào phòng kỷ luật bị tống mạnh, ánh sáng lùa vào...

Những người tù đồng bật dậy, sắt cùm kéo lê xoen xoét, cánh cửa các buồng giam lay động... Hình như toàn phòng sẵn chờ đợi diễn tiến sắp xảy ra... Ầm... ầm... Một cánh cửa nào đó bị mở tung và âm động xương của xương thịt người trong cơn cấu xé, dầm dập... *Đéo mẹ cho mày còn hát được không nào... Đánh cho chừa thói phản động đi...*

Chen trong tiếng chửi và chuỗi đòn thù Nhân nghe lời thét gào đứt khúc... *Các ông hèn... hèn lắm..!! Hèn là thế nào... Mày trả lời đi... Đánh người đang bị cùm thì giỏi giang gì, đánh thằng già đang bị cùm thì lại hèn hơn... Tại mày già nhưng còn chống đối, mày ngu thì phải dạy cho mày khôn ra.* Tiếng cười nhạt... *Ai dạy ai, mấy mươi năm các ông biết đã dạy được ai không rồi chứ? Mày câm mồm đi... Ông lại cho thêm một trận nữa bây giờ. Nếu ông đánh tôi chết được thì nên đánh bằng không vô ích thôi.* Giọng trả lời tỉnh như không. *Được, ngày mai mày trả lời với "ban"* (Ban giám thị trại giam).

Cửa phòng đóng lại, bóng tối chụp xuống. Nhân biết được trời đang trong buổi trưa nhờ liếc bóng nắng đổ chéo qua ngạch cửa. Một thế giới với những con người kỳ lạ, không thấy mặt, có thật ở đây.

2. Tưởng như là không thật.

Trong ngây ngây do sau mấy ngày nhịn ăn, loạt âm động của trận đòn, lời đối đáp... Tất cả như cơn say trầm trầm đẩy Nhân xuống vũng tối mờ mờ của môi trường không thật. Cũng có vẻ như không thật những lời đối đáp mạnh mẽ anh vừa nghe được kia. Trong một lúc, anh nghĩ hoàn cảnh của mình cũng chỉ là thoáng mong manh. Anh chờ đợi điều sắp xảy ra như có dự phần trực tiếp trách nhiệm....

Vâng, thưa Ban... chỗ này. Dạ, phòng này. Tiếng mở cửa phòng, chiếc cùm kéo lê. *Rút chân ra!* Bước chân nhiều người di chuyển ngoài hành lang, tiếng nói loáng thoáng... *Đỡ hộ cho anh ý... Không, tôi có thể đi được. Âm lượng yếu ớt nhưng sắc gọn, cứng cỏi. Đưa... đưa anh ấy đến đây, chỗ sáng này.*

Hôm nay, ban giám thị đến tham quan phòng kỷ luật để cải tiến chế độ sinh hoạt của anh em trại viên và điều nghiên đề xuất của những người có vấn đề... Người cán bộ trực trại lên tiếng trước. *Anh là anh Thành?* Một người nào đó hỏi chậm rãi; giọng người vùng Thanh, Nghệ, Tĩnh nghiêm nhặt khô khan. *Anh có khoẻ không?* Không có tiếng trả lời. *Anh có nhận được thư nhà không?* Cũng không người trả lời. Im lặng một lúc. *Thôi, anh vào nghỉ... Đưa anh ấy vào đi.* Tiếng chân đi chậm, bước ngắn. Cửa phòng đóng lại, ổ khoá, thanh cùm lọc xọc, kéo lê.

Rầm! Thanh sắt cùm được kéo về phía cực trái, chiếc cùm hình móng ngựa tự động rời khỏi cổ chân, tiếng khô lạnh. Nhân chưa xác định được tình thế, cửa phòng vụt mở, anh chống tay ngồi dậy ngơ ngác... *Anh đi ra, Ban giám thị đến tham quan.* Nhân được dẫn đến trước người đàn ông dáng thấp đậm, mặc áo quần đại cán may theo lối lính Tàu, cổ cao, bốn túi; chiếc nón cối hơi rộng che sụp ngang tầm mắt. Nhân nghiêng đầu, khẽ nhắm mắt, ánh nắng dẫu chỉ đổ ngoài hàng hiên cũng đủ gây chói chang, người anh trống trải lao đao... *Anh có khoẻ không?* Nhân chưa kịp trả lời. *Anh có nhận được thư gia đình không?* Nhân nghe chưa hết câu. *Thôi, anh vào nghỉ nhá... Còn mấy phòng nữa?* Nhân không biết câu hỏi nhắm đến ai giữa đám người hỗn độn, nhưng anh vẫn trả lời theo phản ứng không định trước... *Vâng... vâng...*

Khi Nhân nằm lại trên chiếc bệ, tiếp quen bóng tối, anh nghe mơ hồ những cửa phòng nào đó được mở và giọng nói đều đều... *Anh có nhận được thư nhà không...* Hình như câu hỏi có khác một từ nào đó khi hỏi với anh. Anh cố nhớ nhưng quá mệt mỏi nên không tìm ra. Và khi cánh cửa chính căn nhà kỷ luật đóng lại, Nhân nghe từ phòng anh Thành câu chuyện vang rõ giữa bóng tối.

- Anh Thành! Bắc, gã cán bộ an ninh nhân lực lên tiếng.
- Tôi nghe cán bộ. Anh Thành nói tiếng nhỏ nhưng chắc, gọn.
- Anh hãy phát biểu về việc thăm hỏi vừa rồi của Ban giám thị.
- Tôi chẳng có gì phát biểu cả.
- Ban xuống đây là do đề xuất của anh mà, anh không thấy Ban đã hỏi anh trước sao, trong khi mấy người kia cấp bực, chức vụ người ta hơn anh xa.
- Tôi với họ khác nhau, không ai giống ai!
- Khác nhau là thế nào, các anh tất cả là ngụy quân, ngụy quyền.
- Ngụy thế nào được. Năm 1973, trong danh sách trao trả theo Hiệp-định Paris chúng tôi là *"nhân viên quân sự của Việt Nam Cộng Hòa"* bị bắt giữ. Các ông đã dối trá giữ lại không trả...
- Đó là do các anh tự gọi lên như thế, các anh là những người có nợ máu với nhân dân được Đảng và nhà nước khoan hồng không giết là may còn đòi trao với trả... Ai gọi các anh như thế đâu?!
- Người các ông gọi nên như thế, cả phe cộng sản các ông gọi nên như thế. Không những thế, các ông còn phát cho chúng tôi quần áo, đưa về Hà Nội để chuẩn bị trao trả... Trả mà như thế này đây!! Tiếng cùm lay lục cục...

- Tại vì anh chống đối không chịu học tập cải tạo nên chúng tôi phải áp dụng biện pháp kỷ luật để duy trì an ninh trật tự trại giam. Anh xem ngoài trại đấy, tướng, tá, tổng, bộ trưởng tất cả có đủ, chúng tôi có cần nhốt ai đâu. Hừ, chúng tôi đánh người chạy đi không đánh người chạy lại, những người thất trận đầu hàng...

Có tiếng cười nhạt.

- Cán bộ nói không đúng. Họ thất trận đầu hàng ở đâu tôi không biết. Tôi, tôi không thất trận, không đầu hàng... Chúng tôi nhảy xuống đất các ông, giật cầu, đặt mìn phá hoại. Các ông tập trung cả ba làng, một Tiểu đoàn lính đánh một toán chúng tôi. Đuổi tôi chạy hai đêm một ngày... Tôi, tôi bắn hết đạn, mới bị bắt. Tôi không thất trận, không đầu hàng. Tôi không đầu hàng ai cả. Gần mười thằng nhào vào một lúc, tôi không đánh lại được. Tôi bị bắt, tôi không đầu hàng.

Giọng nói chắc nịch, dứt khoát, đôi khi hân hoan hãnh diện chen trong tiếng thở dồn dập kích động...

- Không đầu hàng mà cả lũ, cả bọn buông súng theo lệnh Dương Văn Minh, chạy được thì như Nguyễn Văn Thiệu, còn tất cả vào đây một dọc, mấy thằng chỉ huy của anh chúng tôi cũng không coi ra gì chứ đừng nói cỡ như anh, một thằng biệt kích!

Thành cao giọng...

- Phải, tôi chỉ là binh nhì biệt kích, nhưng tôi không hề đầu hàng, tôi không cần biết Dương Văn Minh, Nguyễn Văn Thiệu nào cả, Trưởng toán chúng tôi là Thiếu úy Đặng Ngọc Khiết bị các ông đem ra bắn ở chợ Ninh Bình, tôi không người chỉ huy, bắn hết đạn, bị bắt. Thành dứt khoát kết luận.

Hình như yếu tố *"đầu hàng"* là một xúc phạm

lớn, anh nhất mực chối từ.

- Dương Văn Minh, Nguyễn Văn Thiệu là mấy thằng đầu sỏ, lãnh đạo các anh, sao anh lại không biết?!

Thành cắt ngang:

- Người lãnh đạo chúng tôi, miền Nam là Tổng Thống Ngô Đình Diệm, không phải là những người ông vừa kể và chuyện họ đầu hàng, bỏ chạy quả thật tôi không biết. Các ông cùm tôi suốt bao nhiêu năm nay, tôi làm sao biết được cái gì?

Câu chuyện chấm dứt ở đây với yếu tố cụ thể nầy. Khi đóng cửa phòng Thành, Bắc lầm bầm... *Đồ ngoan cố, phản động, cùm mục xương cũng không tởn.*

Nhân theo dõi câu chuyện với ngây ngây xúc động. Có thật không sức chiến đấu của con người giữa trùng vây đơn độc, bóng tối và sự chết. Có thật không sự xếp đặt kỳ lạ của Thượng Đế trong hành trình nguy nan của người. Bởi vì qua câu chuyện kia, Nhân đã nghe rõ đến tên một người. Một người bạn. Một bạn thân, rất thân. Đã từ lâu. Anh đặt bàn chân không cùm xuống đất, ghé mặt sát khe cửa. Một khoảng nền xám của căn phòng. Toàn thể thế giới còn lại, thấy được của anh. Nhưng anh không hề tuyệt vọng, bởi bên kia, cách mấy bước, sau cánh cửa đóng kín có một con người, một sự sống bền bỉ, một sức mạnh chiến đấu.

Một binh nhì biệt kích quân, người lính không có số quân của một quân đội đã bị đánh bại, bị hạ nhục. Nhân gọi nhỏ... *Thành... anh... anh Thành.. cho tôi hỏi...* Và câu chuyện được ráp nối theo từng chi tiết...

Toán biệt kích gồm tám người, Thiếu úy Đặng Ngọc Khiết, sĩ quan Khoá 17 trường Võ Bị Đà Lạt

Trưởng toán, có nhiệm vụ phá hoại đoạn đường đèo Tam Điệp, Nam tỉnh Ninh Bình, gây rối, chận bít tuyến giao thông, chuyển quân, khí cụ, đạn dược Bắc - Nam của quân đội Hà Nội.

Toán quân không được may mắn, chiếc C47 vừa vào vùng, bị lộ ngay mục tiêu, một giàn đạn phòng không đan kín, viên phi công người Mỹ bắt buộc phải đáp khẩn cấp sau khi thả được toán dù.

- Thế người phi công có được cứu thoát không?

Nhân cắt ngang lời kể.

- Không, lúc ấy phương tiện cấp cứu còn ít, hơn nữa các phi vụ bí mật này coi như là hoạt động chiến tranh không quy ước, phi công mặc đồ dân sự, máy bay không số đuôi; máy bay của Air America không phải không lực Mỹ.

- Toán anh bị bắt hết ngay à?

- Không rõ, xuống đến đất phải tự cá nhân chiến đấu, chúng tôi vừa chống cự vừa chạy ra hướng biển, không biết những người kia thế nào, riêng tôi chạy đến hai ngày sau mới bị bắt. Nó dùng đến cả chục con chó kiếm tôi... Cả người lẫn chó nó bâu tôi như đỉa.

- Sau đó anh có gặp Khiết không?

- Không, nó giết liền mà... Nó họp tòa án nhân dân xong đem ra bắn tại trung tâm thị xã Ninh Bình. Tiên sư, nó đưa cả vạn, triệu người vào Nam thì bảo là đi giải phóng, mình chỉ mới nhảy dù xuống đã mắc tội máu với nhân dân... Nhân dân nào?! Mười năm sau ở Ninh Bình vẫn còn nhắc đến vụ bắn anh Khiết.

- Tại sao?

- Thiếu úy chửi chúng nó thẳng mặt. Họ tưởng khi bắt *"học tập"* vụ bắn anh Khiết sẽ làm chúng tôi sợ hãi. Đâu phải thế, chúng tôi khi bước lên máy bay là coi như đã chết, cho dù sống sót trở về, cũng phải thay hình đổi họ. Nhảy xuống đất Bắc, hoàn tất công tác tức là trả đủ nợ cho đất nước, miền Nam... Chúng tôi còn điều gì phải hối tiếc hay sợ hãi. Tôi còn có mối thù của bố tôi bị đấu tố chết năm Năm Mươi Ba. Tiếc là không nổ được cái phủ chủ tịch của chúng thôi.

- Thế anh bị kiên giam từ năm nào?

- Từ (19)64, có khi giam, khi cho đi lao động, nhưng từ 1972, khi Mỹ dội bom Hải Phòng, Hà Nội thì nó nhốt tôi tới bây giờ.

- Anh biết nó nhốt tôi ở đâu không? Anh nói cho biết đi?

- Dưới chân cầu Long Biên đó!

- Chứ không ở Hỏa Lò sao?

- Nó độc lắm, để dưới cầu Long Biên, nhỡ phải bom Mỹ dội chết chúng cho trưng ra để buộc tội giết tù binh, Việt cộng mà!

- Sao lại là Việt cộng. Việt cộng là tụi trong Nam kia chứ?! Anh mà còn nói thế huống gì ai...

- Nam, Bắc không là Việt cộng thì là gì... Cá mè một lứa cả. Anh Thành cao giọng phẫn kích.

- Từ hầm dưới cầu Long Biên chúng cho tụi tôi thấy xe phái đoàn trong Nam ra nhận tù binh Mỹ, nó còn cho chúng tôi biết vụ anh nhà báo bên nhảy dù chửi chúng nó ở sân bay Gia Lâm. Và bảo thẳng chúng tôi cứ việc chống đối, tuyệt thực, phái đoàn Việt Nam Cộng hòa trong ban liên hợp có đấu tranh cách mấy, chúng cũng không trả. Cũng như loại anh nhà báo kia, chúng tôi là những người cần phải giết bỏ, không thể nào tính đến chuyện trao trả hoặc cho về. Anh phi công Mỹ chở toán chúng tôi cũng không được thả, dẫu đã cụt một tay.

- Tôi có thấy người Mỹ nào ở Hỏa Lò nữa đâu?!

- Sao anh ngây thơ thế, nó để chỗ khác, trên Bác Vạc.

- Bác Vạc ở đâu?

- Ở Sơn Tây.

- Chỗ Mỹ đổ bộ giải cứu tù ấy à?

- Đấy, chỗ đó, nhưng khi Mỹ xuống thì nó đã di đi chỗ khác rồi. Việt cộng mà anh, từ năm đó cho đến bây giờ nó cùm tôi miết!

- Không cho ra?

- Không, đúng mười lăm năm tù, bảy năm bị cùm liên tục, trước 72 không tính! Sau 75 cũng không có gì thay đổi? Sau 75, chính tôi quyết định vụ bị cùm này!

- Anh nói tôi không rõ?

- Nghĩa là tôi coi như đã chết, ra khỏi hầm cũng là tù thôi... Dẫu được thả cũng thế!

- Thả ra mình về Nam chứ.

- Vô ích thôi, đâu còn là miền Nam của mình nữa, rồi anh sẽ thấy... Tôi sinh và lớn lên ở miền Bắc, người Nghệ An, hỏi thử bây giờ về Nghệ An tôi có sống được không, Sàigòn cũng vậy. Mình mất nước rồi, sống làm chi anh.

Giọng Thành tắt lại. Sau hai lớp cửa, Nhân nghe tiếng thở dài bị ghìm giữ.

- Có bao giờ anh nghĩ đến chuyện chết không?

- Có chứ, tôi nghĩ và sống với nó từ bao năm nay, nhất là sau 75. Nhưng bởi là người Công giáo, tôi hiểu mọi sự tất cả đã THÀNH THEO Ý CHÚA. Và tôi cũng tin thế nào người dân cũng vùng lên hất đổ chúng xuống, cũng từ những người cộng sản có lương tri, biết suy nghĩ. Không ai có thể sống mãi với sự dối trá, nói dối ngay với chính mình. Tôi sống với Đức Tin và Niềm Tin này. Ủa, mà sao anh hỏi tôi kỹ vậy?

- Tôi, tôi là bạn thời con nít với Đặng Ngọc Khiết, cùng đi đoàn Hướng Đạo, học một lớp, vào trường Đà Lạt chung khóa, ra trường lại ở với nhau một nhà. Ngày Khiết nhảy ra Bắc tôi nhớ, ngày 20 tháng 8 năm 1964, và tôi cũng chính là anh nhà báo, lính nhảy dù ra Hà Nội ngày thứ Sáu, mồng 3 tháng 4, 1973... Tôi có đọc tấm bảng *"Tù binh Hạ Lào còn bị giam ở đây"* nơi nhốt tù dưới chân cầu Long Biên... Tôi đấy... tôi... ở đấy anh ơi!

Tiếng thét uất hận xé căn phòng vỡ tung...

- Nhưng tại sao mấy ngày hôm trước tôi không nghe anh nói năng gì hết?

Đến bây giờ Thành đã đứng sát cửa; anh hỏi Nhân giọng nhỏ thân mật.

- À... tại vì, tôi... nhịn ăn!

- Nhịn ăn để chết ư? Hình như có tiếng cười nhỏ trong âm nói.

- Vâng, cũng trong ý định đó... Nhân lúng túng ngượng ngập.

- Thế này nhé, anh ăn lại đi, chẳng đi đến đâu đâu. Khi nó muốn mình chết, đang còn sống, nó cũng đem đi chôn. Chôn sống! Ở trại Quyết Tiến trên Hà Giang nó chôn anh em tôi như thế đó. Không có tội gì, khi cần giết, nó ghép cho năm ba tội, như trước ngày Tàu đánh Việt Nam, nó đem bắn mấy anh Tàu vì cái tội làm gián điệp cho *"Cục tình báo Hoa Nam"*. Cha Mã Nhì trước khi chết không biết đến cả *"Hoa Nam"* ở đâu. Chả là dân Móng Cái mà! Nó bắn ở đây, trong phòng số 5, trước khi các anh về trại này một tháng, đâu khoảng tháng 7. Đến tháng 8 các anh mới về phải không? Khi không muốn giết thì nó bắt mình phải sống để chịu nhục. Anh nghe lời tôi, ăn lại đi, mấy ngày kỷ luật của anh chỉ là giấc ngủ ngắn của tôi mà thôi. Nó chưa để cho anh chết đâu!

- Vâng... Nhân cầm lấy chén cơm nguội lổm cổm những lát khoai, sắn đỏ nâu, lòng chùng xuống trong nỗi phiền buồn có Tội - Tội đã sống. Tội được sống sót.

kết từ

Anh Thành thân mến,

Khi tôi viết những dòng này về anh thì quả tình tôi cũng không biết được anh còn sống hay đã chết... Sống ở đâu và chết ở đâu? Tôi với anh cũng không hề thấy, biết mặt nhau, cho dẫu chúng ta chỉ ở cách nhau hai thước bề ngang.

Tháng 8 năm 1980, anh chuyển lên trại Thanh Phong, tôi vào kỷ luật lần thứ hai và cũng là lần cuối cùng để rời khỏi đất Bắc mười năm sau. Con số *"mười bảy năm kiên giam"* của anh - Số lượng thời gian mới nghe tưởng như không có, không thật đó... Cuối cùng chính tôi cũng vượt qua. Riêng anh vượt qua thêm bao nhiêu lần mức nữa?

Không ngờ chúng ta cùng dự phần vào một cuộc đua khốn nạn, khắc nghiệt mà chính bản thân đôi khi cũng ngạc nhiên vì tính cách phi nhân ghê tởm của nó. Cuộc chiến đấu giữ gìn sự sống, giữa bóng tối, cái chết. Lần vượt chết qua nỗi dối trá miệt thị con người. Tôi cũng nhân cơ hội này để cám ơn anh về hai điều từ anh đã thúc giục tôi tồn tại được và duy trì bền bỉ. Đấy là, Quân đội Việt nam Cộng hòa không hề kém cỏi, yếu hèn; lính cộng sản không phải quá đỗi tài giỏi. Nhưng quả thật họ đã được chỉ huy và học tập điều *"lý tưởng"* (cho dù học nhồi ép về một điều dối trá, không thật...) trong khi đó cấp chỉ huy của mình trước thì vì *"bơ thừa sữa cặn"*, đến khi thất trận, đi tù thì vì *"canh thừa cơm cặn"*. Rồi ra sẽ thấy những điều xa xót, càng ngày càng đau lòng thêm. Trong tù cũng như ngoài xã hội tất cả sẽ bị *"cộng sản hóa"* ở những tính cách tồi tệ, xấu xa nhất. Lời của anh đã nói cùng tôi. *Và người Việt Nam sẽ dần hóa thân nên thành biểu tượng của sự cùng kiệt - Cơn kiệt cùng tan vỡ cấu trúc tinh thần của dòng sống Việt Nam.* Nhưng chúng ta phải sống, vượt sống để xác chứng điều huyền nhiệm. Con Người vẫn hằng sống trong Ý Chúa. Cho dẫu khi anh nói điều này tôi chưa hề là tín đồ của một tôn giáo nào. Khi ấy, chúng ta đang bị vây khốn giữa vũng tối. Phải không anh Thành. Người Lính Biệt Kích Nguyễn Công Thành.

Tháng Tám, Mùa Cô Hồn, 1995
Thành Hựu Tống Bang Tiến Xa,
Hợp Chủng Quốc Bắc Mỹ
Phan Nhật Nam

Phần 3

Trên ranh giới sống/chết

Vẽ lại từ tác phẩm của NAG Nguyễn Ngọc Hạnh.

Ai Nằm vùng?
Ở Đâu?

Dẫn Nhập.

Suốt hai năm nay ẩn thân nơi chốn tuyết phủ, *"nóc nhà nước Mỹ"* này, quả tình tôi không muốn dính dấp đến những chuyện *"cặn bã tồi tệ"*, với người và việc trong tranh chấp Chính trị. Nhưng nay, nhân người bạn trở lại vụ việc cũ với câu hỏi: *"Làm sao năm 1995, ông bị gán cho tiếng "Việt cộng nằm vùng?!"* mà kẻ chụp cái nón cối kia không ai khác là những người cùng ông chung nơi xuất phát, đồng trình độ khả năng kỹ thuật Quân sự và vị thế Chính trị - những người thuộc Hội Võ Bị Đà Lạt!!". Tại sao đến nông nỗi như thế? Tại sao?

Ngày 30 tháng 4, 1995, lên đường từ San Jose, chốn tôi đã đến Mỹ đầu tiên do bảo trợ của Gia Đình Mũ Đỏ, để trả phần nợ ân nghĩa đối với những người lính đã cùng tôi sống, chết hết một đời người, tôi đi tiếp đến 38 nơi trên toàn thế giới để nói với những cộng đồng Người Việt một điều tận cùng **Dẫu Bị Bó Tay, Bẻ Súng, Cùng Đành Thất Trận, Nhưng Chính Chúng Ta - Quân Lực Việt Nam Cộng Hoà - Là Người Nhận Sứ Mệnh Bảo Quốc An Dân Trước Lịch Sử Dân Tộc Và Đã Phải Trả Giá Mối Thống Hận Không Hoàn Thành Nhiệm Vụ Kia Bằng Máu Và Mạng Sống Của Mình.** Những tưởng với cố gắng như trên sau 30 năm *"ở lính và ở tù"*, chí ít cũng làm cho những người khắc nghiệt nhẫn tâm nhất phải nhận ra: Lòng tôi trước sau hằng sắt son thủy chung với một màu cờ đã chọn lựa từ buổi thanh xuân, mà nay đang gần hết một đời người. Nhưng tại sao, từ đâu đã xảy ra sự kiện ác độc bất công như trên? Chắc chắn phải có một trung tâm quyền lực với những con người cực thâm hiểm điều hành một cách có hiệu quả âm mưu lăng nhục, vấy bẩn, đánh phá tất cả không từ một ai.

Thế nên, hôm nay, tôi phải trở lại câu chuyện cũ để xác nhận một điều cay đắng **Chúng Ta Đã Bị Bức Hại Bởi Chính Kẻ Nội Thù Ngụy Trang Trong Đội Ngũ Chúng Ta - Những Tên Việt Cộng Nằm Vùng.**

1. Màn kịch dựng lên

Trong nỗi thấm nhục rã rời sau ngày 30 tháng 4, 1975, khi lâm cảnh *"hàng thần lơ láo"* tại những trung tâm *"đăng ký trình diện học tập cải tạo"*, chúng tôi còn phải gánh chịu thêm tình trạng bàng hoàng của kẻ bị lừa gạt, khi nhận ra những người hôm qua còn là *"huynh đệ, bằng hữu"*, nay thoắt trở thành *"cán bộ"* với những y phục xa lạ thô kệch, chiếc nón cối chùm hụp và đôi dép râu quê mùa.

Lẽ tất nhiên những kẻ này không quên đeo trên người khẩu K54 và chiếc băng đỏ. Tôi và Triệt, người bạn cùng khóa, gặp Lưu Thừa Chí (cũng chung Khóa 18 Đà Lạt) trong tình thế bẽ bàng đáng hổ thẹn này. Chí ngồi ghi danh người đến *"đăng ký"* với lon Thượng úy - ba ngôi sao và một vạch ngang, địa điểm trường Trần Hoàng Quân, Chợ Lớn. Thật sự, anh ta cũng có vẻ ngượng khi Triệt hỏi gần với cách mỉa mai:

- Mày làm cái gì mà kỳ cục như thế này?

- Ờ... ờ... tại vì kỳ làm ở Phong Dinh, tao có vài liên hệ với họ nên bây giờ họ nói tao giúp trong buổi chuyển tiếp.

Tôi đứng xa chỉ nghe Triệt đến kể lại.

- Thôi kệ nó, mày và tao lần này lại ở chung với nhau như mười bốn năm trước trên trường Đà Lạt, chỉ khác bây giờ là trại tù Việt cộng. Đất trời tính ghê quá, con người không biết đâu mà lường.

Ngày 23 tháng 6, 1975, chúng tôi vào trại Long Giao, Long Khánh, câu chuyện về một người gọi là *"Thiếu tá an ninh Quân đội Việt Nam Cộng hòa mang lon Thượng úy cộng sản ngồi ghi danh anh em"* không ai muốn nhắc lại - Vì hiện tượng phản trắc đã lộ mặt và cùng khắp - tôi tệ hơn, những kẻ thay màu áo này hãnh diện với *"sự nghiệp"* tráo trở của mình - thành tích *"có công với cách mạng"*. Chữ nghĩa được dùng với toàn bộ tính đê tiện khinh miệt nhất.

Tôi và Triệt mất liên lạc với nhau khi chuyển ra Bắc, sau chuyến đi địa ngục trên tàu Sông Hương, khởi hành từ Tân Cảng, Sài Gòn, đúng ngày Quân lực 19 tháng 6, 1976.

"Mười tám" năm sau, thêm một lần *"số 18"* phải nhớ, 1994, tôi và Triệt lại gặp nhau ở Houston, đường Beechnut. Hai chúng tôi đã thật sự ở tuổi già sau ba mươi năm *"tuổi tù và tuổi lính"*, nhưng Triệt vẫn giữ nguyên cách thẳng thắn mạnh mẽ của người miền Nam như đang kỳ trai trẻ. Lần gặp gỡ bắt đầu với câu hỏi gay gắt như đã chực sẵn từ lâu:

- Mày nhớ vụ thằng Chí khóa mình ngày trình diện năm 1975 không?

- Thằng Chí Thiếu tá an ninh quân đội, cũng là Thượng úy Việt cộng chứ gì?

Tôi cũng sẵng giọng không kém.

- Hắn qua Mỹ rồi đó, HO2, đi trước khi mày ở tù về, bây giờ đang ở DC. Kỳ Đại hội Võ Bị tháng 7 vừa rồi, nó có mặt trong Ban tổ chức!

- Mày có giỡn không? Nó là Việt cộng chính gốc, sao lại đi HO?!

Câu chuyện được kể lại với những chi tiết bất ngờ, cho dẫu kẻ có trí tưởng tượng phong phú cũng khó lường phần bố cục.

Bắt đầu từ những năm đầu của thập niên 80, một số ít sĩ quan miền Nam thuộc những đơn vị chuyên môn như hành chánh tài chánh, quân cụ, quân nhu lần lượt được trở về chịu sự quản chế của địa phương sở tại. Khóa chúng tôi do một may mắn hiếm có (chỉ xảy ra một lần với Khóa 18), vào giai đoạn ra trường cuối năm 1963, khi chiến tranh tăng cường độ, tổ chức quân đội mở rộng nên cần một số sĩ quan về các đơn vị chuyên môn.

Những người may mắn này sau 1975 nhận thêm một lần *"hên"*, họ được thả sớm hơn so với những người bạn ở các đơn vị tác chiến, mà theo đánh giá của cán bộ cộng sản thì món *"nợ máu của nhân dân"* chia ra bốn cấp: *"Nhất Pháo, nhì Phi, tam Rằn Ri, tứ Chính Trị"*. (Ý nói, lính Pháo binh; Phi công; Biệt kích, Nhảy dù, Biệt động, Thủy quân Lục chiến và Chiến tranh Chính trị là những đơn vị đứng hàng đầu tội phạm).

Nhóm sĩ quan may mắn của Khóa 18 kia vào ngày 23 tháng 11, 1981 (kỷ niệm ngày mãn khóa học mười tám năm trước, 23 tháng 11, 1963), tập trung tại nhà Nguyễn Ngọc Ánh, biệt thự gia đình vợ, đường Pasteur cũ. Mười mấy anh, chị lôi thôi, tơi tả vì trận đòn thù từ 1975 đến nay vẫn chưa hồi tỉnh, tính sổ lại 198 mạng của ngày mãn khóa nay chỉ còn không tới 20, với 50 người tử trận vĩnh viễn không về, mươi kẻ ty nạn, vượt biên, số lớn còn lại hiện sống, chết không nên dạng người nơi các trại tù trong Nam, ngoài Bắc.

Trong giây phút mừng tủi của lần hội ngộ, bỗng nhiên, Lưu Thừa Chí xuất hiện. Mọi người đồng im bặt. Sau cùng, có người gắng gượng hỏi:

- Anh còn đến với chúng tôi làm gì?

- Tôi cũng đi cải tạo như các bạn, ở trại Cây Trâm!

Chí giả lả làm hòa, hắn đưa ra Giấy Ra Trại để làm bằng và đề nghị được góp phần tiền lớn để cùng mua thức ăn, đồ uống về chung vui buổi gặp mặt. Không khí hóa nên nặng nề, từng người lặng lẽ rút lui.

- Mày có mặt hôm đó không? Tôi nôn nóng hỏi Triệt, cố tìm nên đầu mối.

- Có, năm đó tao mới về, về được một tháng thì Tết Tây.

- Thế thì nó cũng đi tù như bọn mình sao?

- Tù chỗ nào, sao mày ngu vậy, Thiếu tá an ninh quân đội thì phải đi ra Bắc chứ! Với lý lịch an ninh quân đội thì chẳng phải cần đến cấp tá, chỉ Thiếu, Trung úy hoặc Hạ sĩ quan nó còn tìm cớ để bắn chết không cần xét xử như trại ở Xuân Phước, Tiên Lãnh ngoài Trung. Thiếu tá an ninh quân đội nào để lại ở trại Cây Trâm, Bình Dương như thằng này?! Triệt gắt cao giọng lộ vẻ bực tức vì tôi vẫn chưa rõ đầu mối câu chuyện.

- Trại Cây Trâm ở đâu, ngày ở Long Giao không nghe ai nói đến.

- Đó là trại tụi hình sự, cũng có sĩ quan, nhưng chỉ có cấp Thiếu, Trung úy, mà là thành phần gây vụ việc sau 1975, chứ không là đám tập trung tháng 5, tháng 6, năm 75 như bọn mình.

- Rồi sao nữa? Tôi ngao ngán.

- Sao nữa, đ.má... nó đi HO2 trước hơn ai hết, kỳ Đại hội 7 vừa rồi ở DC, nó góp 1,000 đồng cho Ban tổ chức.

- Tiền đâu mà một thằng HO có ngay một ngàn để đóng?!

- Mày tìm nó mà hỏi!! Triệt gầm gừ chấm dứt câu chuyện với cách chửi thề chậm rãi từng tiếng một.

2. Những "kép độc" cũ kỹ

Những nhân sự như Lưu Thừa Chí kể trên sẽ mãi mãi ở trong bóng tối với khả năng tầm thường, đối tượng công tác hạn chế riêng của nó và giá như bị phát hiện (như đã từng bị nhận ra lý lịch), thì cũng chỉ được giải quyết bằng biện pháp *"đóng cửa dạy nhau"*, coi như trường hợp *"xử lý nội bộ" (nói theo cách cộng sản)*, bởi người phe quốc gia vốn dễ tính, không chấp nhất đối với những kẻ tráo trở, bội phản, cũng do những kẻ này lỡ đã một lần là bạn bè cùng khóa, cùng hội, cùng trường. Nói ra sợ *"xấu hổ cả đám"*.

Nhưng, vì năm 1994 kia, tôi mới qua Mỹ được mấy tháng, lòng còn đang sôi sục *"những chuyện cần được kể lại"*, với ý hướng *"ngây thơ"* - người bên ngoài cũng đang muốn nghe về những câu chuyện kia - dẫu những vụ việc nói ra gây nặng lòng, cau mặt.

Ngày 23 tháng 4, 1995, đúng hai mươi năm im lặng, tôi trở lại công việc đã bị người cộng sản bắt gián đoạn - Tiếp tục bản tường trình tưởng như huyền thoại về *"NGƯỜI LÍNH VIỆT NAM LÀ MỘT NHIỆM MÀU"* - chuyện kể chưa có hồi kết thúc trong Mùa Hè Đỏ Lửa, Tù Binh Hoà Bình của hơn hai mươi năm trước, với bài viết *"Sứ Mệnh Người Lính Việt Nam"*, mà chương *"Nhìn Rõ Địch Tình"* là một cáo trạng chính xác, đầy đủ về tổ chức tình báo, gián điệp cộng sản gài nhân sự trong hệ thống công quyền, quân đội miền Nam và hiện nay ở hải ngoại, nơi những cộng đồng Việt Nam, từ Paris, Sydney, Montreal và chính yếu ở California, Texas, vùng tập trung số đông người Việt.

Bài viết cần có những dẫn chứng cụ thể về người, áp dụng cho từng trường hợp, với mỗi đối tượng tác động, tại những giai đoạn đặc biệt của loại công tác, thế nên, tôi phải nại đến những cá nhân như, Thái Quang Chức, thiếu tá hải quân thuộc Bộ Tư lệnh Vùng IV Sông Ngòi ở Mỹ Tho, Trần Trung Phương, Đại úy Biệt Đội Điện Tử Sư đoàn Dù, Đinh Văn Đệ, Đại tá Tỉnh trưởng Bình Thuận, tay chân cật ruột của Nguyễn Văn Thiệu, đã được xếp đặt vào vị trí trưởng ban ngân sách quốc phòng hạ viện, lo phần tài chánh cho quân đội miền Nam.

Danh sách sẽ được kéo rất dài nếu có đủ thời lượng trình bày. Bài viết có ngay phản ứng. Cần phải mở một ghi chú quan trọng ở đây: Những người dậy nên phản ứng thuộc về hàng ngũ chúng ta - chính là chúng ta - Tôi không hề ám chỉ họ là *"phe địch"* hoặc làm lợi cho cộng sản!

Nhưng chính điều ghi nhận này làm nổi lộ phần tác hại hiểm độc của đám Việt cộng nằm vùng. Bắt đầu, một ông thuộc Khóa 8 Đà Lạt trong một buổi họp của tổ chức cựu quân nhân ở Houston, Texas tuyên bố: *"Phan Nhật Nam đề cao cộng sản, phủ nhận cờ quốc gia"*; và những tờ báo *"chợ"* ở địa phương nầy đi tiếp loạt bài: *"Phan Nhật Nam phủ nhận Quốc kỳ"*, với trích đăng câu: *"Chúng ta là những người người lính không còn quân, Quốc kỳ"*, của bài viết dài 36 trang, trong đó có những khẳng định chung kết: *"Phần chúng ta, Người Lính Miền Nam dẫu không đi hết bổn phận đến ngày toàn thắng. Nhưng chính chúng ta chứ không ai khác, đã làm làm đúng chức năng cao quý "BẢO QUỐC AN DÂN"*. (Những Chuyện Cần Được Kể Lại. PNN xuất bản, Houston 1995, trang 1-8). Hoặc: *Thế nhưng, chúng ta vẫn chiến đấu - Người Lính Việt Nam là Một Nhiệm Màu.* (Mùa Đông Giữ Lửa, PNN xuất bản, Cali 1996, trang 146).

Những *"bài báo chợ"* kia biến thành *"tài liệu đáng*

tin cậy" được photocopy (ai thực hiện?) gởi đến những địa điểm tôi *"sắp đi tới",* những chốn đông đảo người Việt, những người vốn có hảo ý, quý mến cá nhân tôi, mời đến sinh hoạt. Lẽ tất nhiên những bằng hữu, chiến hữu thân quen cũng không lọt ra khỏi danh sách người nhận. Và những cú điện thoại viễn liên gọi tới tấp (ai gọi?) ngay trong đêm hôm trước ngày tôi sẽ đến một thành phố.

Chiến dịch có liền hiệu quả. Một ông chức sắc lớn trong Tổng Cục Chiến tranh Chính trị (tất nhiên của QLVNCH) đi một bài báo dài nhiều kỳ với chủ điểm: *"Vạch mặt tên 'nằm vùng' (PNN) đội lốt chiến sĩ QLVNCH".*

Cũng phải nói ra một điều khó tin nhưng có thật: Nếu kết án tôi tội *"nằm vùng"* như trên, thì trước tiên, Đại tá Trần Ngọc Huyến, Chỉ huy trưởng, toàn bộ ban tham mưu, cán bộ của trường phải liên đới trách nhiệm về quá trình đào tạo tôi trở thành một tay *"nằm vùng"* siêu đẳng, giỏi giang đến như thế! Nghĩa là, cũng chính ông ta, vì giai đoạn 1960-1963, nhân vật *"nhà văn quân đội lão thành"* này là sĩ quan chiến tranh chính trị của trường, có nhiệm vụ dạy dỗ tôi về kinh nghiệm *"chiến tranh Chính trị".*

Hoặc điển hình, lần sinh hoạt ngày 11 tháng 6, 1995 do Đào Quang Vinh (Khóa 19 Đà Lạt, Phi công C130 Sư đoàn 5 Không quân, Tân Sơn Nhất) tổ chức tại Florida, trước giờ khai mạc, phòng họp vắng mặt gần như toàn thể các sĩ quan gốc trường Đà Lạt của địa phương, gờn gợn không khí của buổi *"huyết chiến",* duy chỉ có Hổ, Cang, Khóa 17 và anh Lê Minh Ngọc, Khóa 16 đến với tôi và Vinh, (có lẽ nhóm nằm vùng biết được rằng, các anh là những người gần gũi thân thiết với tôi (Khóa 18), bởi cùng chung trường suốt thời gian dài, lại là huynh trưởng, chỉ huy trực tiếp tôi ở nhảy dù; anh Lê Minh Ngọc, Tiểu đoàn Trưởng Tiểu đoàn 7 Dù; Cang và tôi cùng Tiểu đoàn 9. Hệ quả của *"vận động ngầm"* không hạn chế trong nước Mỹ, mà kéo dài xuống đến Sydney, Melbourn ở Úc; lên tới Montréal, Québec, Toronto, qua Paris, Luân Đôn.

Và không chỉ xảy ra, gây tác động trong 1995, nhưng mãi đến 1996, 97, 98 và nếu như bây giờ, tôi lại *"xuống đường"*, thì *"tổ chức"* cũng sẽ bắt đầu khởi động. Tháng 7, 1997 tại Bỉ, buổi nói chuyện của tôi với Thế Hệ Võ Bị Thứ Hai (các con em của Gia Đình Võ Bị) không được kể vào chương trình sinh hoạt của Đại hội Võ Bị Liên Hội Tây Âu, thậm chí tên tôi không được ghi vào danh sách khách tham dự đại hội, dẫu đích thân Nguyễn Văn Giám, Khoá 19, người tổ chức đại hội đã qua Paris mời tôi đến Bỉ.

3. Kết Từ

Tôi đã quá tuổi để bắt đầu một dự định mới, cho dẫu kế hoạch dự trù ấy cần thiết, cấp bách đến bao nhiêu, bởi thời gian còn lại không cho phép và việc chưa hoàn tất lại quá nhiều. Đồng thời hiểu rõ khả năng, khuynh hướng của bản thân có những hạn chế để không thể nào làm nhiều việc một lúc được. Nhưng bổn phận chỉ đích danh những cá nhân tác hại điển hình như Lưu Thừa Chí kể trên (hiện tràn lan khắp cộng đồng Người Việt hải ngoại) quả thật không thể trì hoãn và khoan thứ, vì đây không là *"liên hệ giữa những cá nhân"*, nhưng là sự tồn vong sinh mệnh chính trị của một tổng thể rộng lớn - Không phải chỉ khối Người Việt miền Nam mà là toàn Việt Nam khổ nạn.

Bởi chúng ta, Người Việt Không Cộng Sản, không bao giờ là Đảng viên cộng sản - đã lần lượt thua những trận quyết định liên quan đến vận mệnh toàn dân tộc, lần tháng 8, 1945, lần 20 tháng 7, 1954, và cuối cùng 30 tháng 4, 1975.

Và nếu chúng ta không điều chỉnh sách lược (mà thật sự đang vô cùng thuận lợi và nhiều khả năng) để NHÌN RÕ ĐỊCH TÌNH thì e rằng khí thế của lần Cali Vùng Dậy Cờ Vàng 1999 sẽ trở nên vô ích, gây tàn lụi nguồn hy vọng bức thiết từ Xuân Lộc, Long Khánh, Thái Bình. Chúng ta sẽ mãi mãi là *"Người Việt cay đắng xấu xí"* trước mắt thế giới do âm mưu từ một kẻ nội thù hiểm độc. Nhưng, cũng phải nói rõ thêm một lần hay bao nhiêu lần mới đủ: Đây là LỖI TỪ CHÚNG TA cứ sẵn khắc nghiệt cáo buộc, tranh chấp cùng nhau để rảnh tay cho kẻ thù đồng nghĩa tiếp tay kẻ nghịch, bức hại anh em, để cuối cùng bản thân ta đơn độc nguy khốn vì lẽ đã tự tay phá hủy vũ khí đoàn kết của chính mình.

Những dòng viết đầu mở đầu Thế kỷ 21
Rằm Tháng Giêng, Năm 2000,
Minnesota, Phan Nhật Nam

Lính Mỹ trong chiến tranh Việt Nam.

BA CUỐN SÁCH, KHÔNG ĐỦ MỘT NỬA SỰ THẬT!

Dẫn nhập

Nay chúng tôi trở lại vấn đề sau rất nhiều đề cập, tranh luận mà vẫn chưa (và cũng chưa bao giờ) giải quyết một cách chung nhất, để có thể đạt được một kết luận thoả đáng, cuối cùng. Đấy là: Vấn đề đối với người cộng sản - Nói rõ hơn, về những người Việt Nam theo đuổi, tin tưởng chủ nghĩa, chế độ cộng sản; phục vụ, thực hiện một chế độ chuyên chế đã hình thành, đang củng cố trên đất nước Việt Nam từ hơn nửa thế kỷ, cụ thể là từ 30 tháng 4, 1975.

Thật hay giả, đúng hay sai là vấn đề của họ, không là của chúng tôi - Thành phần đã hoàn tất sự phân định, chọn lựa dứt khoát từ một thuở rất lâu - Ngày còn rất trẻ.

Đấy là câu chuyện về, của những người gọi là *"Việt cộng"*. Danh xưng này nay không do những *"Người Việt Không Cộng Sản"* tùy tiện đặt nên bởi mục đích chính trị, sử dụng trong tiến trình đấu tranh chống lại chủ nghĩa, chế độ kia, nhưng do chính tác giả của một trong ba cuốn sách sắp đề cập tự xác nhận. Phải, người viết cuốn sách có tiêu đề: *"Nhật Ký của một Việt cộng"*, tự xác nhận vị trí chính trị của mình - Một Việt cộng - với tất cả tận hiến vinh hiển lẫn thảm bại khắc nghiệt của thân phận con người qua tư thế ấy.

Chữ và Nghĩa của, từ những người cộng sản Việt Nam, những Việt cộng - đã lộ nguyên bản chất là những tiếng lời dối trá, ngụy danh, không nội dung, mất sức sống được chứng nghiệm qua hơn nửa thế kỷ (từ năm 1930, năm Đảng cộng sản Đông Dương thành lập) và ngay hôm nay nơi đất nước Việt với những người chuyên sử dụng chúng với ý, tình thiết tha, nhiệt thành nhất (trong nghĩa văn học, cũng như mục đích chính trị - Những Hoàng Minh Chính, Hoàng Ngọc Hiến, Hoàng phủ Ngọc Tường...) Cũng trên toàn bán đảo Đông Dương và cả thế giới nếu muốn nói rộng ra.

Và cũng chính họ - Những người gọi là *"Cộng sản Việt Nam"* - chứ không ai khác đã tìm ra *"lời giải đáp"* cuối cùng của hoài bão *"ngây thơ một cách đáng thương hại và cũng đáng oán hận"* kia. Bởi chính niềm mong ước ấy đã *"là đầu mối"* của chuỗi đau thương đọa đày không có dấu hiệu chấm dứt mà toàn thể các dân tộc sống trên vùng Đông Dương (Người Việt là nạn nhân đầu tiên, chính yếu) đồng gánh chịu từ ngày chế độ *"bất nhân một cách tự nhiên kia"* được thành lập ở Hà Nội, ngày 2 tháng 9,

1945. Cụ thể hơn là một trong số ba nhân sự sắp kể ra chính là *"kẻ thụ nạn thê thảm"* do hành vi tự hiến, hy sinh của chính bản thân và gia đình người ấy.

Ba cuốn sách đang đề cập do ba cá nhân khác nhau về giới tính, chủng tộc, địa phương sinh quán, môi trường sinh hoạt, vị trí xã hội viết nên. Nhưng tất cả đồng có chung một mẫu số - Đấy là những *"trí thức thiên tả"*, được đào tạo, sinh hoạt, hành nghề từ, trong môi trường văn hóa Pháp Ngữ, ở thủ đô Paris, nước Pháp. Nói như thế hẳn đã đủ để chúng ta bắt đầu vào câu chuyện.

Cũng bởi hôm nay, qua thế kỷ 21, loại *"nhà tù của Thiệu"* mà tác giả Judit Radiguet mô tả trong cuốn sách thứ nhất sẽ không đáng bao nhiêu so với những nhà tù của cộng hòa xã hội chủ nghĩa Việt Nam (người viết không thể nào viết hoa danh xưng này vì phải giữ tự trọng của người cầm bút khi đề cập đến một đối tượng quá đỗi xấu xa, tệ hại) với những người tù rất trẻ, rất mới, những sản phẩm thuần thành của chế độ mà nhân sự gọi là *"bác Hồ"* đã xây dựng nên từ đầu thế kỷ 20.

Đấy là những Bùi Minh Hằng, Phạm Thanh Nghiêm, Lê Thị Công Nhân, blogger Điếu Cày... Điển hình với Tạ Phong Tần, nhân vật được chính phủ Mỹ tuyên xưng là *"Một Trong 10 Người Đàn Bà Can Đảm Nhất Thế Giới"*, cũng là một cựu nữ Đại úy ngành Công an của nhà nước Hà Nội. Cũng nói thêm mà thiết nghĩ cũng không thừa: Rudit Radiguet nếu còn có đủ lương tri và lương năng của một con người bình thường nên tìm đọc *Bên Thắng Cuộc* của Huy Đức để biết rõ: Cộng sản là gì? Cộng sản Việt Nam là như thế nào ở Hà Nội?

1. Cuốn sách Thứ Nhất:
Judit Radiguet,
"Mẹ ơi, chiến tranh đã chấm dứt"
Nhà Xuất Bản Rocher, Paris, France 1995

Tác giả là một người nữ, ký giả những bài viết đoạt Giải thưởng Phóng Sự Ondas (của giới truyền thông quốc tế, phổ biến trên đài Vô Tuyến số 3 Pháp) về tình hình trẻ con, phụ nữ bị bức hại ở những nước thuộc Thế giới thứ Ba. Cô đã có mặt ở Việt Nam từ 1963, cùng một đứa con nhỏ và chồng, René, cũng là một ký giả do lời mời của luật sư Tân (?) (Trong sách ghi là Tan - *"Một luật sư người Việt xuất sắc, tài năng và thông thái, chủ nhân một biệt thự tráng lệ với những bữa ăn thân mật, thịnh soạn"* - Đánh giá của Judit).

Luật sư Tân đề nghị cùng cô nhiệm vụ xướng ngôn phần tiếng Pháp cho đài phát thanh. Cô ký giả trẻ (tính theo tuổi ở năm 1963) chấp thuận với ý định, qua việc làm, cô sẽ tìm hiểu về một xứ sở rối rắm đang trong tình trạng chiến tranh. Công việc của cô làm những giới chức chỉ huy quân sự trẻ (Là những ai? PNN) ở địa phương Đà Lạt không hài lòng vì cô *"đã khám phá ra sự giả dối"* ở những con số người chết, bị thương được ngụy tạo trong các bản tin.[1]

Cuộc đảo chính quân sự 1 tháng 11, 1963 chấm dứt chế độ Đệ Nhất Cộng Hòa với Tổng Thống Ngô Đình Diệm, cũng chấm dứt luôn công việc ở đài phát thanh của cô ký giả. Sau đó vài ngày, luật sư Tân bị ám sát nơi nhà để xe. Vợ chồng cô ký giả đến thăm, bà vợ viên luật sư gào ngất: *"Bọn người mặc đồ lính* giết chồng tôi! Tôi sợ chúng giết cả tôi nữa". Từ sự kiện luật sư Tân, Judit có kết luận: *"Chúng tôi không bao giờ biết được kẻ nào đã giết Giáo sư Tân, một luật sư xuất sắc và trung chính. Ông hẳn có thể trở nên một lãnh tụ chính trị của thành phần mà sau này gọi là "thành phần thứ ba"*[(2)]. *Ông Tân là một trong muôn vàn những nạn nhân dân sự của chế độ quân nhân - Ông là một trong những nhân vật hàng đầu của nhóm người trung lập.* (Radiguet, trg191-196).

Năm 1970, Judit trở lại Việt Nam lần thứ nhất với một tâm lý chín chắn, trưởng thành hơn. Cô quyết tìm hiểu *"cuộc cách mạng nhất định phải có do (xã hội) bị áp bức.* (Radiguet trg11) trong dòng sinh mệnh của một quốc gia có liên hệ với lịch sử Pháp, văn hóa Pháp - Mà cô là *"đại diện cho giới nhà văn, nhà báo trung chính"* của nền văn hóa cao cả này, cũng do *"tinh thần (vô sản) chiến đấu"* từ mẹ, cha cô truyền lại.

Đêm đầu tiên lần trở lại Sài Gòn, cô chứng kiến một vụ phá hoại nổ một rạp hát cải lương (Trong sách, *"Nhà hát Tàu"*); từ phòng khách sạn, cô băng mình chạy xuống diễn trường và bản thân tham dự, chứng kiến. *"Người mẹ của một nạn nhân nắm tay cô đặt lên thi thể đẫm máu với lời nói thất thần đau đớn: "Bà bạn ơi, con tôi, chết rồi...* (Không nói vì sao mà chết. Chết bởi vì ai? PNN) *Con tôi là diễn tiến đóng tuồng"* (Radiguet, trg 9).

Những ngày sau, Judit đi thăm một trại mồ côi, thấy cảnh tượng xót xa của những em bé không cha mẹ, tàn tật nơi những căn nhà tan hoang, rách nát. Lòng cô cũng tương tự như cảnh vật, phận người phải chứng kiến giữa thành phố Sài Gòn âm vang tiếng động, xe nhà binh, hàng quà, lính tráng và chuẩn bị hứng chịu hỏa tiễn *"từ một phía người Việt"* khác dội vào để trở nên một nơi chốn tràn đầy chết chóc. (Radiguet trg7-12).

Tính đến những dòng chữ vừa kể ra, chưa hề thấy xuất hiện danh tự *"cộng sản; người cộng sản; Việt cộng".* Thế nên, nếu không phải là người Việt Nam (ở trong nước, mà dẫu cho ở tại Sài Gòn, có được mấy người hiểu thấu - PNN) người đọc bình thường (nếu là người ngoại quốc, ở Pháp, Mỹ...) ắt sẽ được dẫn đến kết luận: *"Cái chết của luật sư Tân, vụ nổ rạp cải lương, cảnh sống tang thương tại trại mồ côi... Tất cả hẳn có chung một mẫu số nguyên nhân đấy là: Chế độ quân nhân của Sài Gòn chứ không đâu khác".*

Điều này được sẽ nói rõ ra ở những trang sau.

Năm 1973, Judith trở lại Sài Gòn lần thứ hai, trước và sau Hiệp định Paris ký kết (27 tháng Giêng, 1973). Cô tìm đến một *"bậc thầy"*, Ni sư Huỳnh Liên. Và sau đây là những lời giảng dạy từ *"người thầy":*

- *Chúng tôi thành lập phong trào đòi quyền sống cho người thấp cổ bé miệng chung cho cả nước. Những phụ nữ bần hàn, những em bé mồ côi. Hiện tại chúng tôi đang chăm sóc, dạy dỗ cho khoảng 60 em, từ đứa bé đến đứa lớn. Khi chúng bị bệnh chúng tôi đưa tới bệnh viện, nhưng chẳng có bác sĩ nào trông nom, chữa chạy. Ở nước này người ta có chủ trương trồng rau cỏ mà đòi hái cây có trái!*

Người (gọi là) Thầy dạy tiếp:

- *Phong trào có các Tiểu ban khắp nơi, miền Trung cũng như miền Nam; năm 1970 chúng tôi tổ chức "Ủy ban đòi cải thiện chế độ lao tù"; mỗi ngày ủy ban đến thăm một nhà tù, cho tù nhân bánh kẹo, trái cây. Một ngày đến thăm trại Tân Hiệp (Biên Hòa, cách Tây - Bắc Sài Gòn 30 cây số. PNN); người ta xua đuổi chúng tôi* bởi muốn che giấu vết tích tra tấn tù nhân. *Tháng 3, chúng tôi phát động cuộc biểu tình phản đối, một phụ nữ bị bắn chết, xác quàng tại nhà thương Chợ Quán. Chúng tôi mang xác về chùa làm lễ cầu siêu và biểu tình trước Quốc hội; chính quyền ra lệnh thiết quân luật và các cuộc bắt bớ càng gia tăng.* Các cuộc xuống đường phản đối chính phủ được *"thầy"* mô tả sống động như sau:

- *Trong những lần biểu tình, những người đàn bà lớn tuổi được xếp hàng đầu với khẩu hiệu dính sát trên ngực. Khi cảnh sát cố giật những tấm khẩu hiệu thì đám đàn bà la lớn với đám đông: "Này đồng bào nhìn đây, tôi già quá rồi nên không còn tóc, bọn cảnh sát còn đòi sờ vú tôi". (Radiguet trg 138-149). Cảnh sát bó tay và đành để yên cho đám người (đàn bà) biểu tình; hơn nữa những người này còn gọi cảnh sát là "con của mẹ ơi!!".*

Nếu mô tả như thế này thì quả thật không có một đội quân dẹp biểu tình, bạo loạn nào nhân ái và dễ thương như lực lượng Cảnh Sát Dã Chiến của chế độ miền Nam.

Cuối cùng, *"ni sư"* đề cập đến phạm vi chính trị, xã hội. Người *"giáo dục"* tiếp cho cô ký giả:

- *Bọn nhà binh ăn cắp ở mức độ lớn, hằng ngày chúng lấy những xe bồn chở xăng khổng lồ; nhưng lại áp dụng biện pháp kiểm soát gắt gao đối với dân chúng, những người bán xăng lẻ ở dọc đường. Chưa hết, chúng lại bắt lính đóng mỗi tháng một trăm đồng vào cái gọi là Quỹ Tiết kiệm Quân đội"* (Radiguet trg 150).

Lẽ tất nhiên, *"người"* không quên kết luận về tội ác của Mỹ Ngụy bằng một hoạt cảnh ở Gò Công:

- Chính quyền địa phương bày những cái xác Việt cộng bị chết trong một cuộc công đồn để thân nhân đến nhận về đem chôn. Còn một xác vô thừa nhận; viên chỉ huy đồn gắn một điếu thuốc lên xác người chết để tỏ ý khinh miệt, đùa cợt!

Câu chuyện kể trên của *"ni sư Hỳnh Liên"* tạm chấm dứt nơi đây với so sánh của chúng tôi:

- Vào cao điểm vượt biên trong thập niên 80-90, người miền Nam (chưa tính tới miền Bắc) ra đi bất cứ nơi đâu với những con thuyền nhỏ có thể cập bến (để đưa người ra thuyền lớn ngoài vùng biển). Điển hình tại bến Bình Đông (Chợ Lớn); cầu Rạch Chiếc (trên xa lộ Sài Gòn - Biên Hòa); Phước Hải, Vũng Tàu, Bà Rịa...

Các cuộc vượt biên phần đông bị lộ vì tổ chức kém cẩn mật; công an thuộc đơn vị *"biên phòng"* được lệnh tàn sát không nương tay (Công an bắt vượt biên/Công an bán bãi vượt biên cũng là MỘT). Sau đó, xác các nạn nhân phần lớn là đàn bà, trẻ con (do đàn ông, người lớn hầu hết đã ở trong trại tập trung) kéo lên bờ phơi nắng, gió với tấm bảng viết hàng chữ: *"Kẻ phản bội Tổ quốc, bỏ nước ra đi bị trừng trị"*. Thân nhân muốn nhận về chôn phải *"học tập nhận tội"* trước toà án nhân dân địa phương sau khi đóng *"tử phí: xác người lớn 1,000 Đồng; trẻ con 600 đồng"*. Thời giá năm 80, *"lệ phí xác chết"* kia tương đương với 2-3 đô-la Mỹ.

Nhà nước cộng sản có quy định coi dịch vụ này như một *"biện pháp kinh tế, tăng cường nền tài chánh của xã hội - xã hội chủ nghĩa"*. Câu chuyện này được Trần Mạnh Hảo kể lại qua bài thơ: *"Ngày giỗ Nguyên Hồng, thấy xác người vượt biên trên Bãi Trước, Vũng Tàu"*.

Đi tiếp đoạn đường tìm hiểu sự thật, cô ký giả

người Pháp tìm đến những nhân vật *"lớn"*. Và đây là *"Cha"* Chân Tín dịch cho cô một đoạn báo Điện Tín, số ngày 11 tháng 4, 1970:

Ngày 9 tháng 4, Thẩm phán Tòa án Mặt trận ra lệnh bắt giữ đám sinh viên tranh đấu vào *"Trung Tâm Cải Tạo"*. Trong các buổi học tập (trong trại giam, giữa các sinh viên - PNN), sinh viên tố cáo những vụ hành hung khi hỏi cung, như bị đánh bằng gậy gỗ teck, roi điện, đổ nước xà phòng vào mũi, dùng xăng dầu đốt cháy bộ phận sinh dục và đầu vú. (Radiguet trg 158).

Buổi Hội thảo có một nhân chứng sống, mẹ của Huỳnh Tấn Mẫm, Chủ tịch sinh viên y khoa Sài Gòn; người mẹ tố cáo: *"Con tôi bị bắt giữ từ ngày 20 tháng 3, 1970, nhưng hai tháng sau chính quyền mới xác nhận. Ngày 30 tháng 3, lúc 5 giờ sáng, Mẫm bị khảo cung bằng tra điện để bắt anh ký một tuyên bố giả mạo; anh từ chối "đòi phải có bằng chứng cụ thể"* (Về việc cáo buộc anh có hoạt động cho phía cộng sản - PNN).

Người ta phải đưa anh ta vào nhà thương ba lần, chính thuốc tê liệt thần kinh nửa mê nửa tỉnh. Mẫm bị tra tấn bằng bóng đèn sáng đến 100 watts đặt trước mặt, nên hiện tại hai mắt như bị mù, da mặt bị đốt cháy, phải điều trị hằng hai mươi ngày mới lành... (Radiguet trg 157-158).

Câu chuyện về hành hạ tù nhân được kèm thêm một nhân chứng, vợ chồng Vũ Hạnh. *"Nhà văn"* tố cáo: *"Ông bị bắt giam oan ức* (nghĩa là không phải cán bộ cộng sản nằm vùng - PNN) *vì chỉ viết những bản văn phê phán chế độ; chế độ Sài Gòn cũng đã bắt giam con trai, con gái ông vì những bài viết, bài hát ca ngợi 'hòa bình' của họ".*

Chúng tôi có thể kể thêm rất nhiều về *"tội ác"* của chế độ Sài Gòn mà người ký giả *"trung thực"* Judith Radiguet đã viết nên trong hơn 200 trang sách. Nhưng nghĩ rằng, cuốn sách cần thêm những chi tiết mà do từ *"cơ duyên khổ nạn"*, bản thân chúng tôi đã chứng kiến, tham dự, sống cùng.

Ngày 23 tháng 7, 1973 người viết hướng dẫn một phái đoàn gồm hai chiếc trực thăng đưa một số *"nhân vật thuộc thành phần thứ ba"* đi Lộc Ninh để trao trả cho *"Chính phủ Lâm thời Cộng hòa miền Nam Việt Nam* (số phận và trị giá của chính phủ này, phần bài viết thứ ba sẽ đề cập đến). Trong đám người trao trả có Huỳnh Văn Trọng, Nguyễn Long và Huỳnh Tấn Mẫm. Mẫm tươi cười, khoẻ mạnh, áo trắng, quần xanh tươm tất. Mẫm nói chuyện cùng chúng tôi và Phạm Đức Vượng (Bác sĩ Y khoa, hiện ở San José), do quen biết từ trước ở Đại học Xá Minh Mạng, trường Y khoa.

Cuối buổi trao trả, tôi đưa Mẫm về lại Sài Gòn vì anh nêu lý do: *"Anh không là thành viên mặt trận, cán bộ cộng sản, anh chỉ là 'sinh viên tranh đấu' cho "hòa bình - độc lập dân tộc - hạnh phúc nhân dân".*

Nội dung và hình ảnh buổi nói gặp gỡ này được in và kể lại trong *Tù Binh và Hòa Bình*, (NXB Hiện Đại, Sài Gòn 1974 trg133-159). Câu chuyện về Huỳnh Tấn Mẫm chưa chấm dứt. Trong giai đoạn đi tù ở Hoàng Liên Sơn, Yên Bái, tiếp chuyển về trại 5 Lam Sơn, Thanh Hóa (25/8/1978), người viết ở cùng phòng giam với Nguyễn Văn Phấn, Đại úy truyền tin Sư đoàn 5 Bộ binh đóng tại An Lộc trong những năm 70. Phấn kể chuyện:

Anh suýt bị thủ tiêu bởi toán biệt động thuộc tỉnh đội Bình Long nếu không chịu trao những mã khóa truyền tin cho chúng. Âm mưu được thực hiện, điều động bởi Huỳnh Thị Bạch Yến, em gái Mẫm, con ông Huỳnh Tuấn, thầy xu (surveillant) đồn điền cao su Quản Lợi, An Lộc. Và *"người bị chế độ Sài Gòn bắt oan"* Vũ Hạnh, là một trong những người lập nên danh sách, quyết định vận mạng toàn bộ những người viết văn, làm thơ, văn nghệ sĩ trình diễn, giáo sư, trí thức Sài Gòn sau 30 tháng 4, 1975.

Các huynh trưởng, văn hữu Nguyễn Mạnh Côn, Vũ Hoàng Chương, Hồ Hữu Tường, Nguyễn Hoạt, Dương Hùng Cường... phải chịu những cái chết oan khốc; hằng mười, hai mươi năm tù của Doãn Quốc Sỹ, Như Phong, Đoàn Viết Hoạt, Hoàng Hải Thủy, Duy Trác... và hằng trăm, ngàn người cầm bút, sinh hoạt trong lãnh vực giáo dục, văn hóa bị lăng nhục, ngược đãi mà hậu quả đến hôm nay vẫn đang tiếp diễn với Hòa thượng Quãng Độ, Linh mục Nguyễn Văn Lý, Thượng tọa Tuệ Sỹ, Bác sĩ Nguyễn Đan Quế, Giáo sư Nguyễn Đình Huy...

Những chi tiết trên Judith không thể biết được vì cô đã rời khỏi Việt Nam sau ngày 27 tháng 1, 1973 với *"tấc lòng yên ổn"* do đã *"hoàn tất sứ mệnh trao gởi thông điệp tình thương lại cho những kẻ khốn cùng ở Việt Nam - Những người bị bách hại trong những nhà tù của Thiệu..."*.

Uổng quá! Cô chỉ cần ở lại lâu hơn chút nữa, sau 30 tháng 4, 1975, cô sẽ thấy ra *"Nhà tù của Thiệu không nghĩa lý gì so với Hỏa Lò của Hà Nội! Nhà tù của Thiệu có là bao so với hàng trăm, hàng ngàn trại tù khắp miền Nam, của cả Việt Nam"* - Không đâu xa, ngay tại những nơi chốn *mà "ni sư"* Huỳnh Liên đã đề cập - Cũng không xa ngôi chùa của *"người thầy"* này: Nhà tù Phan Đăng Lưu tức Toà Tỉnh Trưởng Gia Định cũ.

Và nếu muốn viết tiếp cuốn sách cho đầy đủ hơn, cô hãy đến hỏi những Nguyễn Chí Thiện, Nguyễn Hữu Luyện, Nguyễn Văn Lý, Tuệ Sĩ, Nguyễn Đình Huy... Và rất nhiều người nữa, con số sẽ lên đến vạn, triệu - Cả một Dân Tộc Việt Nam sau hơn nửa thế kỷ chứ ít gì. Cụ thể và chính xác hơn, cô chỉ cần hỏi một người nữ bình thường: Chị Cả Bống - Người đàn bà hoá điên nơi bến đò Đuôi Cáo ở miền Bắc, nước *"Cộng hòa xã hội chủ nghĩa Việt Nam"*[3] - Người Mẹ có đứa con bị mổ bụng lấy mật ngâm rượu thuốc cho *"anh Sáu"*, Ủy viên Trung ương Đảng cộng sản ở khu Ba Đình, Hà Nội.

Ghi chú:

[1] *Đài Phát thanh Đà Lạt (Pháp Ngữ) giai đoạn 1960-1963 chỉ là một đài chuyển tiếp của Đài Pháp Á Sài Gòn (vào buổi trưa) chuyên về ca nhạc, tin tức xã hội địa phương (liên quan với dân cư sử dụng Pháp ngữ). Đài không là một đài Trung ương để có tiết mục bình luận chính trị, quân sự. Đà Lạt của thời điểm kia cũng không hề (không bao giờ) là bản doanh quân sự quan trọng với những nhân sự chỉ huy cao cấp như Judit Radiguet mô tả. (PNN)*

[2] *Thành phần thứ Ba: Tập hợp của những người "làm chính trị" ở miền Nam (1960-1975). Thành phần này được kể ra một lần trong văn bản Hiệp định Paris 1973. Bị vất bỏ sau 30 tháng 4, 1975 cùng lần với cái gọi là "Chánh phủ Lâm thời Cộng hòa miền Nam Việt Nam" do chính nhà cầm quyền cộng sản Hà Nội. (Xem rõ chi tiết với cuốn thứ ba của Trương Như Tảng)*

(3) Chị Cả Bống: Chuyện ngắn Phạm Lưu Vũ (Hà Nội), thế kỷ 21, CA, USA, số tháng 8, 2005.

2. Cuốn sách thứ Hai:
NGUYỄN KHẮC VIỆN, "Vietnam Une Longue Histoire"
L' Harmanttan, Paris, France 1999

Tại sao? Vì đâu cuốn sách đã hình thành?

Trước khi nói về cuốn sách thứ hai - Sách do một người được đánh giá là *"trí thức năng động nhiệt thành, tham dự một cách khách quan vào một giai đoạn lịch sử"* viết nên và cuốn sách được trao giải thưởng cao nhất của Hàn Lâm viện Pháp dành cho Khối Pháp Thoại (Grand Prix de la Francophonie 1992). Ông cũng là người Việt độc nhất được Hàn Lâm viện Pháp phong tước - Chúng tôi thiết nghĩ nên nhắc lại vài sự kiện có liên quan đến nhân sự viết cuốn sách này.

Năm 1985, Tố Hữu, đệ nhất *"văn lại"* Hà Nội, Ủy viên dự khuyết Bộ Chính trị Trung ương Đảng cộng sản, Bí thư Ban văn hóa tư tưởng, được xung thêm chức vụ mới: Trưởng Ban cải cách công- nông-thương nghiệp. Bởi ngoài tài làm những câu *"tụng ca"* đại loại: *"Hoan hô Sít-ta-lin! Vững bền cây đại thọ. Rợp bóng mát hòa bình. Ngọn hải đăng vô sản..."*.

Tố Hữu, tiểu danh Lành còn có khả năng điều hành, tổ chức sản xuất, cách mạng công-nông nghiệp (cũng với, bằng... lời thơ) qua những câu: *"Với sức người, sỏi đá cũng thành... cơm!"*; hoặc liên quan ngành công chánh xây dựng với: *"Đường ta rộng thênh thang... tám thước!"*. Để vận động *"thơ"* của Tố Hữu thành *"cơm ăn, đường đi, của cải cho xã hội"*, toà soạn báo Nhân Dân (Cơ quan có chức năng chính trị như một Ban, lớn hơn một Bộ) được huy động để quảng bá tài làm thơ của quý thủ trưởng, chế biến thơ nên thành sản phẩm nông nghiệp, vật liệu sản xuất và xây dựng công nghiệp.

Tòa báo bày ra cuộc thi thơ với hai câu của *"người"* làm chuẩn: *Bốn cống, năm cầu, ba cửa ô. Cùng nhau ta xây dựng cơ đồ...* Nghĩa là, sau, từ hai câu thơ *"chuẩn"* của Tố Hữu, thần dân toàn nước Việt có bổn phận phải tìm ra thêm hai câu thơ nữa có tính chất vừa hay, vừa thơm, vừa tốt (Chữ của Thủ Tướng Phạm Văn Đồng khi ra *"chỉ tiêu"* cho Đề cương văn hóa Việt Nam, vận động vào năm 1948) để làm khẩu hiệu thi đua cho cả nước tiến công lên mặt trận công-nông nghiệp, quyết tâm xây dựng *"xã hội xã hội chủ nghĩa tiên tiến, văn minh và giàu mạnh".*

Nhưng chỉ sau một năm, 1986 cuộc cách mạng (qua thơ ca, khẩu hiệu của do Tố Hữu chỉ đạo) biến thành trò thảm hại. Cả nước đứng sẵn bên bờ vực chết đói kiểu 1945; miền Nam sau ba trăm năm mở nước, lập quốc cũng rơi vào tình trạng ăn cơm độn... thực phẩm gia súc! Trước tình trạng *"khẩn trương"* của cả nước sau vận động *"Văn hóa Công-Nông nghiệp"* thất bại, người trí thức Nguyễn Khắc Viện từ Pháp được Đảng gọi về giúp nước. Viện được mời đi *"tham quan"* để sau đó viết bài động viên nhân dân làm cách mạng xã hội bằng phát triển nông nghiệp theo *"mô hình hợp tác xã tiên tiến - hợp tác xã hội xã hội chủ nghĩa!".*

Nguyễn Khắc Viện viết một loạt bài *"rất trí tuệ"* gồm những *"dữ kiện có tính cách thuyết phục"* với nội dung như sau (xin lưu ý, những chữ trong ngoặt kép hoặc viết nghiêng thuần là của báo Nhân Dân; của Ủy viên trung ương Tố Hữu; của trí thức vô sản Nguyễn Khắc Viện):

Nhân một buổi về tham quan hợp tác xã vùng đồng bằng sông Hồng, Viện được chứng kiến một hoạt cảnh sinh động, điển hình tiên tiến. Một chị đội trưởng hợp tác xã vừa thổi cơm bằng rơm, vừa thuyết minh *"cơ cấu tổ chức"* hợp tác xã, chế độ vần công, cách thức điều hành xã viên, phân chia nông phẩm, phân phối phân bón, thuốc trừ sâu, thực hiện nghĩa vụ thuế nông nghiệp.

Chị vừa trình bày vấn đề trọng đại, vừa thổi mồi rơm; lửa hắt ánh hồng lên khuôn mặt tươi trẻ, hiện thực vẻ đẹp cao quý của người lao động trong chế độ ưu việt - chế độ xã hội chủ nghĩa - chế độ triệt tiêu *"hiện tượng người-bóc lột-người"* mà trí tuệ siêu việt Karl Marx, Engel hằng tiên tri, nay Bác Hồ hiện thực trên đất nước Việt Nam giàu đẹp, sau cuộc chiến thắng trời long đất lở, đánh bại hai tên đế quốc sừng sỏ, ghê gớm nhất của nhân loại, thực dân Pháp và Đế quốc Mỹ.

Ông đề nghị một cách khôn ngoan trong loạt bài báo (có tính khoa học cao): "Người Việt nên thay đổi *"cơ cấu bữa ăn cổ truyền với thuần gạo tẻ"* (và thay vì gọi là *"cơm độn"* mà nên gọi là *"cơm trộn"*) bằng: *"cơ cấu mới: gạo-ngô-khoai-sắn"* - vì ngô-khoai-sắn có nhiều chất sắt hơn trong một hàm lượng so với gạo tẻ".

Viện trích dẫn nghiên cứu của Tiến sĩ Nông học Phạm Hoàng Hộ: *"Mười cân rau muống bổ dưỡng bằng một cân thịt bò"*. Viện vạch rõ, cũng từ một nghiên cứu khoa học, *"rau muống có nhiều chất sắt hơn thịt bò!"*.

Đấy là câu chuyện của 20 năm trước. Nay, thành quả nghiên cứu nghiêm túc của Viện sĩ Nguyễn Khắc Viện, điển hình *"trí thức xã hội chủ nghĩa"* được hệ thống hóa và nâng cấp qua cuốn sách: VietNam, Une Longue Histoire.

Lịch sử quả thật đang trên đà tiến tới nhưng hình như cũng như luôn được lặp lại - Lặp lại nhiều lần với những sai lầm, hư hại bởi những con người ác độc, nhẫn tâm, hiện diện qua những chế độ cai trị độc hại. Sự độc hại của những chế độ ấy chỉ được thay thế, hoặc được hạn chế nếu nhà nước cầm quyền thực hiện được một căn bản pháp trị - Nói rõ hơn, khi Kẻ Sĩ, Người Lập Thuyết cho chế độ giữ đúng lương tri và hành xử đúng lương năng của mình.

Với quan niệm tổng quát này, cuốn sách của Nguyễn Khắc Viện có thể kết luận trước tiên mà không sợ sai lầm: *Là một tường trình ngang ngược biện minh cho chế độ làm hư, xấu con người đang tồn tại một cách dai dẳng ở Hà Nội, Việt Nam.* Bởi cuốn sách (lại là một sách về lịch sử) được viết trên một cơ sở lập luận không hợp lý: Chế độ thực dân Pháp ở Việt Nam (1883-1945); chính quyền Quốc Trưởng Bảo Đại (1948-1954); hai kỳ Cộng hòa ở miền Nam (1954-1975) có rất nhiều khuyết điểm trong một giai đoạn lịch sử dài. Vậy nay (nếu) như chế độ chuyên chế Hà Nội có sai phạm thì cũng chỉ là (sản phẩm tất yếu) của lịch sử mà thôi.

Sự thật ở đâu?

Năm 1985, Nguyễn Khắc Viện về nước, viết loạt bài huy động cải cách nông nghiệp với mục tiêu: *"Tiến đến thực hiện chỉ tiêu xuất cảng '1 triệu tấn gạo' do Đại Hội VI của Đảng đề ra".* Trong phần *"Việt Nam Thời Kỳ Hiện Đại"*, tiểu mục *"Sự bóc lột kinh tế của thực dân (Pháp)"* của cuốn sách, Viện trích dẫn phần tài liệu: "... Trước năm 1918 (năm chấm dứt

Thế Giới Chiến Tranh lần I), hầu như toàn thể đất đai của Đông Dương bị thực dân Pháp trưng dụng đều được trồng lúa. Chỉ riêng Nam Kỳ, đã phải nhận một chỉ tiêu cung cấp vượt trội xuất khẩu gạo: Từ 800,000 tấn cho năm 1900, lên tới 1,200,000 tấn cho thập niên 1920 (Nguyễn Khắc Viện, trang 179)".

Như thế là thế nào? Chẳng lẽ cố công thực hiện một cuộc chiến tranh tiêu hao với giá máu của cả một dân tộc, đầy ải hàng triệu sinh linh vào biển máu lửa với cuộc chiến kéo dài hơn ba thập kỷ (1945-1975); phóng tay mở đầu giai đoạn cách mạng toàn cầu; giải phóng lãnh thổ Đông Dương ra khỏi ách thực dân (cũ lẫn mới) chỉ cốt để tiến tới một *"mục tiêu mà người Pháp thực dân đã thực hiện hơn sáu mươi năm trước hay sao?!"*.

Nhưng mục tiêu chính của cuốn sách không phải chỉ để trình bày sự kiện bóc lột về kinh tế, mà hơn ba phần tư cốt nói về những hoạt động chính trị, quân sự, khởi loạn theo quan điểm duy vật lịch sử. Từ khởi nghĩa của Trương Quyền (con Trương Định) năm 1863, có sự tham dự của Lục Sãi người Miên Pokumbo được đánh giá nên thành *"kết hợp giữa nhân dân hai nước chống chủ nghĩa Đế quốc Tây phương."* (NKV trang 158).

Lần thành lập Đạo Cao Đài được giải thích: *"Tổ chức tôn giáo này đã bị "lũng đoạn do thành phần nhân sự lãnh đạo đã bị nhà cầm quyền thực dân ngấm ngầm điều hành"* (NKV trang 212). Cuộc vũ trang nổi dậy tại Yên Bái (9, 10 tháng 4, 1930) do Quốc Dân Đảng lãnh đạo thất bại được quy ra, *"khuyết điểm thiếu tính quần chúng"*, dẫn đến hậu quả những thành phần yêu nước tích cực đồng tìm đến một tổ chức cách mạng hữu hiệu khác (tức là

Đảng Cộng sản Đông Dương); đám còn lại trốn qua Tàu, gia nhập Quốc dân Đảng Trung Hoa "*biến chất thành phản động, mất hẳn trên vũ trường chính trị*". (NKV trang 213-214)... Tất cả cuối cùng nêu bật một điều: "*Đảng cộng sản kiểu Lê-nin do Bác Hồ thành lập, huấn luyện, Tổng bí thư Trần Phú chỉ đạo là đáp số cuối cùng và chung nhất bởi đã tập trung được giai cấp công nhân làm thành phần chủ đạo chiến lược*". Tuy nhiên, Nguyễn Khắc Viện cũng có phần chân thật khi xác nhận rằng: "*Lúc Đảng thành lập (3 tháng 2, 1930) theo thống kê năm 1929, tổng số công nhân toàn bộ Đông dương không quá 200,000 người, trong đó có 80,000 vừa bỏ đồng ruộng miền Bắc di cư vào Nam hành nghề cạo mủ cao su tại các đồn điền chủ Pháp*" (NKV trang 201).

Xuyên qua tất cả luận lý, dữ kiện nêu trên, chúng ta có thể đặt nên những câu hỏi với tổ chức Đảng kia: "*Vậy tìm ở đâu ra một 'giai cấp công nhân tiên tiến' theo định nghĩa của Karl Marx, Lénine để làm lực lượng nòng cốt sẵn sàng cho 'đêm hôm trước cuộc cách mạng vô sản' ở Việt Nam - Một nước với nông dân chiếm 90% dân số của vùng bán đảo Đông Dương, toàn cõi Châu Á, buổi đầu thế kỷ 20?!*".

Tuy nhiên, cuộc cách mạng vẫn được khởi dậy với khí thế dũng mãnh, bởi vì người dân được kích thích, hứa hẹn: "*Từ đấy hồn tôi bừng nắng hạ. Mặt trời chân lý chiếu qua tim...*". Khi Tố Hữu đã viết như thế thì lịch sử tất yếu phải đi theo chiều hướng xã hội chủ nghĩa vậy (NKV trang 240). Sự sa đọa của chữ nghĩa do những "*trí thức cách mạng*" thực hiện càng ngày càng tệ hại. Hãy nghe Viện sĩ Nguyễn Khắc Viện của Viện Hàn lâm Pháp tố cáo thành tích tàn ác của thực dân Pháp đối với *"đồng bào ta"*: *"Năm 1929: Bắt giữ 1,490 người; bắt nhốt 300; tuyên án tử hình 3. Năm 1930: Nhốt 2, 963; kết án tử hình, 83; chung thân khổ sai, 543..."* (NKV trang 227).

Màn hài hước nhân đạo ái quốc rởm bất cận nhân tình trên nỗi thống khổ của con người (lại là người chung huyết thống) phải ngưng tại đây nếu chúng ta được biết như sau:

"Khu nhà tù Hỏa Lò do người Pháp dựng nên sau khi bình định được nước Việt là trại giam Trung ương của Miền Bắc. Ngay sau khi bộ đội cộng sản vào Hà Nội 10 tháng 10, 1954, nhà tù nhận thêm nhiều đợt tù mới (nhiều gấp bội so với tù của thực dân Pháp) để từ đây chuyển đi các trại Trung ương từ biên giới Việt - Trung đến Nghệ An, Hà Tĩnh, các trại tập trung dọc vùng thung lũng sông Mã, Thanh Hóa, Hòa Bình, hậu thân của hệ thống trại Lý Bá Sơ, đã thành danh hiệu một Tây Bá Lợi Á của cộng sản Việt Nam.

Chiếc cùm chân cùm Trường Chinh ở phòng giam Hỏa Lò nay vẫn được giữ lại như một chứng tích lịch sử của 'thời thực dân tàn ác' thật không thấm vào đâu so với khối cùm hộp kẹp vỡ xương ống chân của những con người trong câu chuyện sắp kể ra dưới đây. Thế nên, phải nói một điều tưởng chừng như vô lý: Nhà tù Hỏa Lò thời thực dân Pháp đã là một thiên đường so với thời tập trung cải tạo xã hội chủ nghĩa theo lời dạy của Bác Hồ vô vàn kính yêu!".

Chúng ta cần nêu một so sánh để khỏi bị cáo buộc đã nói điều vô bằng cớ. Khi xây khám, người Pháp dự trù chỉ để giam cứu cho vài ba trăm người với những dãy nhà dài rộng. Sau 1954, công an Hà Nội chia thành bốn khu chính với những phòng giam ngăn cách bởi những dãy tường đá, trên thả kẽm gai, và mảnh chai vỡ. Một nhân vật của câu chuyện kể (vốn là Đại úy Quân đội Quốc Gia trước năm 1954) tháng 8, 1961 bị đưa vào tù theo *"Nghị Quyết Tập Trung Cải Tạo"* (Ban hành trước khi thành lập Mặt trận Giải phóng, quyết định thanh toán miền Nam bằng vũ lực sau Đại hội 3 của Đảng, tháng 5, 1960) có danh số tù là 4257.

Điều này giúp cho chúng ta biết, chỉ mới đến tháng 8 lượng tù đã quá số 4,000, cuối năm, theo nhịp tập trung bắt giữ như đã xảy ra, ắt hẳn sẽ có khoảng 6,000 lượt người vào và chuyển dần đi. Hỏa Lò nhận một số tù gấp mười lần số lượng dự trù. Trong khi ấy, diện tích phòng giam bị co rút lại, thế nên, các phòng giam dẫu treo khẩu hiệu, *"Ăn sạch. Ở sạch. Nội vụ sạch"*, sinh hoạt *"điển hình tiên tiến"* nơi phòng số 14 đã diễn ra như sau:

250 con người trong căn phòng (dự trù chỉ 20 người) kia có những nhu cầu cấp kíp trong đêm, họ phải đi tiểu, đại tiện. Kẻ đi vào phòng vệ sinh phải trở thành một diễn viên xiếc thượng thặng giữa đám người nằm nêm cứng. Vào được phòng vệ sinh, lại phải thêm một phen chen chúc. Một tên ngồi gục đầu trên hố xí, úp mặt xuống lỗ hố thối thủm, một tên khác ngồi ở bệ bước lên, nhưng dù sao đấy cũng là "hai chỗ ngủ tốt". Có tên nằm co quắp trong bệ tiểu tiện, phải đánh thức tên này dậy mới đi tiểu được, vừa tiểu tiện xong, bệ tiểu đã có một tên nhảy vào ngồi trám chỗ. Từ cửa phòng vệ sinh, lão (người tù có danh số 4257) nhìn ra. Căn phòng im lặng lênh đặc mùi tanh tưởi của máu, mủ, mồ hôi, mùi phân người bốc lên ngày ngạt. Mấy trăm bộ xương da khẳng khiu, lở loét ngập tràn, nằm ôm cứng la liệt như đống xác chết như một nấm mồ tập thể, lộ thiên chưa lấp đất. (Nguyễn Chí Thiện, Hỏa Lò, Nhà Xuất

Bản Cành Nam, VA, USA, 2000 trg 48-88).

Cảnh tượng trên chỉ là một phòng giam số 14 của Hỏa Lò, đã vượt xa, xa hơn hẳn nhà tù thực dân Pháp của gần một thế kỷ trước. Và nếu Nguyễn Khắc Viện, theo chúng tôi, chỉ cần qua 14 trại của vùng Hoàng Liên Sơn thuộc quyền quản lý của Đoàn 776 đã cũng đếm đủ gần ba chục ngàn tù của tổng số 130,000 (một trăm ba chục ngàn) người Nam bị lùa vào trại cải tạo đem ra Bắc sau năm 1975 - Con số được đọc lên do Lê Hữu Qua, Cục trưởng Cục trại giam ở trại Phong Quang, khi Qua chủ toạ buổi thả tù do chính sách khoan hồng nhân đạo của Đảng (năm 1976) - Để có chỗ đủ chỗ nhốt tù từ miền Nam đưa ra trong mùa Hè cùng năm.

Nguyễn Khắc Viện sống lâu năm ở Pháp, hẳn đã có cơ hội để gặp và biết về Người Chết Bất Tử trước nòng súng kẻ nghịch - Trần Văn Bá.

Bá không chết một mình, ngày 8 tháng 1, 1985, anh linh hiển về trời với Lê Quốc Quân và Hồ Thái Bạch - Tổng số ba người chết vì chế độ cộng sản Việt Nam bách hại trong một vụ việc bằng số lượng người bị thực dân Pháp đưa ra pháp trường trong toàn năm 1929 xưa kia. Số lượng mà Nguyễn Khắc Viện nại dẫn để tố cáo chính sách giam giữ, toà án xét xử bất công của chế độ thực dân Pháp ở Việt Nam.

Có hai điều khả thể xảy ra qua vụ án năm 1929 kia: Hoặc là chế độ thực dân Pháp đầu thế kỷ quá khoan hồng nhân đạo so với chế độ xã hội chủ nghĩa sau này của Hà Nội; Hoặc ba kẻ bị kết án tử hình năm 1929 kia là bọn sát nhân can tội giết người đoạt của. Và bênh vực chúng tức mặc nhiên về hùa với hành động của bọn vô lại, lưu manh.

Chúng tôi muốn nói nhiều hơn nữa về cuốn sách

và người viết cuốn sách, nhưng cuối cùng biết ra: Cuốn sách là bản in lại từ bản gốc của Nhà Xuất Bản Thế Giới, Hà Nội, Việt Nam 1993. Và Nguyễn Khắc Viện thì đã chết từ 1997. Hoá ra, cuốn sách chỉ là phó bản sao chép về một nội dung tuyên truyền của Trung ương Đảng cộng sản nơi Hà Nội. Và tác giả của nó đã là một thầy ma. Chúng ta còn có thể nói gì hơn!

3, Cuốn sách Thứ Ba:
TRƯƠNG NHƯ TẢNG,
JOURNAL OF A VIETCONG
(Co Translators:
Chanoff David & Đoàn Văn Toại)
Johnathan Cape, London,
England 1986

Đây không là một cuốn sách thông thường, với nội dung là một tác phẩm văn học, hoặc hồi ký hoạt động của một nhân vật chính trị nào đó. Nhưng qua đấy, chúng ta sẽ nhận thấy ra sự tai hại chính trị - đúng ra là thảm họa chính trị (không phải xảy ra riêng đối với mỗi cá nhân đã gây nên sự kiện, hoặc trách nhiệm thuộc về một tập thể đặc biệt nào) mà là BI KỊCH CHUNG CHO TOÀN DÂN TỘC VIỆT - THỰC HIỆN BỞI THÀNH PHẦN GỌI LÀ "TRÍ THỨC ƯU TÚ" - NHỮNG NGƯỜI HIẾN DÂNG HẾT CUỘC ĐỜI (với hậu quả không chỉ tác động giới hạn trên cá nhân bản thân họ, mà liên hệ trực tiếp đến gia đình, những người chung huyết thống, giới thân cận, bạn bè, người cộng tác) VỚI MỤC TIÊU CAO THƯỢNG: ĐỘC

294   *Phận Người - Vận Nước*

LẬP DÂN TỘC - HẠNH PHÚC TOÀN DÂN.

Chúng ta hãy cùng xem lại một hành trình thảm hại và tai họa trong sáu-mươi năm dài từ 1945-2005, mà mỗi người chúng ta hẳn cũng đã chia phần trách nhiệm gánh vác, hoặc chịu đựng sự khốn cùng gây nên từ bộ máy bạo lực gọi là chế độ Cộng hòa xã hội chủ nghĩa Việt Nam. Lập lại thêm một lần cũng không thừa - Trường hợp Trương Như Tảng là một điển hình sắc nét, cụ thể nhất - Đến hôm nay, thế kỷ 21 vẫn còn giá trị của một lời cảnh cáo nghiêm trọng nhất đối với cái gọi là *"thành phần trí thức khoa bảng trẻ tuổi yêu nước".* Biết đến bao giờ mới đủ cho một tấm gương phản tỉnh cho những người gọi là *"trí thức thiên tả"?* Hở biết đến bao giờ?

Màn Một.

Trương Như Tảng đến với chủ nghĩa cộng sản, chiến đấu cho phía chế độ chuyên chế sau một quá trình tham gia lâu dài, với căn bản hiểu biết, kinh nghiệm kết tập của một trí thức khoa bảng miền Nam. Với tình yêu nước sâu sắc, thêm tìm hiểu, phân tích, đánh giá thời cuộc theo cùng chuỗi biến chuyển của vận mệnh quê hương suốt hơn nửa thế kỷ vừa qua, nơi địa bàn Quốc nội, cũng như tại một trung tâm chính trị thế giới, Paris, nước Pháp. Trương Như Tảng tiến tới *"chủ nghĩa yêu nước"* từ vị thế một đại gia họ Trương (người Việt gốc Hoa), sở hữu một căn lầu ba tầng đường Lê Thánh Tôn, con đường và vị trí cơ sở có giá trị thương mại số một của Sài Gòn ở thời điểm trước kia cũng như hiện nay.

Tài sản họ Trương không chỉ có thế, họ còn có đồn điền cao su ở Thủ Dầu Một (Bình Dương), nhà in tại Sài Gòn, nhà nghỉ mát Đà Lạt cho mùa Hè, biệt thự Vũng Tàu cho mùa Đông. Vị thế nhà giáo của người cha nơi Trường Chasseloup Laubat (Sài Gòn, trước 1954) chỉ cốt tăng thêm phần *"trí thức"* chứ không phải là nguồn lợi kinh tế để sinh sống, vì gia đình bên ngoại hằng tặng biếu cho tổ chức Đạo Cao Đài ba trăm mẫu đất để xây Toà Thánh Tây Ninh.

Từ dòng dõi giàu sang, phú quý như kia, sáu anh em trai (không con gái) nhà họ Trương đồng được theo học các trường dành cho trẻ con Pháp tại Sài Gòn, đại học Hà Nội và tiếp theo các đại học tại Thủ Đô Paris, hoặc các nước Tây Âu để thành bác sĩ, kỹ sư. Nhưng dẫu có đời sống vật chất đầy đủ thế kia, (mỗi cậu nhà họ Trương có một có một á mẫu người Hoa chăm sóc đời sống vật chất; có có gia sư chuyên dạy học, đờn, ca...), cậu ấm Tảng vẫn mang nặng mặc cảm *"ghét Tây"* - Mặc cảm thời niên thiếu nảy sinh do bị các trẻ con phương Tây cùng trường gọi một cách khinh miệt là bọn *"nhaque - nhà quê"*, hoặc là lũ mọi rợ *"Annamite - An-nam mít"*.

Mặc cảm ngày nhỏ này là động cơ đầu tiên thúc đẩy cậu dấn thân vào đường cách mạng một cách sớm sủa vì cậu xem đấy là một xúc phạm trầm trọng (TNT trg 5). Người thanh niên 22 tuổi lên đường cách mạng thật sự vào tháng, ngày lịch sử, 2 tháng 9, 1945 khi nghe lời kêu gọi từ Công trường Ba Đình, Hà Nội: *"Mọi người sinh ra đều bình đẳng... Họ được đấng tạo hoá trao gởi cho những quyền hạn không thể phủ nhận..."*. Người nói lời hàm xúc cao quý này ngừng lại để hỏi câu thắm thiết: *"Đồng bào có nghe rõ tôi không?"* (TNTg trg 6).

Từ thúc giục hứng khởi này, Tảng có mặt ngay tại đội ngũ đầu tiên của đoàn Thanh Niên Tiền Phong với khẩu súng săn của người anh để lại (không hề có lắp đạn), nhận lãnh nhiệm vụ (được chỉ định) người chỉ huy, vì sức học cao của cậu so với đám thanh niên cùng lứa. Một thanh niên của đoàn Tiền Phong bị bắn hạ khởi động làn sóng phẫn nộ khắp thành phố, đoàn người tràn vào các khu vực Pháp kiều trú ngụ để trả thù.

Anh thanh niên Tảng chứng kiến cảnh tượng đoàn biểu tình hành hung một Pháp kiều cô thế - Anh có nghi vấn: *"Cách mạng đâu phải là bạo lực, 'vinh quang' giải phóng dân tộc đâu phải cần đến máu người vô tội?!"*. Anh giao khẩu súng lại cho người bạn thân Albert, để người này tiếp tục làm cách mạng và đáp tàu tới Paris, kinh đô nước Pháp - Nơi đây anh gặp một người gây nên ảnh hưởng quyết định đối với sinh mệnh chính trị bản thân - Bác Hồ, Hồ Chí Minh. Cũng cần nói thêm chi tiết, người bạn thân tên Albert kia là Phạm Ngọc Thảo, em Phạm Ngọc Thuần, Phó Chủ tịch Ủy ban Hành chánh Nam Bộ. Toàn là những người trẻ tuổi trí thức, cách mạng yêu nước (TNTg trg 7).

"Bác" dạy cho cậu thanh niên Trương Như Tảng nhiều điều quý giá, kỳ lạ với cung cách cha dạy con (Bác gọi Tảng: *"Này, con ạ.."*) về văn học, ngôn ngữ, lịch sử và cuối cùng (lẽ tất nhiên), chính trị. Trước tiên, bác chỉ cho Tảng việc tên của anh có điều nhầm lẫn: *"Tên anh phải là 'Toản' chứ không là 'Tảng'. Vì tên ấy viết theo chữ Hán thuộc bộ "Ngọc", chỉ loài ngọc quý, chứ nếu là 'Tảng' chỉ là một cục đá tầm thường"*.

Bác hình như không biết, hoặc cố ý không biết để tránh rơi vào việc xúi cậu thanh niên làm một việc vô lễ: Lấy tên một bậc cha, chú làm tên mình. Vì đại tộc Trương (gốc Minh Hương) đã có một người tên Toản, Trương Duy Toản, viết báo Lục Tỉnh Tân Văn (1907), liên lạc viên của Kỳ Ngoại Hầu Cường Để. Bác dạy tiếp cho Tảng về chiến công giữ nước của Trần Hưng Đạo, Lê Lợi, Nguyễn Trãi và Quang Trung; bác chỉ cho Tảng sự kết hợp giữa thực dân Pháp và phong kiến Việt Nam trong quá trình bóc lột nhân dân; bác giải thích về *"Cách Mạng Tháng Tám"* và cuộc chiến đấu không những chỉ chống xâm lược, nhưng còn chống dốt nát, nghèo đói... Cuối cùng, bác kết luận: *"Không có gì quý hơn độc lập - tự do".*

Lần đầu tiên cậu thanh niên Trương Như Tảng nghe được lời quý giá này, đời cậu đã có hướng đi quyết định: *Vì độc lập, tự do chứ không còn gì khác.* (TNTg trg 14-15). Trước ngày rời đất Pháp, bác gọi Tảng và một nữ sinh viên người Việt (cô Lý) đến nhà riêng vùng Montmorency, cho Tảng tấm ảnh với lời: *"Tặng cháu 'Toản' với tất cả lòng thương mến".* Qua hai lần gặp gỡ, Tảng (nay đúng ra là Toản như tên bác sửa lại) đánh giá: *"Bác là tổng hợp của nhiều tính chất tương phản. Quốc gia, Nhân chủ, Mác-xít, Lê-nin-nít, Mác-chi-ven-li-an và cả Khổng Tử! Bác quả thật hơn hẳn nhiều lãnh đạo thế giới khác!"* (TNTg trg 16-17).

Tất cả sự việc kể trên có một nghi vấn về thời điểm: Hồ Chí Minh (thật ra đang là Nguyễn Tất Thành) đã rời Paris từ 1923 với tư cách là Đảng viên cộng sản Pháp đi Mạc-Tư-Khoa để dự Hội nghị Nông Dân Quốc tế dự trù khai mạc ngày 10/10/1923. Sau một thời gian dài được huấn luyện ở Nga, ông về hoạt động ở Đông - Nam Á. Có chăng, là *"Bác gặp cháu Toản"* trong thời đoạn ngắn ngủi khi qua dự Hội nghị Fontainbleau (7-9/1946). Một hội nghị bế tắc toàn diện vì không ai tương nhượng ai. Hồ Chí Minh phải ký Tạm Ước Sống Chung với Bộ Trưởng Thuộc Địa Marius Moutet để mua thời gian. 19/9 ông Hồ Về nước. 19/12, chiến tranh Pháp - Việt Minh bùng nổ. Vậy trong thời hạn ngắn ngủi, giữa tình thế căng thẳng của hội nghị, và thời cuộc, chắc chắn *"Bác không thể dạy cho cháu Toàn"* điều gì nhiều hơn ngoài đôi ba câu chuyện giữa hai người mới lần đầu gặp mặt.

Từ căn bản chính trị, hướng dẫn chỉ đạo nhận trực tiếp từ bác, Trương Như Tảng là thành viên năng động nhất trong phong trào chống *"Chiến tranh bẩn thỉu - La sale guerre"* ở Đông Dương trong giai đoạn sau 19 tháng 12, 1946 - Ngày chiến tranh Pháp - Việt Minh bùng nổ. Anh cùng những đồng bạn trong cộng đồng người Việt tiếp xúc, vận động những *"trí thức tiến bộ"* tại Pháp, Tây Âu ủng hộ cuộc chiến đấu cao cả kia, đối tượng (vận động) chủ yếu là tập thể người cộng sản Pháp.

Nhưng Tảng không thể không nhận ra tính *"không thực của những người bạn chiến đấu này"*, điển hình qua lời tuyên bố (mang tính thực dân phản động) của Maurice Thorez, Tổng thư ký Đảng cộng sản Pháp: *"Nếu chúng ta không đạt được nhượng bộ, thoả thuận với họ (những người Việt có tinh thần dân tộc - Ở đây chỉ người cộng sản Việt do Hồ Chí Minh lãnh đạo), thì chúng ta buộc phải nói chuyện với họ bằng nòng súng."* (TNT trg 23).

Cho dẫu Tảng đã một lần sử dụng ngay đến người vợ mới cưới của mình tự thân trao tặng bó hoa cho Bà Jeannette Versmersch (vợ Thorez) trong một đại hội để thắt chặt thêm tình chiến đấu của hai đảng, giữa những người (cộng sản) tiến bộ đấu tranh cho Tự Do - Bình Đẳng - Huynh Đệ! Sự kiện cô vợ của Tảng tặng hoa cho vợ Thorez gây phẫn nộ đối với hai người cha ở Việt Nam; ông thân sinh Tảng (cùng ông sui gia) quyết định: Tảng và vợ phải trở về nước.

Cuối cùng hai vợ chồng trẻ phải chọn một biện

pháp đầy tính bi kịch: Chỉ cô vợ trở về (đang mang thai đứa con đầu lòng), Tảng ở lại tiếp tục việc học và nhất là đi đến cùng con đường cách mạng cứu nước (theo hướng cộng sản). Hai người cha quyết liệt hơn: Cắt yểm trợ tiền bạc, hiện thực dứt bỏ tình phụ tử, buộc người vợ trẻ phải ký giấy ly dị. Không nao núng, sờn lòng, Tảng đi rửa chén, lột khoai ở nhà hàng, quyết định sống tự lập, thực hiện hoài bão chính trị *"cứu nước dành độc lập"* của mình. Anh đã bỏ ngành Dược để theo học Đại học Quốc gia về Khoa học Chính trị. Cao thượng thay và cũng bi thảm thay. Bi kịch của cá nhân người có tên Trương Như Tảng mới trình diễn màn đầu. (TNT trg 20- 24).

Màn Hai.

Năm 1951, Trương Như Tảng tốt nghiệp cao học chính trị, ghi danh học luật và có những vấn đề được đặt ra bởi trong nước xảy ra những biến chuyển quan trọng: Chiến trận quân sự bùng vỡ lớn với sự tăng cường của hai phía, phía người Pháp nhận thêm nguồn quân viện của chính phủ Mỹ; phía Việt Minh được yểm trợ trực tiếp do biên giới Hoa - Việt thông thương sau khi quân đội Mao Trạch Đông thâu tóm Hoa Lục, 1949.

Về mặt chính trị, chính phủ Bảo Đại được tăng cường củng cố qua hiện diện của chế độ Quốc Gia Việt Nam được cộng đồng thế giới công nhận (Tháng 2, 1950); chính phủ Hồ Chí Minh cũng được Liên Xô và khối cộng sản Đông Âu thừa nhận sau chuyến công du của Hồ qua ngã Tàu (tháng 3, 1950).

Tảng có những chọn lựa: Về chiến khu dưới quyền lãnh đạo của Việt Minh để chiến đấu trực tiếp kháng Pháp - Nhưng ý niệm, dự định này bị gạt bỏ ngay, vì người trong Hội Người Việt (tổ chức ngoại vi của cộng sản Việt Nam nhằm vận động Việt kiều ở Pháp) có nhận định: Tảng sẽ gây gánh nặng cho kháng chiến hơn là góp phần vào cuộc chiến đấu.

Tảng cũng tự đánh giá: *"Mình chỉ là người có khả năng tổ chức cho cuộc đấu tranh chính trị nơi hậu trường, ở đất Pháp, chứ không là một chiến sĩ nơi rừng rậm"*. Nhưng cuối cùng, Tảng về Sài Gòn để giúp cha gầy dựng lại các cơ sở kinh doanh bi hư hại, suy thoái qua chiến tranh, cũng để cho các anh, em được tiếp tục việc học (ở những đại học Tây Âu) (TNT trg 25-27).

Về đến Sài Gòn, để tránh lệnh động viên của chính phủ Bảo Đại, Tảng xuống Châu Đốc (vùng châu thổ sông Cửu Long, nơi có nhiều người gốc Hoa sinh sống) lập trường dạy học. Nhưng tiếng gọi cách mạng không hề tắt: Thầy giáo Trương Như Tảng bắt liên lạc với tổ chức cộng sản địa phương để đưa anh vào chiến khu.

Và thêm một lần, Tảng được trông thấy tận mắt cảnh tượng tàn sát của lực lượng cộng sản phục kích đoàn tàu người Pháp trên kênh Châu Văn Tiếp và anh lại hiểu rõ thêm một lần: Chỗ đứng của anh không phải nơi tuyến chiến đấu với những du kích. Anh đã có liên hệ chặt chẽ với trường học, môi trường giáo dục, các học sinh, và nhất là cơ sở thương mãi, hệ thống kinh tài của gia đình ở Sài Gòn mà nay anh đã thay mặt cha quán xuyến tất cả, bởi các anh, em vẫn còn ở ngoại quốc chưa về.

Mối lợi lớn do cơ sở giáo dục ở Châu Đốc, hệ thống kinh tài đồn điền ở Sài Gòn, miền Đông Nam bộ hồi phục, giúp phát triển lại tình trạng tài chánh của tộc họ Trương. Để tránh tình trạng chiến tranh đang mở rộng, lệnh trưng binh khẩn cấp, một lần nữa, Trương Như Tảng trở lại đất Pháp với vị thế sinh viên sĩ quan trường Hàng Hải Toulon.

Tháng 7, 1955 Tảng trở về Sài Gòn, các anh, em đồng tốt nghiệp sau nhiều năm du học ở Anh, Đức, Pháp... Trương Như Tảng trở về lại quê hương với hãnh diện do chiến thắng của lực lượng cộng sản ở mặt trận Điện Biên Phủ và sự khinh miệt giới cầm quyền Việt Nam hiện tại. Tảng đánh giá: *"Vua Bảo Đại chỉ là một tay chơi được biết tên ở những sân golf, sòng bài, bởi những tay pha rượu; Thủ Tướng Ngô Đình Diệm thì hoàn toàn không có một khả năng nào cả"* (TNT trg 27-32).

Quả thật, chế độ Thực dân Pháp *"gian ác bóc lột"*, và những chế độ *"bù nhìn, hư hại"* của Miền Nam trong các thời kỳ từ 1945 đến 1975 đã rất rộng lượng, hào hiệp đối với rất nhiều người, nhiều giới người - Gia đình và bản thân *"người cách mạng Trương Như Tảng"* là kẻ thụ hưởng nhiều nhất, đủ nhất và lâu dài nhất. Chẳng cần đợi đến phần cuối của cuốn sách, đến đây chúng ta đã có thể xác định như thế mà không sợ nhầm lẫn.

Giai đoạn về nước lần thứ hai sau 1955, người thanh niên Trương Như Tảng đã hoàn toàn trưởng thành về mọi mặt. Ông đã có một tư thế chính trị, sở học, và bằng cấp chuyên môn - Trên cơ sở này thái độ chống đối chính quyền của Thủ Tướng, hoặc sau đó của Tổng Thống Ngô Đình Diệm càng thêm dứt khoát, mãnh liệt.

Chế độ mới với nền cộng hòa đối với ông là bất khả dung hợp do phạm những lỗi: Không kết hợp được *"thành phần thân Pháp - Điển hình là giai cấp quan lại, đại điền chủ, tư sản miền Nam như gia đình ông"*; người quốc gia kháng chiến chống Pháp (những thành phần giáo phái, Cao Đài (bên ngoại ông là những chức sắc cao cấp), Hòa Hảo...); nhất là thành phần theo Việt Minh (mà theo kinh nghiệm bản thân là toàn thể nhân dân có mặt trong kháng chiến chống Pháp vừa qua).

Ông chủ trương không nên khơi động hận thù Bắc - Nam mà nên mở rộng dân chủ như theo chiều hướng của cộng hòa Pháp. Tóm lại, chỉ còn Hồ Chí Minh với chủ trương nhận viện trợ của Nga và Tàu nhưng vẫn giữ nguyên tính chất của một người quốc gia là giải pháp cuối cùng cho vấn đề Việt Nam.

Một ngày tháng Giêng năm 1956, sau mười năm xa cách Trương Như Tảng gặp lại người bạn thiết từ thuở thiếu niên, Albert Phạm Ngọc Thảo. Lần gặp gỡ và những câu chuyện sau sau đó có tác động như đặt xuống viên đá tảng bắt đầu cho một sự nghiệp lớn: LẬT ĐỔ CHÍNH QUYỀN MIỀN NAM - Tuy cả hai không nói ra (sẽ nói thành lời vào một thời điểm thuận tiện sau này) nhưng ngầm ý với nhau rằng: Chúng ta luôn là bạn thiết của thời thơ ấu, và bây giờ cùng đi một đường, tuy hai phương tiện, và vị thế khác nhau.

Ngay từ lần đầu tiếp xúc này Phạm Ngọc Thảo đã tiết lộ với Trương Như Tảng về *"âm mưu nằm vùng trong Dinh Độc Lập qua việc chiếm lòng tin của Tổng Giám Mục Ngô Đình Thục, Tổng Thống Diệm, Cố Vấn Nhu, kể cả của Bác sĩ Tuyến, Giám đốc sở Nghiên Cứu Chính Trị"* (TNT trg 42-50). Gần hết một đời người, thật tình chúng tôi chưa hề nghe, biết được một cán bộ cộng sản (loại chiến lược) nào mau mắn, cả tin, và thẳng thắn như hai người bạn này - Ngay buổi gặp mặt đầu tiên đã nói cho nhau nghe về những dự mưu chết người (không phải chỉ một vài người mà cả miền Nam, toàn dân tộc).

Chúng ta có thể tạm chấm dứt phần liên hệ giữa Trương Như Tảng và Phạm Ngọc Thảo ở nơi đây qua sự kiện Tảng bị bắt vào khám Chí Hòa (tháng 1, 1965) do có liên hệ mật thiết với người bạn, *"Chuyên viên tình báo số 1"* đánh giá của Tảng đối với Thảo, người bạn thân. Riêng phần những hoạt động lật đổ, đảo chánh, chống đảo chánh của Phạm Ngọc Thảo trong suốt năm 1965 - Hành động mà ông ta đã thực hiện từ bước đầu dự mưu đảo chánh của biến cố 1 tháng 11, 1963 - Tất cả được Trương Như Tảng nhận định nằm trong mục đích mà hai người đã một lần cùng nhau bàn định:

"... Điều tốt nhất là làm sao mà thống nhất đất nước bằng lối hoà bình và nếu ai có thể làm công việc ấy thì tôi sẽ cộng tác..." (TNT trg 44).

Ý niệm này được nói lại rõ ràng hơn qua trao đổi thân mật, kín đáo, ngắn gọn giữa hai người:

- *"Ba!"*, Thảo gọi tôi bằng tên tộc với giọng nói có chủ ý. *"Tôi nhận thấy bồ vừa có ý gì? Bồ có với trong bưng phải không?"*.

- *"Albert"*, Tôi đáp: *"Tôi cũng thấy cái điệu ấy nơi bạn"* *(TNT trg 55).*

Trương Như Tảng nghe tin về cái chết của Phạm Ngọc Thảo khi đang còn bị giam ở Chí Hòa (tháng 7, 1965) và ông có kết luận: Thất bại lớn nhất của Thảo - Cũng như của Mặt trận Giải phóng vào những năm đầu 60 - là không lường được quyết định tham chiến của Mỹ. Cũng không thể trách ông ta (PNThảo) đã không vạch rõ ra đủ sự bất lực trầm trọng của hệ thống chính trị Nam Việt Nam - Để từ đó, chính phủ Mỹ áp dụng toàn bộ chiến lược mới mẻ của họ. (TNT trg 62)

Chúng tôi có nhận định hoàn toàn khác hẳn quan điểm trên. Phạm Ngọc Thảo bị bức tử do không phải đã đánh giá không đủ về người Mỹ và chế độ Việt Nam Cộng hòa - Những nhân sự và sự việc ông ta hằng coi thường bởi đã biết tường tận. Ông đã từng gọi Nguyễn Khánh là *"thằng chó đẻ"* qua lần nói chuyện với Nguyễn Cao Kỳ (có mặt của Trương Như Tảng) từ một phòng điện thoại công cộng ở đường Hàm Nghi dẫu đang ở thời kỳ lẩn trốn truy lùng của Nguyễn Khánh. (TNT trg 60).

Nhưng Phạm Ngọc Thảo quả đã chết vì KHÔNG LƯỜNG ĐƯỢC SỰ ÁC ĐỘC TÀN NHẪN CỦA NHỮNG NGƯỜI ĐỒNG CHÍ CỦA ÔNG - GIỚI LÃNH ĐẠO ĐẢNG CỘNG SẢN TRIỆT ĐƯỜNG TRỞ VỀ KHI MỘT CÁN BỘ TÌNH BÁO ĐÃ HOÀN TOÀN BỊ LỘ.

Sinh mệnh của Mặt trận Giải phóng miền Nam, Chính phủ Lâm thời Cộng hòa miền Nam Việt Nam cùng thành phần nhân sự lãnh đạo (gồm bản thân Trương Như Tảng) cũng sẽ được quyết định theo một cách thế tương tự. Và chương kế tiếp sẽ là câu trả lời chính xác cho vấn nạn vừa nêu.

Màn Ba.

Cao điểm bi kịch của Trương Như Tảng là buổi chiều ngày 16 tháng 6, 1967 khi ông trở về từ văn phòng bị một chiếc xe của mật vụ văn phòng Tướng Ngọc Loan chận lại. Ông bị đưa về trung tâm thẩm vấn đặc biệt của Tổng Nha Cảnh Sát ở Chợ Lớn để đối mặt cùng Ba Trà, liên lạc viên mà Mặt trận Giải phóng bố trí để làm việc với ông trong buổi họp của Phong Trào Tự Quyết ở Thủ Đức từ tuần trước.

Trong giai đoạn này Trương Như Tảng đang là Chủ tịch của Liên Hiệp Thanh Niên, một tổ chức ngoại vi của Mặt trận. Ba Trà là em rể của Bác sĩ Phùng Văn Cung, thành viên trong Chủ tịch đoàn của tổ chức này. Nhân viên thẩm vấn (có sự hiện diện của Ba Trà), buộc Tảng phải thú nhận: *"Ông là Đảng viên Đảng cộng sản"*. Lời thú nhận thừa thãi và vô nghĩa lý này không được xác nhận. Toán thẩm vấn ra tay như nghề nghiệp cho phép. Tảng vẫn giữ nguyên ý chí: *"Ông là người của Mặt trận, không phải là Đảng viên cộng sản!"*.

Cuộc hỏi cung không kéo dài, một hôm vợ ông vào thăm và được phép nói chuyện riêng. Người vợ nói: *"Ông cứ nhận là Đảng viên đi có khác gì nhau (!); bà đã có những đường dây để lo riêng (theo ngã hối lộ). Làm sao phải ra khỏi phòng giam đặc biệt này để được trả về giam chính thức bên Tổng nha, vì nơi đây có thể bị thủ tiêu bởi là chỗ hỏi cung, thẩm vấn đặc biệt"*.

Ông theo lời người vợ, phần cũng biết có dàn xếp giữa Trần Bạch Đằng (Bí thư thành ủy Sài Gòn ở giai đoạn 1967-68) và Toà Đại sứ Mỹ để trao đổi mật những nhân sự (tình báo) cao cấp. Phía cộng cộng sản có Tảng và vợ của Trần Bạch Đằng. Cũng trong những ngày này, mật vụ Tướng Loan đã ra tay thủ tiêu Trần Văn Kiều, Bí thư công đoàn thành phố và Lê Thị Riêng, Hội Trưởng hội phụ nữ. Trước một nguy hiểm như thế, nhận hay không nhận (một vấn đề hiển nhiên) thì nào có nghĩa lý gì!

Một ngày cuối tháng 2, 1968, Tảng cùng hai người khác, Sáu Nổ, Duy Liên ra khỏi nhà giam Tổng nha, được chở lên Tân Sơn Nhất, nằm đợi trong một căn phòng đẹp như khách sạn bốn sao, hai ngày sau được trực thăng Mỹ chở đến một sân bay ở Trảng Bàng, Hậu Nghĩa. Ở đây, có một viên Đại úy quân đội miền Nam đợi sẵn với một chiếc xe Lambretta ba bánh.

Xe chạy đến quán cà phê có một chiếc khác đợi sẵn, viên Đại úy trở lại. Cuộc trao trả hoàn tất. Tảng và hai người kia được đưa về Cục R (Trung ương Cục miền Nam) gặp Trần Nam Trung, Nguyễn Văn Linh, Phạm Hùng, Mai Chí Thọ...

Để làm báo cáo cuộc trao đổi và hoạt động vừa qua - Thuần là cán bộ Trung ương Đảng cộng sản Việt Nam - Không có một chức sắc nào của Mặt trận Giải phóng có mặt trong buổi *"hỏi cung"* ngụy danh này.

Ngày 8 tháng 6, 1969, Chính phủ Lâm thời Cộng hòa miền Nam được thành lập để *"hợp thức hóa"* sự có mặt tại Hòa hội Paris (khai diễn chính thức vào tháng 10, 1968), Trương Như Tảng nhậm chức Bộ Trưởng tư Pháp - Bộ trưởng của một chính phủ không có hệ thống toà án, hành chánh, tài chánh, bởi không thể kiểm tra dân chúng, không đất đai quản trị, kể cả không có một địa vực gọi là thành phố, thủ đô.

Chúng ta không hề thắc mắc về tính cách và khả năng của chính phủ cách mạng này, nhưng những người đặt vấn đề đối với ông và các thành viên trong chính phủ lâm thời lại là những *"giảng viên"* của đợt học tập chính trị theo lệnh của Lê Duẩn tiến hành trong ba tháng của mùa Thu 1971.

Đợt chính huấn để tẩy rửa tính chất phản động của lớp tiểu tư sản thành thị được nuôi dưỡng từ chế độ thực dân cũ và mới ở miền Nam. Đứng trước cao trào cách mạng mạnh mẽ. Thành phần trí thức thuộc giai cấp tư sản dân tộc phải có những tiến bộ, biết tách rời khỏi giai cấp của mình và thúc đẩy con em mình cũng phải chấp hành như thế. *"Lê Duẩn răn đe dạy dỗ không che dấu."* (TNT trg 197)

Không chỉ một mình Lê Duẩn lên mặt dạy dỗ mà ngay cả đám cán bộ trường Đảng Nguyễn Ái Quốc thực chất chỉ là những *"lý thuyết gia"* hạng thứ yếu, chỉ biết lặp đi lặp lại những từ ngữ sáo rỗng vô nội dung của Đảng cộng sản Liên Xô viết từ đầu thế kỷ: *"Tiến bộ nhất định; triệt để tẩy rửa tính giai cấp phản động; nhiệt liệt thành tâm tin tưởng vào giai cấp vô sản..."* (TNT trg 197).

Hành vi thô bạo trắng trợn của *"giới cầm quyền Hà Nội"* không chỉ giới hạn trong buổi học tập, về những lý thuyết, chúng được *"chuyển biến thực tế"* bằng cách cắt cử một người miền Bắc thuần gốc, Ba Cấp (không rõ tên thật) thay thế Chín Chiến (người Nam) làm Uey viên điều hành Liên minh Dân tộc Dân chủ Tranh Thủ Hòa Bình - Một cơ quan lập nên do ý đồ của Hà Nội muốn cột chặt Mặt trận Giải phóng vào sự chi phối trực tiếp của họ.

Trịnh Đình Thảo được chỉ định giữ chức chủ tịch tổ chức này nhưng quyền hành thực sự nằm ở tay Ba Cấp, nhận lệnh trực tiếp từ Lê Duẩn. Người có khí tiết trong mặt trận như Huỳnh Văn Nghi (chồng Bác sĩ Dương Quỳnh Hoa, Bộ Trưởng Y tế của chính phủ lâm thời) phải nói lên lời cay đắng, phẫn uất: *"Nếu chúng tôi nhận sự chỉ đạo chính trị của đảng Lao Động là bởi đến nay đảng đã theo đúng con đường độc lập dân tộc. Chúng tôi tham gia kháng chiến là do trái tim, lý trí, lòng yêu nước thúc giục đáp ứng lời kêu gọi của Tổ quốc - Không là lời kêu gọi của cách mạng vô sản"* (TNT trg 197)

Lời phẫn uất của Huỳnh Văn Nghi không được hưởng ứng, bởi Bùi thị Nga (vợ Huỳnh Tấn Phát) đã lu loa kể khổ: *"Chúng tôi đội ơn Đảng một món nợ không trả được"* (TNT trg 198)

Nga thuộc về một gia đình quan lại phong kiến miền Bắc trước 1945.

Màn Cuối

Sáng 15 tháng 5, 1975, Lần trả lời trọn vẹn đối với màn kịch dài của Mặt trận Giải phóng miền Nam, của Chính phủ Lâm thời Cộng hòa miền Nam Việt Nam, của Liên minh Dân chủ Tranh thủ Hòa Bình, lẽ tất nhiên cũng đối với chính cá nhân Trương Như Tảng... Và hằng ngàn (có thể là vạn, triệu) người đã từ một thuở thanh xuân đi theo tiếng gọi *"cứu nước"*, những người *"vùng lên nhân dân Việt Nam anh hùng..."*, kể cả những kẻ *"đi B - xẻ dọc Trường Sơn chống Mỹ, diệt Ngụy"* - Tất cả những người chiến đấu dưới ngọn cờ hai màu *"Đỏ - Xanh với Ngôi Sao Vàng"* của Mặt trận Giải phóng miền Nam.

Trên lễ đài được thiết lập trước Dinh Độc Lập (nay đổi tên là Thống Nhất) với Lê Đức Thọ chiếm giữ vị trí trung tâm đoàn chủ tịch nhìn xuống những đơn vị quân đội duyệt binh. Đạo quân vừa *"thâu giang sơn về một mối"*, lực lượng vừa *"giải phóng miền Nam"* theo như câu hát hàm súc hứng khởi của mặt trận.

Các đơn vị lần lượt đi qua. Bộ binh, chiến xa, thiết giáp, tên lửa, pháo binh, hải, lục, không quân của bộ đội miền Bắc hiện diện đủ. Nhưng, dần đến tàn cuộc lễ, những viên chức lãnh đạo của *"mặt trận, của chính phủ lâm thời"* đưa mắt hỏi thầm nhau... Những *"đơn vị của mình"*, những *"công trường của chúng ta"*, những Sư đoàn 5, 7, 9... của miền Đông Nam Bộ, của đồng bằng sông Cửu Long, tất cả bây giờ ở đâu? Ở đâu.

Cuối cùng, không thể chịu đựng thêm, Trương Như Tảng, Bộ Trưởng Tư pháp Chính phủ Lâm thời nghiêng vai hỏi Văn Tiến Dũng, đứng cạnh ông: *"Những Sư đoàn của chúng tôi đâu rồi, những Sư đoàn 1, 3, 5, 7 và 9?"* Dũng đưa mắt nhìn Tảng như nhìn một thứ, vật quái dị: *"Hả, mấy thứ đó hả... Bộ đội đã biên chế thống nhất rồi!"*. Xong Dũng quay đầu nhìn xuống đường khoé miệng trề xuống khinh miệt. *(TNT sđd trg 264-265)*

Sự cay đắng lặp lại lần thứ hai, tàn nhẫn và lạnh lùng hơn. Tháng 6, 1976 Trương Như Tảng trở lại Hà Nội để dự lễ phê chuẩn Văn kiện Hội nghị Hiệp thương *"Thống nhất Nước Nhà về mặt Nhà Nước"* (Kể ra cách chơi chữ sống sượng tàn nhẫn đến thế này là tối đa). Trong buổi tiếp tân, có một người vỗ vai Tảng. Ông quay lại. Trường Chinh. Chinh nhìn Tảng với cách nhìn của Văn Tiến Dũng hôm tháng 5 năm trước trên lễ đài ở Sài Gòn: *"Tôi trông đồng chí có vẻ quen quen?!"*. Đồng chí *"Bộ Trưởng Tư pháp Chính phủ Cộng hòa miền Nam"* ngớ người... Mới năm ngoái, trước khi trở lại miền Nam (sau ngày 30 tháng 4), toàn bộ viên chức *"Chính phủ Lâm thời miền Nam"* đã được chiêu đãi, chào mừng cũng ở căn phòng này, với những con người này, những *"đồng chí lãnh đạo"*, Trường Chinh, Lê Đức Thọ. Trương Như Tảng ấp úng: *"Tôi là Bộ Trưởng Tư pháp của miền Nam!"*. Mắt Trường Chinh sáng lên khoái trá: *"Thế à... Thế tên là gì? Bây giờ đồng chí làm cái gì?"* (TNT sđd trg 286). Viết hồi ký mà thực đến thế quả là *"đạt tiêu chuẩn"*.

Chúng ta có thể chấm dứt câu chuyện không mấy vui trên bằng cách nhắc lại vài điều phấn khởi. Cuối cùng, chịu không nổi cách *"xách mé đểu cáng cộng với kỹ thuật ăn cướp công khai xã hội chủ nghĩa"* của những *"đồng chí"* đến từ Hà Nội, Trương Như Tảng với Tôn, một người bên vợ đường quyết định vượt biên từ Long Xuyên. Trong lòng chiếc ghe dơ bẩn, chật chội, Tảng có ý nghĩ: *"Nếu bị bắt lại thì nhảy xuống biển trầm mình thà chết chứ không để bị bắt"*.

Ông nhớ lại chặng đường cách mạng mấy mươi năm đi qua từ thuở còn trai trẻ. Hồi ức dừng lại nơi lần gặp gỡ với cha ông ở Tổng Nha Cảnh Sát Sài Gòn (1967, năm ông bị bắt vì hoạt động trong phong trào Liên Hiệp Thanh Niên). Cha ông đã nói: *"Con ơi, cha không thể nào hiểu được. Con đã bỏ tất cả: Gia đình êm ấm, hạnh phúc, giàu sang để theo bọn cộng sản. Rồi đây, chúng sẽ không trả lại cho con một chút gì so với những gì con đã hiến dâng. Rồi con sẽ thấy. Chúng sẽ phản bội con và con sẽ đau khổ suốt đời...".*

Trương Như Tảng nhói đau trong hầm chiếc ghe khi nhớ lại *"lời tiên tri"* của người cha. Chỉ có điều an ủi khi ông nghĩ đến Loan, cô con gái đầu lòng hiện nay (năm 1978) đang ở Mỹ. Cô Loan đi Mỹ trước 1975 do bà Nguyễn Văn Thiệu bảo lãnh vì Loan học cùng lớp với con gái bà ở Đà Lạt từ tấm bé. Năm 1967, khi Trương Như Tảng vào tù, Ông Thiệu, Tổng Thống *"chế độ phản động Mỹ -Ngụy"* có nói riêng với Loan: *"Cháu yên tâm, ba cháu với tonton là kẻ đối nghịch. Nhưng, cháu luôn luôn được coi như là con cháu trong nhà này, chuyện kia không ăn nhằm gì cả..."* (TNT sđd trg 260-261).

À, hóa ra chế độ và con người (ở miền Nam) bị cả thế giới chê trách, bêu xấu lại tốt đẹp gấp vạn lần so với người và chế độ ở Hà Nội. Sự việc đơn giản này mấy người nào hay?

Sau Mười hai năm ở Mỹ
Cũng để hiểu đôi điều của Việt Nam.
Santa Ana, 11/ 2005
Phan Nhật Nam

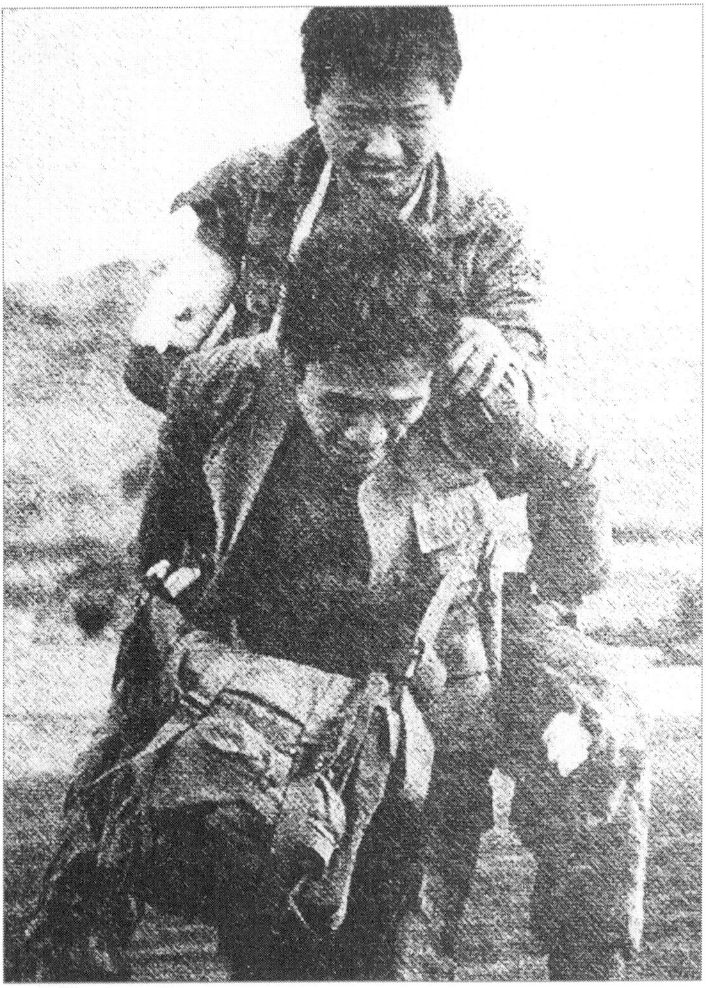

Như phong,
như gió thổi qua...

Nhà báo như Phong - Lê Văn Tiến (1923-2001)

Ngày ấy, khoảng 1991, 1992, tôi với "Ông Ba" thường ngồi nơi chái hiên căn nhà tranh vùng Thôn Thạnh Lộc, Gò Vấp, Gia Định lúc đêm đến chụp sẩm tối những đám mía quanh khu vườn và gió từ sông thổi động những tấm màn chắn ngang liếp cửa sổ. Chúng tôi không nói gì với nhau, tôi vuốt lưng chó Ky, con vật nhỏ nằm im, ngủ thiếp. Ông Ba tháo kính, tắt điếu thuốc, dựa lưng vào tấm phên, tay đặt hờ trên cạnh bàn nước, nhìn ra khoảng tối. Chung quanh đồng ruộng rì rì âm động hoang dã, buồn buồn.

1974. Lời báo động đêm mùa Đông

Sài Gòn đang trong buổi giới nghiêm do sự kiện lực lượng quân sự cộng sản tấn công Phước Long, và chiếm đóng thị xã để thử sức, dò xem phản ứng của Mỹ cùng Việt Nam Cộng Hòa trước vụ lấn chiếm. Thái độ bất chấp ngang ngược về những điều khoản ngưng bắn của Hiệp định Paris mà họ đã long trọng ký kết trước cộng đồng thế giới. Chính phủ Ford im lặng một cách rất có ý nghĩa và Dinh Độc Lập cố gắng vùng vẫy tuyệt vọng.

Sử dụng Liên đoàn 81 Biệt Kích Dù giải vây thị xã. Nhưng dẫu người lính biệt kích của đơn vị kiệt liệt này có khả năng tác chiến cao đến bao nhiêu, họ cũng đành thúc thủ trong một thế trận thụ động toàn diện - Những bãi đáp đổ quân bị phục kích, những toán biệt kích không thể nào tấn công vào những vị trí công sự cố thủ do đơn vị cộng sản vừa lấn chiếm được - Những vị trí phải cần đến những đại đơn vị (Sư đoàn Bộ binh, Nhảy Dù, Thủy quân Lục chiến) với vũ khí của chiến tranh trận địa, quy ước, (Pháo binh, Chiến xa, Phi cơ yểm trợ) mới có thể giải quyết.

Thế nên, như một điều tất nhiên, người lính biệt kích của Liên đoàn 81 bị phơi thân trần trụi, tan tác trước hàng rào hỏa lực chực sẵn hung hiểm của đối phương, đơn vị bị xé nát thành từng mảnh nhỏ. Cuộc giải cứu thị xã Phước Long biến thành lần thất trận của một đơn vị bách thắng.

Hình ảnh Thiếu Tá Vũ Xuân Thông, Tham mưu Trưởng liên đoàn nét mặt gầm cau, khóc uất trong tay ôm của nữ ký giả Thục Viên (báo Sóng Thần, Sài Gòn) tại sân bay Biên Hòa sau khi được cứu thoát từ Phước Long, hiện thực tình trạng suy sụp không thể giải cứu không chỉ riêng một đơn vị quân đội, nhưng còn là báo hiệu cơn hấp hối cận kề của một quốc gia - Nước Việt Nam Cộng hòa. Sài Gòn im lặng trong đêm mưa cuối năm. Đêm giới nghiêm, điện tắt, đường phố tối tăm, sũng nước.

Buổi ra mắt sách *Tù Binh và Hòa Bình* (có thể là buổi ra mắt sách cuối cùng của sinh hoạt văn học nghệ thuật miền Nam) tuy được tổ chức trang trọng nơi phòng tiếp tân bề thế của khách sạn Continental diễn ra trong không khí ngột ngạt của tình hình, đêm ẩm ướt thời tiết phiền buồn. Những người tham dự phát biểu cố nói những tiếng lời mạnh mẽ, nhưng hình như không mấy ai tin vào lời nói của mình, những Chủ tịch Quốc hội, Phu nhân tướng lãnh của hệ thống cầm quyền, điều hành vận động công cuộc chiến tranh Chính trị miền Nam.

Riêng một mình ông, Như Phong Lê Văn Tiến nói những tiếng lời rất thật. Và ông thật tin vào lời nói của mình.

Như Phong chống tay vào bục thuyết trình, nhìn thẳng người nghe, ánh mắt long lanh sắc nét sau lớp kính trắng. Ông không nói chuyện văn chương. Ông cũng không trình bày quan điểm Chính trị thuận thảo, thích hợp với yêu cầu buổi tiếp tân.

Ông nói về sự thật của một hòa bình không hề có và trận chiến đang tiếp diễn. Chúng ta phải làm gì? Như thế nào? Nếu không tất cả sẽ là muộn màng, không phương giải cứu!

Ông bày ra một sự thật khắc nghiệt mà mọi người không ai muốn nghe đến. Bất chấp điều lịch sự hòa hoãn đối với buổi tiếp tân giới thiệu một cuốn sách do cơ sở Đất Sống của Mặc Thu, Chu Tử (những bạn thân của ông) bảo trợ. Lời Như Phong lại trình bày sau khi Chủ tịch Quốc hội Trần Văn Lắm phát biểu về một nội dung phấn khởi: *"Tình hình Chính trị sẽ khả quan nếu như thực hiện một cuộc ngưng bắn thực sự và thành lập được Hội đồng hòa giải gồm ba thành phần với điều kiện - Tổng Thống Thiệu, Thủ Tướng Khiêm ra đi".*

Chủ tịch Lắm không nói rõ, nhưng ai cũng hiểu, khi những chức quyền kia không tồn tại thì chính ông sẽ là người lãnh đạo miền Nam (phía Cộng hòa - một phe của ba thành phần) theo tinh thần, nội dung Hiệp định, phù hợp với hiến pháp Đệ Nhị Cộng hòa. Trong hai nội dung nầy, lẽ tất nhiên, số đông người hiện diện không mấy ai đồng thuận sự thật mà Như Phong vừa nói thẳng ra. Ông chấm dứt phần trình bày bằng những câu thơ ngắn. Âm thanh lời thơ tan loãng trong nhịp mưa rơi nặng ngoài hàng hiên.

Ông rời bục thuyết trình với bước đi chậm, vẻ mệt mỏi được che giấu mau chóng qua tiếng cười hào sảng cợt đùa. *Chẳng lẽ ông anh này nói như thế mà đúng hay sao?* Tôi nhìn ra đường Tự Do vắng bóng người qua lại, mặt nhựa loang loáng nước mưa, lay lắt ánh đèn vàng đục khi gió thổi động những tàng me... *Sài Gòn đêm nay mà sao buồn thế này?*

Tháng 5, 1975, đêm trước ngày trình diện đi tù, tôi ngồi với Tạ Ký nơi hàng hiên âm u ở Chợ Đũi, Sài Gòn điện tắt, trời ủ giông. Tạ Ký gục xuống đầu tóc bạc tơi tả, than câu ai oán giữa kẻ răng ngậm chặt ống tẩu thuốc... *Sài Gòn đêm nay buồn quá mày ơi!!* Anh đánh lên vai, lưng tôi, xong đánh vào ngực mình. Tôi nhớ lời Như Phong với cảm giác gờn gợn nơi sống lưng. Chỉ là mùa đông trước, không đầy sáu tháng, khoảng nửa năm.

1991. Những lần vui không thật

Sáng đầu năm 1991, Đằng Giao ngừng xe Honda, chạy nhanh vào nhà tôi, hốt hoảng... *Ông đi đi, đừng xuống dưới tôi, ông Ba vừa bị bắt lại. Trước nhà tôi, công an nó rình từ chiều hôm qua.* Tôi không kịp hỏi câu thứ hai, lên lầu lấy chiếc sac marin nhà binh đã để sẵn áo quần và những cuốn sách cần thiết mà tôi luôn chuẩn bị cho những lần vượt biên kể từ ngày ra tù hai năm trước, thảy lên ngang bình xăng xe Honda 67, hướng về phía xa lộ Biên Hòa chạy biến như một tên trẻ tuổi hung hãn.

Đến chiều tối khi đã yên ổn nơi chỗ tạm trú kín đáo ở làng Đại học Thủ Đức, ngồi trước bàn thờ Phật trên căn gác vắng im, tính lại sự việc xảy ra trong ngày, bỗng dưng tôi bật lời than não nề không ngăn giữ... *Vào cảnh này mà bị tù thêm lần nữa thì thật là khốn nạn. Biết có chịu nổi không đây?*

Muỗi vo ve bay dày theo bóng tối ngột ngạt của căn phòng châm chích lên cánh tay, nhưng tôi không buồn đuổi bởi có liền liên tưởng... *Ông Ba giờ này hẳn đã vào cachot.* Từ "kinh nghiệm" đã có về ngày đầu tiên mỗi khi vào phòng kiên giam của chế độ tù cộng sản, nên tôi hiểu tận đủ tình cảnh của phận tù *"ngày vào cùm"* - cũng là dịp con người bị đọa đày thân xác, khủng bố tinh thần không thương xót...

Nếu đã biết thương xót thì đâu còn nhốt người vô cachot anh ơi... Những ý nghĩ rời rạc đến đây chừng lại với so sánh: *Ông Ba hình như lớn hơn Ông Cả (anh Doãn Quốc Sỹ, sinh năm 1923) một tuổi, bằng tuổi mẹ mình, tuổi Nhâm Tuất.* Tôi ngồi im trong bóng đêm, đầu gục xuống cánh tay - cách ngồi từng áp dụng suốt gần mười năm ở những hầm giam ngoài Bắc - ngồi miết qua hết đêm. Thỉnh thoảng ngẩng đầu lên nhìn xuyên bóng tối, tưởng tượng nét mặt tượng Phật trầm ngâm dưới chấm đèn mờ đỏ từ đầu chân hương chạy điện.

Chỉ vì những chữ viết mà còn người bị đối xử tàn tệ như thế sao? Ông Ba cũng chịu gần bằng số năm tù như mình chứ đâu ít, mà chỉ bị thuần kiên giam, biệt giam! Cảm giác mừng vui hào hứng vì chạy thoát được lần vây bắt buổi sáng không còn nữa, bây giờ chỉ còn lại phần nặng nhọc do cảm ứng *"được hạnh phúc khi người khác khổ đau - lại là người thân thiết, thương kính"* - Phản ứng có thật khi đứng trước Đại lộ Kinh Hoàng của Quảng Trị, trước cửa vào An Lộc, nơi ngã Ba Xa Cam, năm 1972. Phản ứng *"có lỗi"* ngày Chủ Nhật 15 tháng 3 di tản Pleiku; cách tự xét mình *"phạm tội"* khi thấy bàn chân đỏ bầm của đứa bé chết trên tay người mẹ thò ra dưới lớp áo dài bên đường đèo Hải Vân ngày 25 của tháng, năm thắt nghẹn, cuối Xuân 1975.

Không hiểu ông còn khôi hài được nữa hay không, lạ thật, sao trời cứ bắt người như thế hoạn nạn, ông Ba lại lớn hơn mình đến hai mươi tuổi mới khổ hơn nữa?! Tôi tự giải thoát tình cảnh khắc khoải bằng cách thức lúng túng vụng về tội nghiệp để qua đêm. Vừa thương thân vừa thương người. Ông Ba ơi!

Bằng biện pháp kiên cường bất bạo động, bất hợp tác, hợp cùng vận động áp lực của các tổ chức nhân quyền, báo chí thế giới, nên cuối cùng, khoảng cuối mùa Hè năm 1992, nhà cầm quyền cộng sản phải thả ông ra sau nhiều lần đình hoãn, hứa hẹn. Tôi lên nhà Đằng Giao để gặp ông, mường tượng một con người tan tác, hư hao vì cảnh khổ. Nhưng sự thật lại khác hẳn. Từ chân cầu thang, đã nghe tiếng cười hào sảng, thống khoái với lời nói tự tin:

- Chúng nó (kẻ giam giữ) hỏi tôi: Ông nhịn đói như thế mà không hề gì à? Tôi trả lời: Tôi có phép đấy!

Tôi bước lên, phòng ngủ trước 1975 của Chu Tử, một khuôn mặt rực sáng thanh thản hiện ra nơi cuối phòng giữa những bức tranh sơn mài lộng lẫy của Đằng Giao. Ông Ba đón tôi bằng cách nói khẳng định mạnh mẽ hằng có:

- Này, đừng viết ấm ớ gì nhá, chúng nó lại *"tó"* cho nữa thì khổ thân. Anh bắt chước tôi không được đâu, đã ở dưới nhà quê kia thì ở yên đấy, hôm nào tôi, ông bà Sĩ với vợ chồng cậu Giao về thăm cậu.

Thoáng ngỡ ngàng vì tình cảnh vượt ra ngoài dự tính, tôi vụng về phân bua: - Ông Ba bị giam, em không vào thăm được?

- Cậu vào thăm thế nào được, tưởng dễ gặp tôi lắm à... mà chắc gì tôi chịu tiếp! Mấy tên ngoài Bắc vào đòi gặp, tôi cóc nói tiếng nào. Ông cười rộng, đắc ý với cách ứng xử của mình.

- Ông Ba nói thế chứ khi họ đòi lên *"làm việc"* thì mình cũng phải trả lời các câu hỏi của họ chứ. Tôi đẩy đưa câu chuyện.

Ông giả vờ vụt quắc mắt, nghiêm mặt, xem như một cách xúc phạm, không tin lời ông nói.

- Anh chẳng biết gì cả, tôi vừa nói với cậu Giao là tôi *"có phép"* mà... Đây này...

Ông đưa ra một tờ giấy viết tay.

- Đây, tôi đọc cho cả hai cậu và cô Thủy (vợ Đằng Giao) cùng nghe. *Cộng hòa Xã hội chủ nghĩa Việt Nam, độc lập, tự do, hạnh phúc... Đơn xin phép tĩnh tâm và nhịn ăn. Tôi ký tên dưới đây, Lê Văn Tiến sinh 1923 tại Nam Định... làm đơn này để xin ban lãnh đạo trại giam cho tôi được Tĩnh Tâm (nhấn mạnh chữ Tĩnh*

Tâm) để cầu nguyện cho Tổ quốc và Dân tộc... *Thời gian tĩnh tâm là bảy tuần, bốn mươi chín ngày...".* Ông ngừng đọc, đưa mắt lên nhìn chúng tôi, hóm hỉnh. Đúng bốn mươi chín ngày đấy nhá. Bốn mươi chín ngày, tớ vào thiền. Vào đại thiền.

Bữa ăn hội ngộ vẫn có nguyên cách sống động vui hòa của sinh hoạt xưa cũ nơi căn phòng này trước 1975, ngày Ông Chu còn với chúng tôi, nhưng sau buổi trà, khi tôi đứng lên đội chiếc mũ vải, khoác xắc mang lưng chuẩn bị về lại Lái Thiêu (Bình Dương, nơi bị chỉ định cư trú theo lệnh quản chế của công an) thì Ông Ba nghiêm mặt, ân cần:

- Cậu ở một mình, có gì thì tìm cách báo cho vợ chồng cậu Giao hay liền, có vàng hay tiền bạc gì nên gởi cô Thủy để có cái mà thăm nuôi. Tôi cũng thế, chưa hẳn yên đâu, khi nào ra khỏi nhà thì không nên đến thẳng đây vội, tới gần đây thì phải trông chừng từ đằng xa. Khi về, nếu thấy đứa nào theo mình thì tránh qua đường khác và đi luôn đến nơi khác. Trong túi vải phải có vài gói mì ăn liền, để nhỡ nó vớ phải dọc đường thì cũng có cái ăn cầm hơi. Cậu không thể áp dụng cái *"phép"* của tôi được đâu!

Tôi đặt tay lên cánh tay khô gầy, da nâu xạm.

- Em về nghe ông Ba, hôm nào em đón ông Ba và ông Cả lên nhà em chơi.

- Chẳng cần cậu mời, tôi sẽ đến, mà không chừng tôi mời cậu qua nhà tôi, cũng sẽ ở trên vùng của cậu. Nhưng tôi không như cậu, tôi sẽ trồng bông, trồng lan, trồng hồng bán ra nước ngoài, chứ không bán lu, bán chén bát nhà quê như cậu.

Ông trở lại cách thế náo hoạt cười vui.

Nhưng khi đưa tôi ra đến đường, Đằng Giao

nói nhỏ:

- Ông Ba trông thế chứ yếu lắm, ông cố làm vui để chúng ta khỏi lo. Bảy mươi tuổi mà cảnh tù như thế, người bằng thép cũng phải rã ra. Tính thêm cái hạn tù này là ông ấy với anh bằng một cỡ đấy.

- Tôi biết...

Tôi trả lời tiếng nhỏ, lên xe, lướt mắt nhìn qua bên kia đường, nơi hành lang Thương xá Tam Đa, không bóng dáng những người thường ngày ngồi ở những chiếc đòn thấp của quán hàng cà phê. *Thôi chứ mấy anh, mười bốn năm tù không đủ cho các anh hài lòng hay sao?* Từ trong nhà Đằng Giao nói với:

- Ông đi xe cẩn thận nghe.

Giọng bạn không vui. Lòng tôi cũng nặng phần ủ dột. Quãng đường mười mấy cây số về Lái Thiêu sao đêm nay quá dài. Qua cầu sắt An Lộc (tên cũ của cầu An Phú Đông), thấy thấp thoáng những cô gái còn rất trẻ đứng đón khách, những tay lái xe vận tải hạng nặng chạy đường xa lộ Đại Hàn, vòng đai Sài Gòn. Khoảng tuổi các cô độ chừng sinh sau 1968, năm trận chiến lớn đã tận lực xảy ra nơi đây. Gần ba mươi năm, cảnh sống chỉ đổi thay về hình thức theo thời gian - để con người và nỗi khổ mãi mãi không thôi.

Căn nhà vuông vức với hàng hiên rộng, mái lợp lá gồi, không cửa chính lẫn cửa sổ. Bốn chiếc võng cột thẳng góc theo những chiếc cột cái, bốn người nằm duỗi đong đưa, lớn tiếng chuyện trò. Ông Ba mở đầu để hai người nằm đối cạnh nghe được.

- Các ông thấy hắn ta kinh khủng chưa, cả một vườn hồng của tôi chết tiệt, không còn được một bông!

- Thì em đã nói rồi, cái tay em nó *"hậu đậu"* mà, sờ cái gì vỡ cái ấy, đã nói là chỉ cuốc đất, gánh nước thôi chứ không *"hái hoa, bắt bướm"* được. Ông Ba nhờ tưới hoa thì em làm, nhưng không bảo đảm.

- Thế thì hồng chết nào phải lỗi tại *"thằng nhỏ"* ông Ba.

Tôi phân trần với anh Sĩ và Đằng Giao đang lắng nghe câu chuyện. Có tiếng Thủy gọi từ bếp:

- Ông Ba có cái bát nào lớn lớn để đựng thịt gà không đây?

- Cô hỏi hắn ta ấy, chắc làm vỡ của tôi hết rồi, chiều hôm qua hắn nấu bếp. Thế mà cũng là nhà văn, anh phải là nhà *"văng"* mới phải.

Ông hạ giọng vì tôi nằm kế tiếp. Anh Sĩ từ phía đối diện cười vui:

- Thế nhưng, Phan Nhật Nam cũng giúp anh được khối việc đấy, cậu ấy tưới hoa thế nào không biết, nhưng sen mọc vào đến gầm giường ông cơ mà!

- Ấy là sen tự động bò từ ngoài ao vào đấy chứ, hắn ta có phải tưới sen đâu. Hắn mà tưới sen thì ắt sen cũng tàn luôn. Chán mớ đời.

Ông Ba cười vui rung chiếc võng.

Bữa ăn dọn trên nền gạch, thức ăn bày lên giấy báo. Thủy phân trần:

- Cháu cố tìm mấy cái dĩa mà chẳng thấy cái nào, thôi ông Ba và bác Sĩ ăn theo kiểu dã chiến.

Anh Sĩ thật thà:

- Thế Phan Nhật Nam làm vỡ hết bát rồi đấy hở?

- Hắn ta không làm vỡ, nhưng quăng tất cả xuống giếng. Tôi nhặt lên để trên nhà ông Ba (người chủ đất, bạn của anh chị Doãn Quốc Sỹ).

- Ông Ba nói thế chứ em chỉ đánh rơi cái dĩa nhôm, mười mấy năm đi tù chuyên ở kiên giam, nên đâu biết việc chén bát, bếp núc như mấy cha đi lao động bên ngoài với anh em. Bữa ăn tiếp tục theo những câu chuyện về lan, cụ thể với những giò lan rung rinh đẹp như tranh vẽ treo ở góc vườn, nơi ít bóng nắng nhất.

- Này, đừng động đến mấy giò lan của tôi nhá, còn phải có cái để trình làng với bà con chứ. Ông Ba răn đe tôi để chuyển qua một đề tài khác.

Trưa nắng đổ ngoài hiên, anh Sĩ lên nhà trên của ông chủ đất, nhường võng cho Thủy; ông Ba tháo kính, bình yên ngủ thiêm thiếp. Tôi đi vào ngăn kín đáo nhất của căn nhà. Một bàn thờ đơn giản trên tấm gỗ đóng thẳng góc với bức vách. Hình những người đã chết yên lặng. Có tấm ảnh một người còn trẻ nhìn nghiêng, mặt hơi cúi xuống - Nhà văn Hoàng Đạo, người lập thuyết của Tự Lực Văn Đoàn đầu thế kỷ. Hóa ra ông Ba cũng chỉ *sống-với-những-người-đã-chết* như mình, chỉ có tấm ảnh của bà già đi đâu cũng mang theo. Tôi nói thầm vì thấy những chân hương còn mới - Thói quen của chính tôi khi ra khỏi nhà, hoặc khi vừa về đến nhà. Mẹ mình cũng chết trẻ như những người này. Chỉ người sống còn lại chịu đựng đủ thôi.

Đêm ấy, sau khi anh chị Doãn Quốc Sỹ, vợ chồng Giao - Thủy trở về Sài Gòn từ chiều tối, tôi ở lại ngồi cùng ông Ba cho đến khuya. Ông chụp cho tôi tấm ảnh với chó Ky. Con chó nhỏ run rẩy vì cảm xúc khi được người bồng bế, vuốt ve, bày tỏ lòng vui mừng bằng cách nằm ngã ngửa, hai chân đạp loạn.

- Coi chừng hắn tè ra đấy, chỉ có cái tội là hay tè bậy chứ ngoan và khôn ra phết. Mỗi khi tôi đi Sài Gòn là hắn cứ ra nằm ngoài cầu đợi tiếng xe tôi về. Có nó cũng vui.

Ông đưa tay bế chó Ky từ dưới đất. Con vật kêu ư ử xa xót, cong kín người trong lòng chủ, lông gáy dựng đứng...

- Ky, ngoan nào, làm gì thế này... Ông Ba vỗ vỗ lưng chó.

- Ông Ba biết mình sống đây là giữa những người chết không?

Tôi thì thầm giải thích.

- Cậu nói gì tôi không rõ.

Ngọn đèn điện ở chái hiên loáng sáng mặt kính trắng.

Tôi chỉ đám mía cuối căn vườn. Đầu năm 1968, tại đây, nơi góc vườn mía nầy, đơn vị tôi, Tiểu đoàn 2 Dù đụng nặng. Bạn tôi, Nguyễn Ngọc Khiêm chết tại đây. Mỗi sáng đưa quân đi là thế nào cũng có người chết. Con Ky nó vừa thấy ma đấy.

- Thì ma cũng là người thôi, cậu nói vớ vẩn bỏ xừ đi.. Thôi đi ngủ. Trước khi vào phòng ngủ, ông ngừng ở ngăn nhà ngang đốt nén hương. Động tác lặng lẽ, chậm rãi, thắm thiết, đơn độc.

Qua thế kỷ hai mươi Bi kịch vẫn không có kết thúc

Cuối tháng 12, năm 2001. Như một điều xếp đặt cố ý, tin ông Ba mất không đến từ những người bạn ở Washington DC mà tôi đã dò hỏi suốt một tuần liền. Anh Nguyễn Ngọc Bích, Ngô Vương Toại đồng đi vắng, Phạm Trần bị tai nạn không ra khỏi nhà được, Uyên Thao vào nhà thương. Cuối cùng, tin dữ lại đến từ Giao - Thủy bên kia nửa vòng trái đất với những chi tiết trước, sau cái chết.

Ông Ba không muốn làm một điều gì về cái chết của mình. Tóm lại là Nothing. Thư email của vợ chồng bạn chấm dứt ngắn ngủi như bản văn vô hồn trên mặt máy computer. Vài ngày sau đọc những bài báo của Nguyễn Ngọc Linh, Trọng Kim trên tờ Ngày Nay, tôi vẫn không tìm được điều gì khác hơn từ những người vốn có liên hệ với ông thuở trước. Bởi, ông sống ngoài, khác cuộc sống thường hằng của mỗi chúng ta - *Như Phong sống từ, với sự Không* - Như cơn gió vô hồi ông chọn làm danh hiệu. Chỉ là cơn gió thổi qua.

Đầu năm 1997, nhân lần lên DC thăm người quen cùng với C., cũng là dịp để chúng tôi cố gắng hòa giải những xung khắc kéo dài từ nhiều năm trước. Gặp được Ông Ba lần đầu tiên kể từ ngày qua Mỹ. Ông cười vui, sống động và lần đầu tiên ngỏ ý lấn sâu vào đời sống riêng tư của cá nhân tôi khi gặp nhân cách mực thước, nghiêm trang của C.

- Thằng cha này phải bị đánh đòn!

Ông phê bình tôi với Ngô Vương Toại nhân lúc C. đang chuyện vui cùng chị Trần Thị Thức, vợ anh Đoàn Viết Hoạt (hàm ý đổ vỡ giữa hai chúng tôi là do phần lỗi của tôi đối với người ân nghĩa xứng đáng kia). Nhân lúc phía đàn bà đang bận chuyện, Toại thấp giọng:

- Ông nói cậu Nam có lỗi, nhưng anh ấy chỉ lỗi với một người. Còn ông lỗi nặng lắm.

- Anh nói tôi lỗi gì? Ông Ba hỏi gấp.

Toại cất ống tẩu, nói chắc từng tiếng:

- Ông là người có lòng, có lực, có mưu, mà mấy năm kia ở Sài Gòn mặc cho mấy ông tướng gây bao nhiều điều đáng trách, để đến nay cơ sự như thế này, cả đám thân sơ thất sở. Ông Hoạt kia biết bao giờ mới được ra?

Toại chỉ về phía chị Thức. Ông Ba nói lảng, giọng đùa mỉa:

- Tôi chỉ cho chữ, còn các anh cầm quyền kia phải chịu trách nhiệm về quyết định của họ chứ. Tôi chỉ ngang cán bộ xã thôi, quyền hành gì, anh nói quá!

Và ông chuyển qua vấn đề văn bút hải ngoại với cách hài hước.

- Này, nay tôi giới thiệu cho các anh một tay làm Chủ tịch văn bút rất có hạng. Hắn ta có tác phẩm, có giải thưởng quốc tế, làm báo chuyên nghiệp, viết văn lâu năm, tiếng Tây, tiếng Mỹ nói như gió.

Tôi và Toại đồng hỏi dồn:

- Ai vậy ông Ba?

- Là tui!

oOo

Ông Ba thương kính,

Ông đã đi hết một đời người. Cuộc sống ngoại hạng, bão táp với thái độ thản nhiên của một đạo gia bản lĩnh. Và điều quý nhất - Ông không hề có cơ tâm, lời nói, hoặc hành vi mang tính ác độc - Ông sống cùng người (kể cả những đối phương đã gây cho ông bao điều bi lụy - chỉ trừ cái chết mà ông đã thoát được bao phen bởi một ơn che chở màu nhiệm rất cụ thể) với tâm chất một hiền nhân - quân tử.

Và ông cũng là nạn nhân đầu tiên của tất cả mọi chế độ, những kẻ cầm quyền.

Bởi tất cả những kẻ cầm quyền Đông - Tây, Kim - Cổ xưa nay chỉ mua chuộc người bằng hai khuyến dụ: Lợi và danh chứ không có gì hơn. Cũng không có gì khác. Đặc biệt những *"Kẻ Sĩ"*, yếu tố *"công danh"* vượt trội quan trọng một cách đáng kể. Xong, kẻ cầm quyền kia sử dụng những *"bầy tôi"* để nên *"công nghiệp"*. Hitler sẽ chỉ là một anh thợ sơn lu loa vô hại nếu không có Heinrich Himmler, Rudolf Hess... thực hiện tối đa kỹ thuật vận động quần chúng để biến con người nhiều khuyết điểm, mồm miệng này nên người *"cứu rỗi"* của cả dân tộc - với kết quả cuối cùng đẩy dân tộc kiên cường kia vào thảm họa vô lường sau 1954.

Ở Việt Nam, dân tộc phương Đông với thói quen đã nên thành một bản năng thứ hai *"trọng đạo quân, sư"* - Người thủ lãnh đã luôn đồng nghĩa với phẩm tính của Chân - Thiện - Mỹ. Thế nên, một gã thô lậu, ác hiểm như Lê Duẩn qua những *"kẻ sĩ được cộng sản hóa của đất Bắc"* đã biến thành một nhân vật *"huyền thoại Anh Ba"* suốt tập hồi ký Thời Dựng Đảng đăng dài hạn trên trang nhất báo Nhân Dân ở chỗ trang trọng nhất.

Chữ nghĩa của đám văn lại này đã vô cùng kiến hiệu đến nỗi Indira Gandhi phải trầm trồ khen ngợi ngày Duẩn đến thăm Ấn Độ - *Nhân vật đã tạo nên chiến thắng thần kỳ 1975 ở Nam Việt Nam*. Hoặc cái xác chết nằm ở ngôi mồ Ba Đình nơi Hà Nội luôn *"sống mãi trong sự nghiệp chúng ta"* do không phải chỉ chất hóa học bơm vào trong khối thịt da hư rữa kia, nhưng từ một hệ thống sách, chuyện, phim ảnh, bài hát, tài liệu giáo khoa, đồ chơi con trẻ được bày ra suốt hơn nửa thế kỷ (từ thập niên 40) nên xác chết ấy đã trở thành *hiển thánh* tác động không riêng lên tâm lý, thân xác của người mà cả lá, hoa, con vật...

Đàn cá kia còn vui với ai? Thơm cho ai nữa hở hoa nhài!! Thơ tố hữu khóc than về cái chết hồ chí minh. (Người viết không viết hoa những danh tự vì chỉ là giả danh - không là tên riêng của con người).

Nhưng khi "Kẻ Sĩ" giữ đúng phẩm cách cao quý của mình - bứt thoát khỏi lợi - danh thì họ lập tức trở thành nạn nhân không thương tiếc - Nạn nhân đầu tiên của tất cả mọi chế độ. Những kẻ cầm quyền. Khái Hưng, Nhượng Tống, Tạ Thu Thâu, Phan Văn Hùm... trước 1945. Và sau năm tháng kể trên, suốt hai miền Nam - Bắc, của hai chế độ, cộng sản lẫn cộng hòa với Phan Khôi, Trần Dần, Phùng Quán... ngoài Bắc; Tạ Chí Diệp, Phan Khắc Sửu, Trần Văn Hương, Trần Điền, Phan Ngô... trong Nam.

Cái chết bi tráng của Nhất Linh (1963), lần chết lặng lẽ phẫn nộ của Tam Ích Lê Nguyên Tiệp (1972) là điển hình về bế tắc không cơ may giải quyết của những kẻ sĩ không thể tồn tại cùng với chế độ, xã hội mà các ông đã chọn lựa. Trần Đức Thảo, Nguyễn Mạnh Tường sau 1975 khi đi ra khỏi nước mới nói được tiếng lời uất ức đắng cay đối với những người cầm quyền qua một chủ nghĩa mà các vị đã quyết định phục vụ từ thuở thanh xuân.

Nguyễn Mạnh Côn, Hồ Hữu Tường phải nhận những cái chết bi thảm hờn oan nơi trại Z30D của công an cộng sản miền Nam. Bùi Giáng còn có thể làm gì hơn ngoài cách tự phá thân bằng những cơn điên tỉnh rực sáng thần trí.

Nhưng Như Phong Lê Văn Tiến có cách vượt thoát của riêng ông. *Ông Hóa Không tất cả*. Ông đã qua được cơn bão táp năm 1963 với chế độ Đệ Nhất Cộng Hòa. Ông tháo gỡ được những mắc xích ràng buộc của chế độ quân nhân cầm quyền nơi miền

Nam trong những năm 1965, 66, 67... Chế độ mà ông đã thổi vào đó một sức sống chính danh cho những người lãnh đạo mặc áo lính. Và cuối cùng, ông tự chọn mình một quyết định hiểm nghèo với vị thế *"người tù nguy hiểm nhất của chế độ"* - suốt giai đoạn hai đợt cầm tù sau 30 tháng 4, 1975 - Trong mười bốn năm Như Phong Lê Văn Tiến luôn ở biệt giam, chịu tình trạng kiên giam.

Trong tự khai lý lịch của bản thỉnh nguyện kể ở đoạn trên, Ông Ba khai *"không có"* về yếu tố gia cảnh. Ông vẫn là người đàn ông không gia đình cho đến ngày nhắm mắt vĩnh viễn. Bởi Ông Ba cũng, *"Bui chỉ có một niềm riêng với Nước* - Như Nguyễn Trãi đã nói một lần tâm thức u uẩn ở Côn Sơn. Chỉ khác, Ức Trai chịu thêm phần đau thương di lụy vì án tội ba họ bị hành hình. Phải chăng, Như Phong đã hiểu nghĩa đoạn trường từ đau đớn của người xưa.

Vĩnh biệt Ông Ba. Mong sẽ có một ngày tôi được đặt lên bàn thờ ông một hoa hồng để đền bù vườn hồng đã làm hư của Ông Ba.

Hai mươi ngày sau lần
Như Phong theo cơn gió miên viễn, vô hồi...
Phan Nhật Nam,
Minnesota, 8 tháng 1, 2002

Cầu sông Ba, Tháng 3, 1975

Tháng Ba,
đọc lại Cao Xuân Huy

Anh và Huy đã rất thành thật khi tự xác nhận và nói với người khác: Chúng tôi không là "nhà văn" trong nguyên nghĩa tức là những người dụng văn chương như một cách thế chính thống. Chúng tôi đã nhiều lần nói như thế vì chữ nghĩa chỉ đến sau khi cây súng và bộ áo quần lính đã không giải quyết gì được, nếu không muốn nói một cách khác: Đấy chính là đầu mối của tất cả mọi vấn đề (bế tắc) và cũng là nguyên nhân gây nên nên tình huống không xuôi thuận giữa bản thân với hoàn cảnh trong quân ngũ. Nhưng cũng khó khăn thay, chúng tôi lại không có cuộc đời nào khác ngoài những tháng năm trong lửa đạn (khác chăng là người chịu dài ngày, người gánh ngắn hạn) với những nơi chốn buộc phải đi qua, sống cùng, chết với.

Như con người không có, không còn một nơi nào khác ngoài mặt đất. Cũng bởi không thể ứng xử theo một chọn lựa nào khác nên khi nói đến chuyện chữ nghĩa, văn chương thì hình như động tới một mối đau với cách bỡn cợt, mỉa mai tệ hơn nữa là một sự vô ích. Nhân nhớ lần Huy ra đi anh kể lại những nơi chốn đã sống qua thêm một lần để chứng thực lời tiên quyết thành thực kể trên.

1. CỬA VIỆT, QUẢNG TRỊ

Mùa Đông năm 1967, hướng 6,400 ly giác trên địa bàn, Tiểu đoàn 9 Nhảy Dù rời căn cứ Cửa Việt của Hải quân Mỹ theo trục chính Bắc lúc trời vừa qua sáng. Trăng lạnh soi lên mặt biển lóng lánh sáng dâng khói sóng mờ đục. Những đợt sóng nhỏ đập vào thành xe M'track của Thủy quân Lục chiến Mỹ chuyển đoàn quân đi lầm lũi trong ánh sáng của ngày chưa tới.

Vượt khỏi làng Diêm Hà Nam vừa chạm tới bờ rừng dương liễu của làng Diêm Hà Trung kịp nhận xa xa sông Bến Hải vạch đường mờ nhạt giữa bãi bờ cát xám thì cùng lúc khám phá thấy những bóng người lê lết bò ra từ những khối đụn nâu đen rải rác dọc bãi biển... Đám sinh vật người đưa hai tay đưa lên trời đồng lên tiếng kêu rên thảm thiết "Bộ đội *lính ơi... Bộ đội lính ơi... Đồng bào mền khôn cả... Lính Cộng hòa ơi...".*

Tập trung tất cả lại, trời sáng dần giúp anh nhận rõ hầu hết là con trẻ, người già, hoàn toàn không có đàn ông thanh niên. Và trong số dẫu là những người nữ gầy gò trong độ tuổi trung niên hay trẻ hơn nhưng không ai mặc không áo lót mà chỉ với vạt áo dài phủ xuống thân hình luôn ở vị thế bò và quỳ bởi không có chiếc quần che hạ thể. Anh tự nói thầm câu vô nghĩa: *"Có người dân nào cùng khốn và đau thương hơn thế này khi nhìn vào những 'căn nhà' mà những con người kia vừa chui ra".* Đấy là những mui thuyền úp trên bãi cát, trên mặt cát ẩm ướt trải những manh chiếu tơi tả rách nát. Mỗi gia đình gồm mấy con người ngồi bó gối trên manh chiếu nát như thế từ bao ngày qua.

Nhưng sự bình yên khốn khổ cuối cùng cũng không còn khi pháo từ bên bờ Bắc sông Bến Hải bắt đầu dội xuống! Không phải pháo vài quả, vài tràng nhưng dồn dập ào ạt từ nhiều vị trí với đạn 130 ly đầu nổ công phá. Lính nhảy nhanh xuống những hầm hố đào vội. Dân chỉ biết chui vào lại những căn chòi mong manh. Có những mui thuyền bị đạn pháo bắn tung lên như rác vụn với những xác người bay bay. Bộ đội Cộng hòa ơi... Cứu đồng bào bộ đội Cộng hòa ơi. Ngồi dưới chiếc hố dã chiến anh úp nón sắt che kín mặt ủ vào hai gối, thầm nói như một lời thú tội: Ai cứu được ai trong đạn pháo bây giờ?

Tháng 1, 1973, Tiểu đoàn 4 Thủy quân Lục chiến của Huy từ Hương Điền, Thừa Thiên được lệnh lên đường tiến chiếm Cửa Việt, Quảng Trị được đặt tên Mục tiêu T. Ngoài vũ khí đạn dược mỗi người lính phải mang thêm trong ba-lô năm lá cờ để sẵn sàng cắm lên vị trí sẽ chiếm được. Cuộc hành quân có tính cách thần tốc, thời gian được ấn định thật chi ly chỉ vỏn vẹn hai-mươi-bốn giờ từ 7 giờ sáng ngày 27 đến 8 giờ sáng ngày 28 tháng 1 - Ngày ký Hiệp định gọi là Tái lập hòa bình Việt Nam ở một nơi xa nửa vòng quả đất. Đúng 7 giờ 58 phút sáng ngày 28 tháng 1 nghĩa là trước Lệnh Ngưng Bắn có hiệu lực hai phút quân miền Nam làm chủ được chiến địa.

Ngưng bắn! Ngưng bắn!

Đ. má... không bắn nhau nữa... Bắn làm đ... gì giờ này nữa mấy bác!!...

Xông lên... Chạy lên...

Không vũ khí, chỉ có những lá cờ cầm tay và bao thuốc lá chìa trước mặt...

Hút đi mấy cha... Đánh đá cái chó gì mà đánh dữ vậy.

Hút đi... Đây là thuốc quân tiếp vụ đ... phải là thuốc của đế quốc Mỹ... Không có tẩm thuốc độc đâu... Tôi hút trước cho mấy cha yên tâm.

Lính nói tiếng Nam, tiếng Trung, giọng Quảng chen lẫn âm sắc Hà Nội, Nam Định. Có người lính nước mắt chảy dài nói trong tiếng khóc ghìm xuống...

Đ. má giờ trước mà bắn trúng nhau thì thật là khốn nạn. Chết vô duyên, lãng xẹt.

Hiệp định Hoà Bình ký ngày 28 tháng 1 năm 1973 giúp người lính hai bên biết được điều vô nghĩa tàn nhẫn của chiến tranh. Chết khốn nạn. Chết vô ích. Nhưng *"hòa bình"* chỉ kéo dài được đến chiều tối. Khoảng 9 giờ cùng ngày 28, lệnh Không Được Tiếp Xúc phải tuyệt đối thi hành và người lính tiếp tục đào xuống sâu hố cá nhân, giao thông hào để đề phòng bị tấn công sau hòa bình. Phía Bắc quân cũng im bặt, những người lính âm tiếng Bắc, mời thuốc lá ban sáng đã hoàn toàn vắng mặt. Nửa đêm ngày 28 rạng 29 chiến tranh lại bắt đầu. Người lính vừa bóp cò vừa chảy nước mắt ghìm tiếng thét căm phẫn...

Đánh nhau làm gì nữa trời ơi?!

Từ dưới hố cá nhân được đào sâu thêm trong những *"giờ hòa bình",* Huy nhìn lên bầu trời tối đen với những ngôi sao lấp lánh trên cao. Anh cũng muốn gào lên lên câu hỏi tương tự và tuông trào dòng nước mắt giận dữ. Cũng chẳng biết giận ai. Anh nói tiếng nhỏ qua máy truyền tin.

Đ. má... không được bắn hoảng, kể từ giờ phút này chỉ còn tự túc cá nhân chiến đấu, không yểm trợ, không tiếp tế, không tải thương để khỏi mang tiếng vi phạm lệnh ngưng bắn, để bảo vệ hòa bình mà Hiệp định vừa mang lại.

Trên toàn cầu nhiều giới người gồm những nguyên thủ quốc gia, chính khách, nhà tu, những kẻ vận động, yêu chuộng công lý hòa bình đồng nâng ly chúc mừng thắng lợi của Hiệp định trong tiếng chuông nhà thờ ngân vang mừng hòa bình đã đến với con người thế giới nói chung, ba nước Đông Dương, Việt Nam nói riêng! Từ 28 đến 31 tháng 3, Huy đại tiểu tiện một chỗ trong hố cá nhân bởi chiếc cần ăng-ten của máy truyền tin PC25 vừa nhú ra khỏi mặt đất đã bị cắt cụt bởi một tràng thượng liên vô cùng chính xác.

Cuối cùng Đại đội của Huy rút lui về phía sau theo chiến xa của Thiết đoàn 20 mở đường máu giữa trùng vây của một Trung đoàn lính Bắc Việt mới được tăng cường thay thế đơn vị bộ đội đã hút chung điếu thuốc lá, khóc với lính Cộng hòa trong sáng ngày 28. Đại đội Huy phải bỏ lại trận địa nhiều xác chết và thương binh - Những đồng đội vừa chết trong trận đánh sau hòa bình. Có người lính chết trong túi còn nửa điếu thuốc lá hút dở. Điếu thuốc của một bộ đội miền Bắc mời ngày hôm kia chưa kịp hút hết thì đã vội nhảy xuống hầm.

2. Huế, Thừa Thiên

Mùa Hè 1972, từ Mang Cá, Thành nội Huế, bản doanh của Bộ Tư lệnh Tiền phương Quân đoàn 1, cũng là tiền trạm của Lữ đoàn 2 Nhảy Dù, đơn vị tăng phái cho Mặt trận Trị Thiên đang trong hồi nguy ngập, anh đi bộ ra hồ Tịnh Tâm. Qua khỏi khu hồ vuông vức anh rẽ phải hướng về đường Mã Khái. Những năm thơ ấu trước 1950, anh thường theo Mẹ đi trên lối nhỏ này về nhà Cậu Cả. Lối đi ngày ấy một bên được chắn bởi hàng rào lá chè đan dày và một bên là con rạch nhỏ lác đác những lá tre vàng khô lay lắt chuyển động, thân cây tre theo gió cạ vào nhau gây nên tiếng kĩu kịt rì rầm bí ẩn.

Thuở ấy dẫu buổi trời đang nắng gắt, con đường luôn xanh um bóng mát làm đậm thêm mùi cây lá mục rã dưới rạch nước sẫm màu rêu. Ngày ấy đứa bé luôn có cảm giác nôn nóng khi đi đến căn nhà thoang thoảng mùi thơm của nhiều loại hoa chưa biết hết tên; vườn nhà cậu trồng nhiều cây nhưng đứa bé chỉ lưu tâm về cây trứng cá bên giếng nước sai trái chín đỏ lẫn với quả xanh mọng nứt mùi mật vo ve rì rào những con ong nhỏ và cây khế với chùm trái căng vàng lẫn trong tàng lá lấm chấm những cánh hoa trắng. Cây khế là nơi chị Ng. bế con mèo đứng chụp hình, tóc xõa xuống trán che dấu sẹo nhỏ, dáng điệu nhu mì hiền thục. Đứa bé rất thương yêu người chị vì chỉ có chị mới che chở cho nó khi bị cậu la rầy. *Thằng R. còn nhỏ thầy đừng la em tội nghiệp, nó không cha mới vô đây ở với nhà mình.* Chiếc ảnh của chị treo nơi căn nhà ngang lợp tranh tường quét vôi trắng xôm xốp ẩm ẩm. Căn nhà trên đứa bé không được phép lên bởi là nơi thờ Phật, nó chỉ được nhìn vào từ chỗ đậu xe hơi đến chiếc ghế gỗ lót da nơi cậu ngồi hút thuốc trà dưới bức ảnh của anh D.

Anh đi học bô-da bên Tây theo ý kiến từ mẹ nói với cậu mợ...

Chỉ mấy phút của chuyến đi ngắn anh sống hết, sống đủ với cảnh sắc, mùi vị, hương thơm của những ngày thơ ấu luôn cho anh nguồn vui, mối an ủi nụ cười bất chợt trong những cảnh huống khắc nghiệt nhọc nhằn...

Cậu ơi! Con đây... Nhà có ai không?

Cánh cửa gỗ khóa chặt, sân đất ngổn ngang xác lá và những luống hoa tơi tả, tróc gốc, héo tàn. Anh nhìn quanh quất nghe ra âm âm gờn gợn điêu tàn của chốn không người, lần sụp vỡ không khả năng, cơ hội hồi phục. Anh nhảy qua khung cửa gỗ, đi lên lối nhỏ của hơn hai mươi năm trước, đến trước chiếc xe phủ bạt kín, nhìn vào căn hầm đất đắp nổi. Hình dạng người ngồi bó gối im lặng...

Cậu ơi... Cậu ơi... Con đây... Con R., con O Tám...

Hình người chuyển động bò ra. Những ngón tay rờ rẫm trên chiếc áo lính.

Con hả? Cả nhà đi hết rồi. Chỉ còn lại cậu...

Chị Ng. và mợ đâu cậu?...

Mợ, chị và hai em đi vào Đà Nẵng, chung quanh ni ai cũng đi hết. Họ đi vì sợ như Mậu Thân, xóm ni năm đó có mấy người bị giết. Họ đem lấp dưới mương trước nhà mình. Mậu Thân con từ Quảng Trị vào Huế thì bị thương ở Cửa Thượng Tứ nên không về nhà thăm cậu, mợ và chị được... Cậu biết, có mấy người lính nhảy dù vô ở nhà mình, cậu có hỏi về con. Con biết chuyện đó, đó là lính của Tiểu đoàn con nhưng khác Đại đội. Vì Đại đội con kẹt ở Cửa Thượng Tứ nên con không về thăm cậu được, đứng trên thượng thành nhìn về phía nhà mình tưởng cảnh cậu mợ, chị và hai em không ai lo lắng, chăm sóc.

Anh nhắc lại trận đánh như muốn làm nhẹ phần hối hận về một bổn phận thiếu sót. Anh trở lại ý định sẵn có:

Con đưa cậu vô Đà Nẵng ở với chị H...

Ông cậu nói nhỏ nhưng dứt khoát:

Hôm nay giỗ bà, cậu làm giỗ bà với bát cơm và chút muối mè. Không hương đèn, cậu tụng kinh cho bà không cần lên bàn thờ Phật. Hôm nay chắc vong linh bà đưa con về nhà với cậu là để giỗ bà. Cậu không đi đâu nữa. Cậu ở lại với Huế.

Một trái hoả tiễn loại địa không 122 ly từ đâu rơi xuống nổ bùng ngay giữa sân. Anh ngã chụp lên người ông cậu nghe rõ cơn run rẩy của người già qua da thịt của mình. Anh xa Huế từ năm đó đến nay. Không rõ cậu, mợ anh đã chết lúc nào, ở đâu sau 1975. Chị Ng. và hai con cũng không biết có còn không sau lần di tản khỏi Huế tháng Ba, 1975.

3. Tháng Ba, 1975

Huy và những người lính Tiểu đoàn 4 Thủy quân Lục chiến từ căn cứ An Lỗ trên Quốc lộ 1 đường đi Quảng Trị rút về Huế dửng dưng. Qua ngã ba An Hòa, cửa ngõ dẫn về Huế đã gần 12 giờ khuya. Đến cầu Bạch Hổ, tại chòi gác ở gần cầu, Huy thấy một người lính Nghĩa Quân quần áo súng đạn rất chỉnh tề đang đứng gác. Huy ngạc nhiên hỏi với giọng đùa:

Giờ này còn đứng gác cái mẹ gì ở đó, cha nội?

Em không nhận được lệnh gì hết.

Lệnh cái con c... Tiểu đội Trưởng mày đâu?

Một người lính già tay xách khẩu súng chạy lại.

Dạ tôi.

Huy nói như gầm: *Huế bị bỏ rồi, ông còn gác cái gì nữa. Tôi là Trung úy ra lệnh tan hàng, về lo mang vợ con đi gấp nghe không!*

Dạ.

Huy gom lính đi tiếp thấy thêm cảnh tượng. Một bà già đứng ở cửa một túp lều bên vách tường thành Phú Văn Lâu, một tay cầm đèn dầu, tay còn lại quẹt nước mắt liên hồi, nhìn đám lính khẩn thiết tang thương. Huy hỏi bà cụ:

Mệ muốn đi theo tụi con không?

Mệ không có tiền!

Huy nói nhanh:

Tụi con cho mệ tiền, hay mệ đi chung với tụi con.

Bà già khóc nhỏ, buông xuôi:

Chừ hết kịp rồi con ơi!

Huế đang là một thành phố chết và đang là một

thành phố bị bỏ ngỏ. Cả thành phố chỉ còn lại vài ba ngọn đèn đường, cái sáng cái tối. Đạn pháo Việt cộng nã đều vào cầu Trường Tiền (cũ) và khách sạn Hương Giang. Đó đây người ta đang đạp xe ba bánh, xe xích lô đi hôi của. Đi lối cầu mới thì được an toàn, nhưng Huy quyết định dẫn lính đi lên lối cầu Trường Tiền (cũ) mặc dù cầu đang bị pháo. Một chút lãng mạn trong người Huy nổi dậy, chẳng gì cũng chỉ còn là lần chót. Ngay đầu cầu, một chiếc M-48 nằm chình ình, máy vẫn còn nổ mà không có người. Lên đến giữa cầu, Huy nói với mấy người lính đệ tử:

Quay lại nhìn Huế lần chót bay, chắc chắn là mình sẽ không đánh ra tới đây để lấy lại đâu.

Một nỗi buồn dâng lên trong lòng, Huy không khóc ra tiếng nhưng nước mắt đanh tròng. Bao nhiêu gian truân, bao nhiêu xương máu, bao nhiêu xác người, bao nhiêu mồ hôi nước mắt của bạn bè, của anh em đồng đội đã đổ xuống cho vùng địa đầu nghiệt ngã này. Đồ tiếp liệu trong thành Mang Cá dư sức cung cấp cho Lữ đoàn Huy ít nhất là ba tháng, tại sao không cho lính Thủy quân Lục chiến vào Thành nội để tử thủ ở đấy?

Ở mà tử thủ làm gì? Tội chó gì ai nghĩ đến chuyện ở lại đánh nhau để chết oan mạng!

Anh nghĩ lan man trên đường triệt thoái ra khỏi Huế.

Qua hết cầu, Huy gặp Đại úy Chiêu, tay cầm chai rượu chát khổng lồ, túi đút chai rượu mạnh. Bao nhiêu tủi hờn, căm hận, buồn bực biến mất nhanh như viên đạn ra khỏi nòng súng. Huy và những người lính ngồi quây tròn giữa ngã tư đầu cầu Trường Tiền nhậu không mồi, không nước đá. Huy đập vỡ cổ chai bia rót từ đầu xuống. Thích thú vì từ bé đến lớn chưa bao giờ được tắm bằng bia. Đại đội Trưởng của Huy không biết từ đâu tới cho biết điểm hẹn đã thay đổi vì những kho đạn, kho xăng ở bến phà Thuận An đã bị cháy, không biết vì pháo kích hay vì đặc công.

Điểm tập trung mới là bến phà Tân Mỹ. Đến bến phà Tân Mỹ khoảng 6 giờ sáng. Người đã tập trung ở đây rất đông nhưng phương tiện qua sông lại không có một cái. Bao nhiêu ghe, thuyền nằm hết ở bờ bên kia Phá Tam giang. Khoảng 11 giờ đại đội Huy vượt xong Phá Tam Giang. Hơn 12 giờ trưa đơn vị được lệnh di chuyển ra bờ biển. Vừa lên hết đụn cát cạnh làng Huy đã thấy ngay một chiếc tàu thật lớn mang số HQ-801 thừa sức chứa cả lữ đoàn đã đợi sẵn ở gần bờ không biết từ bao giờ.

Nhưng Huy và những người lính thuộc đơn vị Thủy quân Lục chiến, nhiều người lính của những binh chủng, đơn vị khác không bao giờ lên được chiếc tàu hy vọng kia mà phải leo lên một chiếc xà lan khác để hứng chịu hoàn cảnh. Những cái xích sắt nghiến nát những đầu người. Tiếng máy nổ và tiếng nước vỗ đã át đi những tiếng thét, tiếng la và có thể, cả tiếng vỡ của những cái đầu, nhưng không có gì có thể che lấp được những mảnh quần áo và màu đỏ của máu cuộn theo chiều quay của xích sắt.

Màu đỏ của máu và những mảnh vải cuộn theo suốt lộ trình khoảng một trăm thước. Màu đỏ của máu và những mảnh quần áo chắc chắn còn dính cả thịt trồi thụt lên xuống xen lẫn với bọt nước... Cuối cùng Huy phải bỏ đường lên tàu thủy để trở lại đường bộ. Nhưng đường bộ phải chạy qua những chốt của lính cộng sản.

Chưa bao giờ bọn người này được bắn sướng tay đến như vậy. Mỗi tràng đạn ít ra cũng phải trúng vài ba người. Nhưng ai ngã mặc ai những người chạy vẫn cứ chạy. Lại có rất nhiều người tự tử. Bây giờ họ không tự tử từng người, từng cá nhân mà họ tự tử tập thể. Không rủ, không hẹn và hầu như họ đều không quen biết nhau trước hoặc có quen biết đi nữa, bạn bè đi nữa họ cũng không thể nhận ra nhau trước khi cùng chết với nhau một lúc.

Dòng người của đơn vị Huy đang chạy, một người tách ra ngồi lại trên cát, một người khác cũng tách dòng người ra ngồi chung, người thứ ba, người thứ tư, người thứ năm nhập bọn, họ ngồi tụm với nhau thành một vòng tròn nhỏ. Một quả lựu đạn nổ bung ở giữa...

Phần trên đây anh viết theo trích dẫn trong *Tháng Ba Gãy Súng* của Huy. Anh có thể trích dẫn thêm nhiều chi tiết khác. Nhưng quả tình quá thấm mệt, thật sự kiệt sức. Trong bãi máu bờ biển Thuận An, Tư Hiền. Tháng 3 năm 1975 có nhiều người anh quen thân. Không phải chỉ ở đơn vị Thủy quân Lục chiến như các anh Phúc, anh Tùng, hay Nghiêm, Liễn, Tiền... mà rất đông, rất đông nhiều người khác nữa. Có người anh không gặp lại từ hơn ba mươi lăm năm nay. Nay lại là một tháng 3 để đủ ba mươi sáu năm mà vẫn không thể nào quên. Không thể quên được kể cả sau cái chết. Đau hơn cái chết.

Anh viết những dòng cuối cùng này tại Phòng Biên tập SBTN&SET trước bàn làm việc của ĐHN, bên cạnh ghế ngồi trước đây của Huy. Trên màn ảnh máy computer anh sử dụng vẫn còn Email Address và Icon riêng của người vắng mặt nhưng nguyên hiện diện với hôm nay, tháng 3...

Phan Nhật Nam

VỤ ÁN TRẦN QUANG TRÂN Ở TRẠI TÙ TIÊN LÃNH

(Trích đoạn hồi ký của Bác sĩ Phùng Văn Hạnh)

Thiếu Úy Trần Quang Trân (góc trái) và bà quả phụ Thiếu Úy Trần Quang Trân (góc phải)

DẪN NHẬP

*L*ần xử tử Thiếu úy Trần Quang Trân ở trại Tiên Lãnh, Quảng Nam là một điển hình của cách giết người không cần nguyên cớ của chính sách giam giữ và thủ tiêu người đối lập của chế độ cộng sản - Bất cứ chế độ cộng sản nào - Thủ đoạn giết người đã từng được thực hiện với Khái Hưng,

Nhượng Tống... những người quốc gia, trí thức yêu nước từ thập niên 40 của thế kỷ trước lúc tập đoàn Việt Minh mới khởi sự giành quyền thống trị xã hội. Có khác chăng sau 30 tháng 4, 1975 thì công khai, lộ liễu hơn.

Chúng tôi xin mời quý độc giả theo dõi câu chuyện với Bác sĩ Phùng Văn Hạnh, hiện ở Gia Nã Đại, người bạn tù với Trần Quang Trân ở Tiên Lãnh.

PNN

Tôi muốn nói lên những đau khổ chất ngất của anh em tù chính trị và quân đội trong ngục tù Tiên Lãnh. Làm y tế trại, tôi được gọi lên phòng kiên giam để xác nhận cái chết của Nguyễn Công Vĩnh. Trước kia anh to con, nhưng bây giờ xác anh teo táp, co rúm, da bọc xương, gò má lồi cao, hai mắt mở trừng trừng.

Anh ta chết vì đói. Bọn cai tù có lệnh không cho anh ăn uống. Bọn trật tự kể lại là những ngày cuối, trong mê sảng, anh bốc những con giòi bò trong đường cống lên ăn, chắc anh tưởng là hạt cơm. Đường cống là một cái rãnh dọc theo bờ tường phòng kiên giam, dùng cho tù phạm tiêu, tiểu tiện vào đấy.

Chắc có nhiều hồi ký trại giam cộng sản đã tả cái dã man, tinh vi của cái cùm sắt dài xuyên từ bờ tường này đến bờ tường kia. Cảnh cô độc, đói khát, mơ tưởng những món ăn thời tự do, những tiểu xảo để giết thì giờ thiên thu và để kéo dài chịu đựng, nói lên cái tàn bạo chưa từng có của kiên giam. Chuồng cọp Côn Đảo là thiên đường sánh với kiên giam.

Vụ án Trần Quang Trân là một biến cố đặc biệt của trại Tiên Lãnh, nói lên tinh thần bất khuất của

Quân đội Việt Nam Cộng hòa. Đây là một tổ chức có mục đích, hệ thống. Một hoạt động dũng cảm, nhiệt tình, có tính cách quy mô rộng lớn, bao gồm trên 100 sĩ quan và tù chính trị. Bởi thế, khi vỡ lở, công an điều tra mất vài tháng trước khi đưa nội vụ ra tòa với hai lần xử: phúc thẩm và chung thẩm. Bản án chung thẩm là: Tuyên truyền chống phá cách mạng, tổ chức cướp súng, cướp trại, âm mưu lật đổ chính quyền.

Sau đây là tên họ những người lãnh án phạt và thời gian ở tù thật sự:

- Thiếu úy Trần Quang Trân, án tử hình, xử tử ngày 19/06/1982.

- Thiếu úy Trần Lân, án chung thân, ở tù 20 năm.

- Trung úy Ngô Văn Thạnh, án 20 năm, ở tù 19 năm.

- Đại úy Nguyễn Văn Hưng, án 18 năm, ở tù 19 năm.

- Đại úy Đỗ Ngọc Nuôi, án 12 năm, ở tù 16 năm.

- Xã trưởng Võ Kinh, án 13 năm, ở tù 15 năm.

-Trung úy Đỗ Văn Sĩ, án 13 năm, ở tù 16 năm.

- Đại úy Đinh Văn An, án 10 năm (chết trong tù Hàm Tân năm 1990).

- Trung sĩ Lê Cao Phúc, án 10 năm, ở tù 14 năm.

- Bác sĩ Tôn Thất Sang, án 10 năm, ở tù 15 năm.

- Lê Phò, án 10 năm, ở tù 10 năm.

- Đại úy Nguyễn Minh, án 5 năm, ở tù 12 năm.

- Thiếu úy Huỳnh Tiến, án 3 năm, ở tù 11 năm.

Ngoài ra có một số bị kiên giam, song không bị án. Trong số những người kiên cường này, phải kể Nguyễn Văn Ngật, Nguyễn Văn Điều, Lê Quang, Lê

Xuân Mai, Phạm Lộc, Trần Thao, Châu Văn Mầu, Nguyễn Ngọc Trai, Trương Quang Đông...

Tóm lại có chừng 75 người xử theo biện pháp hành chánh, nghĩa là tập trung cải tạo vô thời hạn, không biết ngày nào về, trung bình ở tù 10 năm. Trừ hai người ra đi vĩnh viễn là anh Trân và An, số còn lại lãnh 9 thế kỷ tù tội. Chín thế kỷ đau thương triền miên ray rứt. Điểm đặc biệt của vụ án là lòng nhiệt huyết của tuổi trẻ. Những người có án nặng là Thiếu úy và Trung úy.

Người được anh em mến phục nhất là anh Trần Quang Trân và Đinh Văn An. Trân, người thon nhỏ, mặt trắng thư sinh. Tính tình bặt thiệp, ưa đùa cợt, làm thơ hay. Rất tiếc là thơ anh không ai ghi chép lại, vì thơ làm trong kiên giam không giấy bút. Song anh hơn Nguyễn Chí Thiện ở chỗ là anh đọc thơ cho bọn cộng sản giam giữ anh nghe. Làm thơ xong, anh đọc sang sảng, rất to, cốt cho trại viên nghe, song cán bộ vội xua đuổi trại viên đi, không cho nghe những lời ca yêu nước, hạch tội bọn cộng sản vong bản, nô dịch chủ thuyết ngoại lai, gieo rắc khổ đau cho nhân dân Việt Nam.

Trong đêm Giao thừa đầu năm 1982, trong kiên giam lạnh lẽo, chờ ngày xử chung thẩm, anh ngâm nga:

Đón giao thừa giữa bốn bức tường vôi
Xuân lạnh lùng quá mẹ Việt Nam ơi!
Bao giờ dẹp tan loài quỷ đỏ
Mẹ con mình no ấm, rộn niềm vui.

(Chưa chắc đã đúng trong nguyên tác, chỉ vì nghe từ đằng xa và lại thời gian xói mòn trí nhớ).

Anh Trân thông minh hiếu học. Nếu đến được

bến bờ tự do, anh sẽ là một chuyên viên điện tử có hạng. Trong tù, anh không ngừng trau dồi kiến thức, học thêm ngoại ngữ. Ở Kỳ Sơn, anh được điều động lên cơ quan của Tổng trại 2 để sửa chữa máy truyền tin và lắp ráp điện đài. Anh đã sửa chữa một máy dò tìm vàng nhãn hiệu Trung cộng, mà nhiều kỹ sư đào tạo ở miền Bắc bó tay. Anh là một chuyên viên điện tử tu nghiệp ở Nhật do tài trợ của hãng Panasonic.

Với phương tiện nghèo nàn, anh tái tạo các linh kiện điện tử trong công việc sửa chữa hàng ngày cho cơ quan và lắp ráp những đài thu thanh nhỏ cầm tay, phân phát cho các trại. Để che mắt bọn cán bộ, linh kiện được lắp vào các máy đo điện đã hư. Muốn máy phát động, chỉ cần lắp vào một dây dẫn điện ngắn và có thể nghe nhiều đài phát thanh ngoại quốc như VOA, BBC... Nhờ thế, tin tức về cuộc tấn công của Trung Quốc vào miền Bắc, chiến tranh lạnh giữa Nga và Mỹ đều được phổ biến bí mật cho trại viên để nuôi dưỡng ý chí quật cường.

Trại Kỳ Sơn, với quy chế tù binh, chế độ ăn uống, lao động không khắc nghiệt như trại Tiên Lãnh. Tôi nghĩ rằng quân đội miền Bắc Xã hội chủ nghĩa cũng tự hào về thành tích của họ, song không biết họ có thấy xấu hổ khi đem đồng loại khác chính kiến ra hành hạ, đem bắn lén nhiều sĩ quan như vụ bắn Đại tá Võ Vàng, bề hội đồng Thiếu úy Huỳnh Tiết, một sĩ quan trẻ miền Nam giỏi võ. Hận thù giai cấp đã làm họ tối mắt, không biết gì đến tinh thần thượng võ và tình thương đồng loại. Chiến thắng lẫy lừng, cuối cùng là để nhốt đồng loại vào trại tập trung hành hạ, còn Mỹ thì cao chạy xa bay rồi.

Cuối năm 1978, sĩ quan trại Kỳ Sơn chuyển qua Tiên Lãnh. Công an là chuyên viên cai quản tù trong

Xã hội chủ nghĩa. Những phương thức đàn áp như lao động cưỡng bách, hạn chế dinh dưỡng, nội quy sắt máu, trừng trị tàn bạo tối đa là truyền thống quy củ trong quần đảo Goulag, nhà tù Trung cộng và một loạt nhà tù miền Bắc mà nghe tên ai cũng giật mình. Tất cả những phương thức ấy đều được áp dụng ở trại Tiên Lãnh.

Vài tháng sau nhập trại, toàn thể sĩ quan trở nên rách rưới, ốm đói, phờ phạc, hãi hùng. Vài người quá tuyệt vọng đã tự tử chết. Trung tá Bình, Đại úy Quy trốn trại không thoát. Đã có lệnh từ trên là bắn chết một người để làm khiếp hãi trại viên. Trên đường áp giải hai người trốn trại, bọn công an đã bắn lén từ phía sau, giết Trung tá Bình và tri hô lên là vì tù nhân chạy trốn. Tôi có khám tử thi và thấy vết thương có lỗ vào phía sau lưng, đen thuốc súng, chứng tỏ nạn nhân bị bắn rất gần.

Thật là một thời kỳ u ám. Nhiều sĩ quan cấp tá bị kiên giam rồi chuyển đi trại Đồng Mộ. Số người sợ hãi bị chiêu dụ làm ăng-ten tăng lên đáng kể. Soát phòng liên miên. Trại đông người lại có nhiều trại lẻ ở xa, ban giám thị cần một hệ thống liên lạc hữu hiệu, nên anh Trân lại được kêu ra để thiết lập một tổng đài điện thoại, đài liên lạc vô tuyến với Ty công an.

Anh và Trần Lân được ở một căn nhà nhỏ riêng biệt dùng làm xưởng sửa chữa máy móc điện tử. Các cán bộ trong trại cũng nhờ sửa những máy thu thanh cá nhân. Vì là việc làm không công, họ thường bồi dưỡng anh thịt, trứng... Nhưng anh Trân không vì những ưu đãi ấy mà quên anh em. Anh lặp lại việc đã làm tại trại Kỳ Sơn là lắp một máy thu thanh để nghe lén các đài ngoại quốc. Anh đã thành công ở Kỳ Sơn vì không bị phát hiện, nhưng lần này không may.

Trong vụ án xử anh và bạn hữu, chỉ có độc nhất một tang chứng là cái máy đo điện trở, trong đó anh có lắp linh kiện điện tử để nghe đài phát thanh. Các người bị kêu án là những người có ký vào bản nhận tội khi công an tra tấn hoặc đe dọa. Có nhiều người giữ nhiệm vụ quan trọng, song một mực chối hết, nên chỉ bị trừng trị bằng biện pháp hành chánh. Có bằng cớ gì đâu, chẳng qua là nói miệng với nhau, chứ đâu có hội họp biên bản gì. Song cuối cùng biện pháp hành chánh cũng giam giữ rất lâu, ít nhất là trên mười năm. Nhiều khi hơn nữa. Xử án chỉ là bày trò hình thức.

Phân tích vụ án ta thấy hai phần rõ rệt: Phần loan truyền tin tức ngoại quốc đem lại hưng phấn cho trại viên, ví dụ như cuộc nổi dậy của nhóm Fulro, cuộc bao vây kinh tế Việt Nam của Tổng thống Mỹ Reagan. Vì oán hận lối đối xử dã man tàn bạo của bọn cộng sản, ai cũng vui mừng khi nghe những tin bất lợi cho chúng. Chẳng thấy viễn ảnh ngày về, những tin ấy mang lại chút hy vọng mong manh.

Ví dụ trường hợp Bác sĩ Tôn Thất Sang làm y tế cho trại Na sơn. Sang vào tù vì tội vượt biên. Anh có nói một câu đơn giản mà bị án 10 năm. Nhân Lê Phò, từ trại Na Sơn về trại chính, anh nhắn với Trân là có tin tức gì hay nói cho *"mệ"* biết với (con cháu vua thường tự xưng là *mệ*). Sang không có tham gia gì vào tổ chức. Chỉ nghe câu ấy mà không báo cáo với cán bộ, Phò cũng lãnh án 10 năm.

Thật là một chuyện không thể tưởng tượng nổi, mà các nhà luật học khi nghe phải sững sờ. Những thiệt hại mà anh Sang phải chịu trong tù đày, cùng những hậu quả dai dẳng trong cuộc sống định cư ở Mỹ, ai sẽ chịu trách nhiệm đây? Các nhà luật học phải có biện pháp đưa bọn cộng sản Việt Nam ra tòa án Quốc tế để trả lời những tội ác đối với hàng triệu người vô tội.

Phần thứ hai của vụ án là tổ chức cướp súng, cướp trại, đánh quận Tiên Phước, liên lạc với cuộc nổi dậy Fulro lập chiến khu... là những tiết lộ của Đại úy Nguyễn Văn Hưng. Anh nói: *"Hệ thống nầy suốt trong thời gian ở tù và sau này khi còn ở Việt Nam, tôi không hề tiết lộ cho ai. Nhưng nay (anh đã định cư tại Mỹ) theo yêu cầu của một số anh em, chúng tôi xin ghi lại chi tiết".* Anh cho biết anh điều khiển tổ chức trong nhiệm vụ là Tổng thư ký. Trân chỉ là Trưởng ban liên lạc ngoại vụ. Trần Lân lo liên lạc với Fulro. Đinh Văn An (chết trong tù) Đại đội Trưởng đội xung kích, lo chiếm kho súng của trại. Thiếu tá Lê Quang là Trung đoàn Trưởng Trung đoàn Giải phóng Quảng Nam Đà Nẵng. Anh còn tiết lộ nhiều ủy viên khác. Nói chung, anh em đã có ý chí quật cường, có can đảm chấp nhận hiểm nguy. Tiếp xúc với Fulro là có thật; nhân đi lao động ở Trà Nóc, lúc còn ở trại Kỳ Sơn. Nghiên cứu về khả năng cướp súng là có thật. Ngoài ra những điều khác chỉ nằm trong mơ ước.

Phiên tòa dựng lên gọi là *"Tòa án Nhân dân tối cao"*, có cán bộ ở Hà Nội vào dự, chỉ là xử cái ước mơ đó, chứ không có một hành động phá hoại nào cụ thể. Trị từ trong tư tưởng. Cái dã man, phi lý và luật rừng là ở đó.

Phiên tòa đúng là một trò hề. Xử trong trại vì sợ dư luận dân chúng. Không có luật sư biện hộ. Chánh án, phụ thẩm ăn bận lôi thôi. Bà phụ thẩm có tên là Chát, mặc áo cụt, ăn trầu, ngồi chồm hổm trên ghế, ăn nói thiếu văn hóa. Chỉ có lính công an là mặc đại lễ. Bị can cũng bị bịt mắt dẫn vào, vành móng ngựa là một hàng ghế dài. Trại viên được nghỉ lao động để dự phiên tòa, một biện pháp răn đe. Nói là cho bị can tự biện hộ, song ai nói ra lời nào thì bị chặn lại ngay. Phiên tòa chỉ có chánh án, phụ thẩm nói. Phán quyết thì đem ra hỏi trại viên:

- Tên A có phải là phản động không? (Trại viên được các ăng-ten mớm lời).

- Phải.

- Có đáng tử hình không?

- Rất đáng.

Đúng là một tòa án nhân dân trong cải cách ruộng đất. Phần lớn trại viên trả lời lí nhí. Một số khác im lặng.

Phải nói anh Trân là một người trẻ tuổi nhưng rất chững chạc, đầy lòng vị tha và suy nghĩ. Anh thấy ý định của bọn cộng sản là phải có một án tử hình trong vụ này, anh đứng ra lãnh cái chết cho anh em. Anh chịu nhận tội và thay mặt anh em, tỏ ra cái khí phách của một sĩ quan có lý tưởng Quốc gia. Trước phiên tòa, anh không nói *"Thưa quan tòa"* như ấn định. Anh gọi họ là *"các ông"* làm chánh án tức giận đập bàn nhắc lại. Song anh không đổi cách xưng hô. Khi chánh án hỏi anh:

- Các anh đã được chính phủ khoan hồng cho vào đây để học tập cải tạo. Các anh không thành tâm hối lỗi, mà tổ chức chống đối. Động cơ nào thúc đẩy các anh làm việc ấy?

- Các ông không có quyền xử tôi, vì các ông không có Tổ quốc, mà chỉ là tay sai Đế quốc cộng sản. Các ông không xứng đáng để tôi đối đáp. Lịch sử, dân tộc Việt Nam sẽ xử các ông. Chế độ các ông là một chế độ phi nhân, tàn khốc. Nhà tù mọc lên khắp nơi. Dân chúng đói khổ lầm than, còn các ông sống phè phỡn. Nhà tù của các ông là địa ngục sống trên trần gian. Chánh án lại đập bàn bảo anh im, song anh cứ nói cho hết ý. Một công an phải chồm tới, bịt miệng anh lại. Thật là hài hước, chốn công đường mà không có tự do ngôn luận.

Khi tòa tuyên bố bản án tử hình và cho anh nói lời cuối cùng:

- Tôi biết chắc là chế độ phi nhân, tàn ác chưa từng có trong lịch sử loài người của các ông gần đến ngày cáo chung. Chỉ tiếc là tôi không còn sống để phục vụ đất nước.

(Nội dung những lời đối đáp trên đây rất trung thực. Tuy nhiên, đây không phải là những lời ghi chép tại chỗ, người nghe chỉ ghi lại theo trí nhớ).

Thái độ hiên ngang bình tĩnh, giọng nói chắc nịch không chút run rẩy của anh làm cho cả hội trường bàng hoàng. Bọn công an, tổ xử án sạm mặt trước khí thế hùng dũng của anh.

Sau khi xử án, chúng cho anh một thời gian suy nghĩ lại và xin ân xá. Song anh không viết đơn xin ân xá, vì anh biết đó chỉ là một đòn tâm lý để làm giảm nhuệ khí của anh. Thế nào bọn chúng cũng đem anh ra bắn. Xin xỏ chỉ thêm nhục. Bởi thế, trong thời gian chờ đợi, anh làm thơ và đọc to lên, mạt sát chế độ tàn ác của cộng sản. Sợ gương anh ảnh hưởng đến trại viên khác và làm mất mặt chế độ, chúng đem anh ra bắn trước thời gian dự định.

Ngày 19/06/1982, lúc 12 giờ, chúng bịt mắt anh đẩy anh lên xe đưa ra pháp trường. Toàn thể trại viên bị lùa vào phòng, đóng cửa nhốt lại. Ra đến cổng trại, anh Trần la to:

- Xin vĩnh biệt anh em. Bọn Cộng sản đưa tôi đi bắn đây. *"Đả đảo Hồ Chí Minh!" "Đả đảo Cộng sản!", "Dân tộc Việt Nam sẽ chiến thắng Cộng sản!"*. Anh còn muốn hô nhiều khẩu hiệu nữa, song bọn công an đè anh xuống, nhét chanh vào miệng. Sang bên cơ quan, anh ký tên vào bản án, chấp nhận tử hình. Chúng dọn ra trước mặt anh một mâm cơm thịnh soạn. Anh từ chối không ăn và dặn mang vào phòng giam cho bạn bè đang đói. Ra pháp trường anh không chịu trói và bịt mắt. Anh té nghiêng xuống sau loạt súng đầu. Một tên công an đến bắn phát ân huệ vào thái dương.

Trong tù tôi có lần nói chuyện với Trân. Anh ta cho rằng chừng cuối thế kỷ, chế độ cộng sản sẽ cáo chung. Anh chết đi và không ngờ là thành trì của Xã hội chủ nghĩa Liên Xô và Đông Âu tiêu tan 10 năm trước lời tiên đoán. Song chế độ Hà Nội vẫn còn tồn tại mặc dầu biến chất đi nhiều. Lạc quan nay ở trong trận tuyến của ta. Ta chỉ đi lên, bọn chúng chỉ đi xuống. Trang sử đau buồn, đầy phản phúc, nham hiểm, tàn bạo từ 1945 đến nay sắp cáo chung. Cơ hội cho những người muốn đóng góp để xây dựng cho một nước Việt Nam thật sự tiến bộ và dân chủ, một xã hội công bằng và thịnh vượng sắp thành hình. Chỉ tiếc là thiếu mặt anh Trân, như lời nói cuối cùng của anh trước tòa án.

Anh Trân là người anh hùng bất đắc dĩ. Hoàn cảnh đã xô đẩy anh đứng trước một chọn lựa. Anh đã có chọn lựa đầy suy nghĩ và trách nhiệm. Việc phải làm, không đùn lại cho ai, tự mình gánh lấy. Anh chết đi để lại người vợ trẻ và hai con gái. Anh là người có thiện tâm, người tốt nhất trong chúng ta như lời Tổng thống Kennedy: *"Những người tốt nhất trong chúng ta đã chết"*.

Bác sĩ Phùng Văn Hạnh.

Phan Nhật Nam (phải) trong đợt trao trả tù binh với CS Bắc Việt, 1973.

Kết từ

Gặp lại Phan Nhật Nam trên Quốc lộ 1

Xin mượn lại những trả lời với Trần Vũ, để chấm dứt phần tường trình của hết một đời người.

Những ngày 11, 12 tuổi, vào những năm 73-74, tôi say mê Phan Nhật Nam. Anh trở thành thần tượng của tuổi thơ, với những ngày dài trên quê hương, những ngày bi thảm, những ngày thê lương, những ngày gãy vụn, trong nỗi sợ khốn cùng. Nỗi sợ trái lựu đạn đã bật kíp. Nỗi đau vô hình của đồng ruộng ẩn chứa triệu trái mìn. Nỗi đau thắt ruột của người cha xếp xác con, trên đoạn đường từ Quảng Trị về Huế. Trong bất mãn của người lính trước một hậu phương vô ơn. Của người lính miền Nam phải tự vệ giữa một thế giới làm ngơ những thảm sát tập thể ở bãi Dâu, ở trường Tiểu học Cai Lậy.

Khác những nhà văn quân đội khác, tính chất bi tráng của một xã hội dân sự thời chiến phủ trùm lấy bút ký của Phan Nhật Nam, vượt lên trên các trận đánh. Không phải Mùa Hè Đỏ Lửa, mà Tù Binh và Hòa Bình, Dọc Đường Số 1, Dấu Binh Lửa mới thực sự ghi lại suy nghĩ của một quân nhân trong chiến tranh. Bên cạnh, nhật ký của Đặng Thùy Trâm, Nguyễn Văn Thạc chỉ là những tiểu xảo của những sản phẩm được biên tập.

Tôi gặp Phan Nhật Nam lần đầu tiên khi nhà văn từ chiến trường trở về Sài Gòn năm 1973. Khi ấy tôi hãy còn là một độc giả thiếu nhi, khám phá anh đội nón đỏ, quân phục huyết dụ. Lần thứ nhì cách đây bốn năm tại Washington DC, Phan Nhật Nam mang giọng nói sôi nổi của một xứ Quảng hãy còn lửa cháy. Lần gặp thứ ba, trên trang giấy này, tôi quyết định hỏi tất cả những gì đã chất chứa trong đầu mình, từ buổi sáng Tổng Thống Thiệu tuyên bố hòa bình trên đài phát thanh, ký kết Hiệp định ngừng bắn, cho đến bây giờ gần 34 năm sau bại trận, những câu hỏi vẫn bám lấy, không rời, từ buổi sáng ngày 30 tháng 4, 1975 chứng kiến những người lính tháo vội vã nón sắt, áo giáp, vất tung thẻ bài, chạy vào hẻm chật. Buổi sáng của tuyệt vọng.

Buổi sáng 30 Tháng 4 tương khắc với Mùa Hè Đỏ

Lửa, tương khắc với tính chất bi hùng trong ký Phan Nhật Nam. Lần gặp này, tôi muốn anh trả lời.

Trần Vũ: *Tôi không còn nhớ rõ ngày tháng, thời gian, nhưng vẫn nhớ buổi tối theo cha đến khách sạn Continental dự buổi ra mắt sách của Phan Nhật Nam. Dường như là một trong những buổi ra mắt sách đầu tiên ở miền Nam khi ấy. Buổi tối đó tôi đã trông thấy anh lần đầu tiên. Kể từ hôm đó, những ngày sau, tôi sống với anh cho đến bây giờ. Đúng hơn, tôi sống với những Người Lính Cộng hòa trong tác phẩm của anh đến tận bây giờ.*

Hôm đó, Phan Nhật Nam để lại ấn tượng lớn lao trong lòng thầy tôi, cha tôi đã tin vào anh, vào quân lực miền Nam. Ông chưa biết ông sẽ chết vì niềm tin này. Cha tôi mua bút ký của anh đem về, và tôi khám phá chiến tranh, thứ chiến tranh thực sự ở ngoài chiến trường trên những trang sách của anh. Anh còn nhớ gì ngày hôm ấy? Có phải anh cũng đã tin như vậy, chúng ta không thể bại trận? Tại sao anh ra mắt sách, vì muốn đánh thức Sài Gòn ra khỏi giấc mơ hoa lệ phù phiếm, cảnh cáo chiến tranh đã gần kề ngay cửa ngõ thành phố, hay vì vinh quang của văn chương? Hay anh đã muốn ru ngủ chúng tôi, những người dân ở thị thành, hãy tiếp tục tin vào sức mạnh của quân lực đang bảo vệ an nguy của thủ đô?

Phan Nhật Nam: Chúng ta bắt đầu câu chuyện với tư thế bình đẳng, *"Người bạn - Bằng hữu - Ngang bằng nhau qua tất cả mọi khía cạnh"*. Tôi không hề là *"đàn anh"* đối với bất cứ ai, cho dẫu lớn hơn hai mươi, ba mươi tuổi so với người đối thoại, giao tiếp.

Năm 1965, giữ nhiệm vụ Đại đội Trưởng một Đại đội lính nhảy dù, đứng trước hàng quân, tôi đã có lời thành thật: *"Tôi nói gì các ông gắng nghe lời tôi, đừng đi phép về trễ, hành quân mang đủ cấp số đạn, lựu đạn... Còn các ông muốn chửi tôi trong bụng thì cứ việc...".* Vào buổi hành quân, lính trong Tổ chỉ huy ăn gì, tôi ăn như họ, đêm đến quấn chiếc poncho ngủ trên ổ rơm bên cạnh mấy người lính mang máy truyền tin đủ là một điều an lành, hạnh phúc. Mấy ông bạn Đại đội Trưởng cùng đơn vị đánh giá tôi: *"Mày không biết làm lính sợ, thiếu uy tín, tác phong chỉ huy...".* Và quả thật tôi không muốn ai *"sợ mình"; "có uy tín chỉ huy hay không"* cũng không là điều đáng quan tâm. Đối với *"nghề quân đội"* còn như thế, vậy việc văn chương tôi nào dám làm đàn anh, thần tượng *"gây lòng tin"* cho ai được. Ra mắt sách để dự mưu, tính chuyện này nọ làm gì?, với ai? Chỉ vì người bạn vong niên, nhà văn Chu Tử - Chu Văn Bình muốn làm chung một buổi giới thiệu Cơ sở Văn hóa Đất Sống do ông và những người bạn cùng chủ trương, lo việc tổ chức. Và cũng là một điềm báo trước, đấy là buổi ra mắt sách đầu tiên và cuối cùng của miền Nam với *"Tù Binh và Hòa Bình - Tình trạng (thật) của sau 30/4/1975",* trong đó có những câu khẳng định:

"Khẩu hiệu 'Sinh Bắc - Tử Nam' không phải là một khẩu hiệu 'kích động chiến thuật' nhưng là một 'chỉ đạo chiến lược' để hoàn tất cuộc xích hóa miền Nam... Trận chiến cuối cùng là giữa chúng ta với những Sư đoàn Bộ binh cộng sản miền Bắc qua tấm đệm 'Mặt trận - Mặt trận Giải phóng miền Nam'. Hình như cả thế giới, một số đông của thế giới không nhìn được âm mưu ghê tởm độc hại này - Nhưng cũng là một âm mưu rất rõ mặt". (Tù Binh và Hòa Bình, nxb Hiện Đại, Sài Gòn 1974; bản photocopy nxb Xuân Thu, Hoa Kỳ 1976, trg 244).

Còn nhiều nội dung có tính *"tiên tri"* rất chính xác (đối với hiện tại) khác nữa... Nhưng tôi không hề là *"nhà văn"*, giới văn nghệ, viết văn, làm báo của Sài Gòn những năm ấy không xếp tôi vào hàng ngũ của họ. Họ có những sinh hoạt riêng, lính tráng chúng tôi không liên hệ.

Ở hải ngoại này, hôm nay cũng vậy, dẫu chúng tôi từ lâu không mặc áo lính. Trước sau, tôi chỉ là một *"Người Lính - Viết Văn"* - Điều này, đã giải bày thật tình trong những cuốn sách đầu tiên **Dấu Binh Lửa, Dọc Đường Số 1**... Nên chẳng phải hôm nay mà bốn mươi năm trước (1968) khi bắt đầu cầm bút, tôi đã viết thành lời: *"Chẳng có ai là thần tượng của tôi..."*. Nhưng bản thân không hề là kẻ cực đoan, vô chính phủ, nổi loạn không duyên cớ. Tôi là quân nhân chuyên nghiệp - Biết tuân lệnh và ra lệnh cho người khác - Chỉ số Chuyên nghiệp Quân sự 240.7, tức chỉ huy một đơn vị Bộ binh tác chiến, từ cấp Tiểu đội, Trung đội lên đến Sư đoàn, Quân đoàn cũng chỉ với chỉ số ấy.

Ông cụ của bạn và bạn có *"lòng tin"* đối với chữ nghĩa của tôi như thế là tốt lành rồi. Tôi không đặt cho mình nhiệm vụ gì khác hơn là: *Nói về Sự Thật mà không hiểu tại sao nhiều người (rất nhiều người) năng lực tri thức hơn tôi, chức vụ lớn hơn, bằng cấp cao hơn, kể cả lớn tuổi đời hơn nhưng họ không thấy ra...* Ví dụ như vấn đề cộng sản - Cộng sản Việt Nam - Đọc lại những báo Đối Diện, Trình Bày năm 1973, 1974 kia thì sẽ thấy Lý Chánh Trung, Lý Quý Chung, Nguyễn Văn Trung, các linh mục Nguyễn Viết Khai, Chân Tín, Ngọc Lan (trước 1975) viết, nói những gì... Tại sao có thể nhận định sai lầm và nông cạn như thế đối với cộng sản?

Lẽ tất nhiên, tôi cũng chưa một lần viết xuống nửa chữ: *Tổng Thống anh minh Nguyễn...* Tóm lại, tôi không tin vào *"sức mạnh"* của quân đội và chuyển giao lòng tin này cho ai, nhưng tôi tin vào *"Lý Chính Nghĩa"* cuộc chiến đấu chung của toàn miền Nam - Dẫu hôm nay là bốn mươi năm hơn sau ngày 30/4/1975. Và khi nguyên lý cao thượng này bị chà đạp, vất bỏ, người miền Nam nói riêng, cả nước nói chung tiếp hiện thực qua lần vượt biên/ vượt biển/ vượt chết không hề có trong lịch sử cổ kim nhân loại.

Có thể do từ tính xả kỷ tự nhiên của người quen chịu đựng Khổ Nạn, không một ai trong tập thể người lính nói về, kể về tình thế, cảnh huống của riêng mình (trong chung cuộc chiến đấu của Người Việt). Tôi tự nguyện thực hiện phần hành *"không được bù trừ này..."* theo cách vì *"bất bình tắc minh"* chứ không là nhà văn viết nên tác phẩm này nọ. Đấy là giai đoạn của *Dấu Binh Lửa, Dọc Đường Số 1, Dựa Lưng Nỗi Chết, Mùa Hè Đỏ Lửa...* khi mới qua tuổi hai mươi với tư thế người lính tác chiến thực thụ sau ngày ra trường Đà Lạt, tháng 11/1963.

Trần Vũ: Ở thời điểm ra mắt sách, tình hình chiến sự miền Nam có thật sáng sủa như đôi mắt tin tưởng của Phan Nhật Nam khi ấy? Tin tưởng vào hòa bình sắp đến, tin tưởng vào những cam kết của Nixon? Hay anh tự đánh lừa mình, đánh lừa chúng tôi, hay Phan Nhật Nam cũng bị Cục Tâm lý chiến lường gạt? Các tập bút ký ghi lại nhiều chiến thắng của Quân lực Việt Nam Cộng hòa, mà ngay cả khi thất bại, như trong trận Đồng Xoài hay khi bị tràn ngập trên đồi Charlie, đều được mô tả dưới góc độ bi hùng. Nhưng anh không nhắc đến trận Ấp Bắc và không nói đến Hạ Lào.

Phan Nhật Nam: Bạn nhận định tôi hơi quá đáng và không chính xác. Tôi tin tưởng vào *"Hòa bình sắp tới... Lời cam kết của Nixon..."* như thế nào, ở đâu? Lẽ tất nhiên, thuở ấy (1973, 1974...) tôi không đủ chín chắn, kinh nghiệm, khôn ngoan (hơn chính mình) của hôm nay (khi đã qua tuổi 60) được đọc hồ sơ giải mật của Bộ Ngoại giao Mỹ, qua đó Kissinger đã nhân danh Tổng Thống Nixon, cam kết với Chu Ân Lai từ tháng 7/1971: "Mỹ không bao giờ trở lại Việt Nam". Năm tháng sau, Tổng Thống Mỹ mới gởi những thư cam kết đến ông Thiệu(!). Nhưng ít ra lúc ấy, tôi đã viết nên lời, đấy là: "*Một Hòa Bình ngụy danh... Toàn thế giới đồng hân hoan chúc tụng trên bàn tiệc máu Việt Nam... Không một ai trong chúng ta xác định được Hoà Bình (luôn viết hoa) đã có. Vâng, Hòa Bình (vẫn viết hoa) chỉ tới với một văn kiện, trên bàn giấy an lành ở thủ đô Ba-lê, trong đáy cốc...*".

Viết như thế, gặp thẳng mặt người Việt cộng tại bàn hội nghị nơi Tân Sơn Nhất, nghe tận tai những lời của Võ Đông Giang, Trần Văn Trà: *"Nếu có một vị đại tá Thọ nào đấy của quý vị bị bắt ở mặt trận Nam Lào thì 'có lẽ' do Quân Giải phóng Lào bắt giữ... Chúng tôi sẽ liên lạc với Quân Giải phóng Lào để thông báo đến quý vị trong tinh thần hòa hợp hòa giải dân tộc..."* trong khi bản thân đã chụp được hình của Đại tá Thọ (Lữ đoàn Trưởng Lữ đoàn 3 Dù, bị bắt ở mặt trận Hạ Lào, tháng 2/1971) trên đường giải ra Bắc trong tập báo Ảnh Việt Nam ở địa điểm trao trả Lộc Ninh! Biết như thế, viết như thế làm sao mà tin được vào *"hòa bình"*. Không đủ *"gan lì"* để viết hoa được nữa, hở người bạn trẻ?

Còn Cục Tâm lý chiến là nơi đâu, tác động gì trong những nội dung tôi đã viết? Nếu có bước vào những cơ sở chiến tranh chính trị của quân đội như tòa soạn Báo Diều Hâu, trong Cục Tâm lý chiến đường Hồng Thập Tự vì đó là nơi những huynh trưởng thân hữu, chiến hữu tập họp. Ít nhất, những người chỉ huy TC/CTCT/QL/VNCH (bao gồm Cục An ninh Quân đội) cũng có được sự dễ dàng này, chứ ở Hà Nội trước 1975, hay hiện nay nơi Sài Gòn (đổi tên thành TP.HCM) thì đừng có hòng, tan thân ngay! Và không ai đem sinh mạng bản thân và gia đình để đánh đổi bởi một *"sự (tự) lừa dối trong chữ nghĩa"*...

Hay bạn đã có ý nghĩ: Tôi *"đã chọn lựa"* ở lại Sài Gòn sau 30/4/75 để (vô tình hay hữu ý) hiện thực *"sự tự đánh lừa 'một cách thành thật' qua chữ nghĩa của mình"* nên lâm vào thế kẹt do tự thân giăng ra? Không đâu. Tôi không đủ sức để liều lĩnh như thế với mạng sống của vợ con. Nhưng quả thật, tối 28 rạng 29/4/75 tôi đã có mặt và phụ trách việc đưa người lên phi cơ trong cơ quan DAO, nếu quyết tâm ra đi do ích kỷ chỉ nghĩ đến bản thân thì tôi đã lên trực thăng CH46 của Thủy quân Lục chiến Mỹ ra Hạm đội 7.

Sáng 29, tôi đứng trước Tử Sĩ Đường Không Quân, phi trường Tân Sơn Nhất, bên hông trại Trần Quý Mại (Tiểu đoàn 8 Dù) nhìn lên trời, chụp hình chiếc phi cơ AC-119 Hỏa Long của Trung úy Trang Văn Thành (Thiếu sinh quân *"Thành mọi"*) cháy trên trời xanh với chiếc dù của Thành mắc nơi cánh... Tôi vẫn có thể đi theo Bộ Tư lệnh Sư đoàn Dù ra bến tàu. Nhưng sự việc ở lại có một nguyên cớ quyết định sâu xa, kỳ lạ khác (hoàn toàn không có tính Chính trị, giải thích bởi luận lý thông thường).

Bạn đọc *Crime et Châtiment*, đoạn Raskolnikov giết xong mụ cầm đồ Alyona, chạy ra cầu sông Neva, nhớ lại *"phút bất ngờ"* ngày hôm trước khi anh ta qua chợ Hàng Rơm nghe ra chi tiết, *"cô em Lizaveta 'sẽ vắng mặt' ở phút giây 'định mạng chết người ấy'"* thì hiểu ra tình thế, tâm cảnh của tôi với những phản ứng *"không thể nào lường, không thể giải thích"* tại mỗi giây, phút của trước, sau 30/4/75. Nhưng tôi không hề *"ân hận than trách"* về quyết định chết người ấy. Cũng bởi bây giờ thì đã *"thấm hiểu"*. Tất cả đã được báo trước từ 1946 tự giấc mơ đầu đời (vẫn luôn nhớ/sống cùng hiện tại); trong Lời dẫn nhập của Dấu Binh Lửa, viết năm 1968: "... *Những giấc mơ hôm nay thường dẫn đến chủ đề NƯỚC... Tôi bị 'mắc kẹt trong nước' của cống rãnh..."* Hoặc hiện thực ngay trong tên họ: Phan Nhật Nam = Phạm Nhân Nan = Phạm Nan Nhất. Trung úy thực thụ từ tháng 6/1965 sau trận Đồng Xoài, đến 1975 mới được cấp bậc Đại úy nhiệm chức thì làm gì phải đi tù đến 14 năm, chuyên ở phòng cầm cố tử hình!

Giờ tôi lại bị những kẻ bá vơ vô lại nào đó không một ngày chiến trận, không hề chịu một giờ, khắc tù tội, không một chút kinh nghiệm với cộng sản... nơi vùng Nam Cali, nước Mỹ qua những đài phát thanh, báo quảng cáo địa phương, trên hệ thống net cáo buộc gán cho tiếng *"cộng sản nằm vùng"*!

Như thế là thế nào?! Nhưng cũng không hề gì, khi đã qua khỏi tuổi 60 thì mọi chuyện coi như *"thuận nhĩ"*. Tôi không theo cách ai khác hơn từ ông niên trưởng - Nhà văn rất mực thuần lương - Doãn Quốc Sỹ, điển hình "Kẻ Sĩ" cuối cùng của thời mạt Pháp này.

Nhưng nếu cho *"làm lại"*, thì tôi cũng sẽ sống như thế/viết như thế. Nguyên tắc tình báo có *"tính xác suất"* là: Giữa muôn ngàn nguồn tin, nếu có HAI nguồn tin giống nhau, thì đấy PHẢI là nguồn tin THẬT - Cũng thế, Chân - Thiện - Mỹ chỉ có MỘT. Tôi cũng sẽ viết lại trận Đồng Xoài (11/6/1965) của Tiểu đoàn 7

Dù với hậu quả 14 sĩ quan từ Tiểu đoàn Trưởng đến Trung đội Trưởng tử trận, phần còn lại số bị thương, bị bắt làm tù binh. Năm Đại đội Trưởng còn lại mỗi Đại úy Lê Văn Phát, Đại đội trưởng 74. Tôi sống được là do *"hên"*, bị thương trước khi Tiểu đoàn vào trận. Trận Tây Nguyên năm 1972 cũng sẽ viết lại chính xác hơn để kể về sức chiến đấu thần kỳ của lính nhảy dù miền Nam. Tiểu đoàn 2 Nhảy Dù do Trần Công Hạnh (Khóa 20 Đà Lạt) chỉ huy, một thân giữ vững cao điểm Delta đánh bật Trung đoàn 52, Sư đoàn 320 (Đại đoàn Đồng Bằng, thành lập từ 1951, đơn vị nổi danh của bộ đội miền Bắc), dẫu Trung đoàn này đã đánh vào đến bộ chỉ huy Tiểu đoàn (30/3/1972), nhưng Hạnh quyết định gọi phi pháo đánh trùm lên căn cứ, cùng các Đại đội Trưởng tài trí dũng cảm tổ chức lại đội hình phản công.

Hạnh cũng đã thực hiện tương tự một lần như thế ở mặt trận Hạ Lào, tháng 2/1971, khi đưa đơn vị rút ra khỏi Đồi 30 dẫu khi ấy chỉ mang cấp Đại úy, chức vụ sĩ quan hành quân. Rút kinh nghiệm thất bại về trận đánh căn cứ Delta với Tiểu đoàn 2, Thượng Tướng Đặng Vũ Hiệp, Tư lệnh mặt trận B3 điều động thêm Trung đoàn 64, tăng cường hai Tiểu đoàn của Trung đoàn 48, hiệp đồng đánh chiếm cao điểm Charlie do Tiểu đoàn 11 Dù trấn giữ. Hệ thống trận địa quanh căn cứ Charlie mỗi cao độ chỉ do cấp Đại đội với quân số cơ hữu dưới 100 người phải chống cự những đợt tấn công cấp Trung đoàn cộng gồm sáu Tiểu đoàn (mỗi Tiểu đoàn có 4 Đại đội tác chiến) dưới quyền chỉ huy của Khuất Duy Tiến, Trung đoàn Trưởng Trung đoàn 64, đơn vị đánh trận Hạ Lào, từng đối mặt với lực lượng nhảy dù. Tương quan quân số trận đánh Charlie như thế là *"1 chống 6"*.

Khi tấn công mỗi cứ điểm, tỷ lệ này tăng lên, 1 (Đại đội ND) chống 8 (hai Tiểu đoàn CS); hoặc 1 chống 12 (ba Tiểu đoàn CS). Tất cả chi tiết chiến thuật này do Thượng Tướng Đặng Vũ Hiệp kể lại trong Ký Ức Tây Nguyên, nxb Quân Đội Nhân Dân, Hà Nội 2002, trg 236-244. Trong Từ Điển Bách Khoa Quân Sự, nxb QĐND, Hà Nội 2004, phần chiến sử năm 1972 của Sư đoàn 320 không được kể ra.

Sáng 30 tháng 4, 1975 những người chiến đấu cuối cùng trên cầu Sài Gòn không ai khác là những người lính của đơn vị đầu đời, Tiểu đoàn 7 Nhảy Dù, KBC 4919, do người bạn cùng khóa, Trung Tá Nguyễn Lô, danh hiệu truyền tin *"Sông Lô"* chỉ huy. Cùng lúc, khi Dương Văn Minh kêu gọi đầu hàng, tôi đứng ở đường Lê Văn Duyệt trước trại Nguyễn Trung Hiếu, Tiểu đoàn 1 Dù với Trần Công Hạnh, Tiểu đoàn Trưởng đơn vị vừa kể bên trên. Với những người, đơn vị kiên cường như thế, những người bạn dũng lược như thế, những người lính xả kỷ như thế... Tôi có thể viết như thế nào khác.

Mùa hè 1965, Mặt trận Cao Nguyên bùng vỡ, Thiếu Tá Schwarzkopf (Đại Tướng Tư lệnh chiến dịch Bão Sa Mạc tại Iraq 1991) Cố vấn cạnh Trung Tá Ngô Quang Trưởng, Tham mưu Trưởng Lữ đoàn Dù (đến cuối năm mới nâng cấp thành Sư đoàn). Cấp bậc Thiếu Tá, nhiệm vụ cố vấn không phải phụ trách việc cứu trợ thương binh, nhưng ông đã cùng y tá Tiểu đoàn 3 Dù dìu một thương binh ra khỏi trận địa pháo kích nơi trại Lực Lượng Đặc Biệt Đức Cơ - Hình do Peter Arnett (Associated Press) chụp.

Arnett không phải là người ưu ái hỗ trợ cuộc chiến đấu của Quân lực Việt Nam Cộng hòa, Thiếu Tá cố vấn Schwarzkopf hẳn không thể mang thân đi cứu một người lính cấp hàng binh của một đơn vị kém cỏi, tầm thường. Chỉ vì thấy sức chiến đấu của lính nhảy dù người Việt ra sao mới hiểu được mối động lòng cảm phục từ người chiến hữu Đồng Minh trung trực kia vậy. Tôi tiếc đã không viết đầy đủ hơn, chi tiết hơn về những trận đánh nơi miền Nam trước 1975 của những chiến hữu, đơn vị thiết thân.

Trận Ấp Bắc cuối 1962, đầu 1963 tôi chưa ra trường; trận Hạ Lào (2/1971), tôi chuyển đi làm sĩ quan phòng hành quân ở tiểu khu Bà Rịa (Phước Tuy). Chiến dịch này quá lớn nếu có trình bày cũng không thể viết dưới dạng bút ký mà phải viết theo cách nghiên cứu, liệt kê tài liệu quân sự.

Bernard Fall không thể viết Un coin d'enfer theo kỹ thuật lịch sử tiểu thuyết như La Quán Trung kể trận Xích Bích với Chu Du, Khổng Minh. Nhưng sau này, cũng đã có Phan Hội Yên (Tiểu đoàn 3 Dù) kể trận đánh Đồi 30, Phạm Văn Tiền (Tiểu đoàn 2 Thủy quân Lục chiến) nói về lần triệt thoái tàn khốc khỏi căn cứ Delta của Lữ đoàn 258 Thủy quân Lục chiến trong trận chiến Hạ Lào. Hai người bạn này không phải là cây viết chuyên nghiệp, nhưng diễn tiến chiến trường họ viết ra chính xác và hay hơn bất cứ chuyện kể (về chiến trận) nào của người miền Bắc như Bảo Ninh với *Nỗi Buồn Chiến Tranh*; hoặc *Tháng Ba 1975 Họ Đã Sống Như Thế* của Nguyễn Tri Huân.

Văn phong và cách đặt tiêu đề của mấy cuốn sách kia cũng cho thấy hơi hám của *"Thép đã tôi thế đấy"* của Liên Xô. Tiểu thuyết Nga vĩ đại do đã dựng nên những nhân vật tiểu thuyết đặc trưng bởi Dostoevsky, Tolstoy chứ đâu từ anh trẻ tuổi Pavel làm cách mạng xã hội chủ nghĩa với chân trần đứng xúc tuyết.

Tìm đâu ra trong chiến tranh miền Nam một du

kích ở Quảng Ngãi chỉ với vũ khí tự chế bắn hạ máy bay trực thăng, đánh tan một đại đội Bộ binh Mỹ như trong nhật ký Đặng Thùy Trâm? Và tìm đâu trong thực tế mà tiểu thuyết được quảng bá rùm beng của Bảo Ninh đã mô tả về *"thằng giặc Mỹ xâm lược bạo tàn"* sau Hiệp định Paris 1973; *"thằng Ngụy dù"* với chiếc nón đỏ mắc ở cầu vai khi đi hành quân!

Người thường trực sống, chết nơi chiến trường (lại là chiến trường Việt Nam với máu xương của chính mình, đồng đội, đồng bào, kể cả đối phương cùng màu da, sắc tộc) đọc những nội dung tuyên truyền tầm phào này không khỏi đỏ mặt vì ngượng, thấy mình bị coi thường, đánh lừa bởi những kẻ ngây ngô, thô thiển. Lính biệt kích miền Nam hoạt động nhảy toán phải áp dụng triệt để một tiêu lệnh: *Tuyệt đối tránh đụng độ - Xóa sạch dấu tích, sinh hoạt, hiện diện...* Thế thì làm sao lại đi hiếp dâm, cắt đầu vú, vạch nát cửa mình nữ bộ đội trên đường dây giao liên như trong Tiểu thuyết Vô Đề của Dương Thu Hương đã mô tả?

Thế nên, vì không muốn phải mang lỗi viết dối nên tôi không viết về Ấp Bắc, Hạ Lào như đã sống. Tôi chỉ có thể viết về những chiến trận này như đã đọc từ tài liệu mà thôi nên đã viết tiểu luận Quân sự Hạ Lào... Quá xa (2002). Trong tinh thần nầy, tôi cũng đã hoàn tất được một phần của tập Chiến Sử (1954-1975) dự trù, nhưng phải bỏ dở...

Có một chi tiết về chiến tranh Việt Nam mà không một ai chú ý viết ra, nói đến: *Phía bộ đội cộng sản không hề bắt được một tù binh Mỹ thuộc quân chủng bộ binh, binh chủng thiết giáp, pháo binh (những đơn vị yểm trợ quân bộ chiến) chứ đừng nói Thủy quân Lục chiến, Nhảy dù, Lực lượng Đặc biệt Mỹ - 519 tù* binh cộng với 10 người bị bắt ở mặt trận Lào trả tại Hà Nội trong tháng 2, 3, 1973 thuần là phi hành đoàn Mỹ và vài nhân viên phi hành các nước ngoài (Thái, Phi Luật Tân...) tháp tùng các phi vụ B52.

Phía cộng sản nhận về: 26,508 người (danh sách tiên khởi; bổ túc lên 26,750 cuối tháng 3/1973); Việt Nam Cộng hòa nhận: 5,081. Những số liệu này do Tiểu ban Tù binh/Ban Liên hợp Quân sự/Việt Nam Cộng hòa (bản thân cá nhân là thành viên Trung ương mang Danh số #41) đúc kết, thiết lập kế hoạch trao trả và thực hiện trao trả khắp các địa điểm từ Năm Căn đến Hà Nội. (Tù Binh và Hòa Bình, trg 166-167).

Số hiệu cụ thể về tù binh mỗi bên đã chỉ cho thấy: *"Chiến tranh chống Mỹ là gì? Ở đâu? Ai Thắng Ai?"* Tôi khẳng định thêm một lần với số tuổi của người đang đi hết đời: Đảng, nhà nước, quân đội cộng sản Việt Nam không hề chống Mỹ và thắng Mỹ. Không bao giờ. Cũng không thắng QL/VNCH về mặt quân sự. Nhưng ngày 30 tháng 4, 1975 là một thực tế và là một chuyện khác.

Trần Vũ: *Giống hầu hết các thiếu niên thành thị, tôi không biết miền Nam đang chiến tranh. Thủ đô Sài Gòn với đường Nguyễn Du êm dịu, đường Duy Tân thơ mộng, đại lộ Nguyễn Huệ thênh thang, đại lộ Lê Lợi sầm uất, đánh lừa tôi là đất nước rất yên bình.*

Dạo đó tôi đã bắt đầu say mê chiến tranh, những trận đánh của Rommel, Hoth, Kesselring, Guderian, von Kleist, von Manstein của tủ sách Adolf Hitler của nhà xuất bản Sông Kiên, các hồi ký Thái Bình Dương của Saburo Sakai, Tameichi Hara... Nhưng phải đến Phan Nhật Nam, sau khi đọc Dọc Đường Số 1, Dấu Binh Lửa, Mùa Hè Đỏ Lửa.. tôi mới bất chợt khám phá chiến tranh ở Long Thành, ở Trảng Bom, ở Dầu

Tiếng, ở đồn điền Xa Cam cách nơi mình sinh sống không đầy trăm cây số.

Hơn một khám phá chiến tranh, tôi khám phá chân dung của Người Lính Cộng Hòa mà tôi thực sự tin vào những điều anh viết. Chân dung của Người Lính Miền Nam, cao cả, bình lặng, bi tráng trên một đất nước điêu linh, trầm thống. Và người lính đó với 50 ký lô xương thịt, với tất cả bất công của cuộc chiến, cong oằn xuống dưới sức nặng của 35 ký đạn dược, chăn mùng mền, thực phẩm đã tồn tại như một phép lạ nhiệm màu.

Tôi chỉ lập lại những điều anh viết. Hôm nay, đã bại trận, anh còn tin vào những điều mình đã viết? Có thật nhiệm màu, khi nhiệm màu không xảy ra, đã chấm dứt. Anh có cường điệu, đã tô vẽ thái quá hình ảnh của Người Lính Cộng Hòa hay không? Và phẩm chất tác chiến của Người Lính Cộng Hòa có thật sự như anh viết trong bút ký? Tôi muốn một câu trả lời thật.

Phan Nhật Nam: Không điều gì phải cường điệu, hoặc nói quá nếu sự thật không phải là như thế, chỉ sợ không đủ tư cách, khả năng, bản lĩnh để nói về Sự Thật (dẫu đau lòng cay nghiệt) ấy mà thôi. Tôi không hề viết về "... Những anh lính hào hoa, viết thơ cho người yêu trên ba-lô, dưới ánh trăng, gắn hoa lên đầu nòng súng..." như cách mô tả trong văn chương, âm nhạc đại chúng miền Nam; hoặc "... Đường ra trận mùa này đẹp lắm... Bác cùng chúng cháu hành quân..." của văn công ngoài Bắc. Tôi viết về Hạ sĩ Toản mang máy truyền tin Đại đội tôi phải đào ngũ vì gia đình ngoài Trung lâm cùng cảnh tan tác; Binh nhất Huệ tự tử khi đứng gác do buồn phiền chuyện người vợ... Nhưng chính những người lính gầy gò, khắc khổ, phải tình cảnh tội nghiệp kia của sáu Tiểu đoàn nhảy dù đã đánh trận Đồi 1062, tại Thường Đức, Quảng Nam với cách thức cá nhân tác chiến, cắn từng bụi cỏ, bám đá núi để xông lên cận chiến chiếm mục tiêu đối phương cố thủ từ tháng 8/1974.

Những mục tiêu được phòng thủ cực độ vững chắc với thân cây rừng đặt sâu trong lòng núi mà bom và pháo binh không thể phá hủy được. Đánh từ tháng 8 đến tháng 11, mất đi, chiếm lại từng thước đất, đã có lúc bị Trung đoàn 24 của Sư đoàn 304 CSBV dùng hỏa công thiêu đốt như trận đánh ngày 29/10/74.

Chiếm lĩnh, kiểm soát được toàn bộ các cao độ 1235, 1062 quanh quận Thường Đức để rồi tháng 3/1975 được lệnh rời bỏ những vị trí đã đánh đổi bởi mạng sống của bao đồng đội, máu của bản thân... Lính rút ra quận Đại Lộc, cởi đôi giày, chiếc vớ kéo theo lớp da chân từ bao ngày bó chặt!

Hãy nhớ, lính và sĩ quan những đơn vị tổng trừ bị (Dù, Thủy quân Lục chiến, Biệt Động); kể cả những Sư đoàn diện địa như Sư đoàn 1 Bộ binh (Trị - Thiên); các Đại đội thám sát tỉnh... phần đông nếu không nói hầu hết là lính tình nguyện.

Ở trường Thủ Đức, sĩ quan mãn khóa phải giành nhau chỗ về Nhảy Dù, Thủy quân Lục chiến; sĩ quan thủ khoa các khóa 16, 17, 18, 19, 20... và các khóa sau của trường Đà Lạt đồng chọn đơn vị tác chiến, tổng trừ bị.

Phải thấy cảnh tượng đoàn xe GMC đậu ở ngã Sáu Sài Gòn (Bùng binh tượng Phù Đổng Thiên Vương) trong suốt năm 1972 thay phiên nhau đưa sinh viên các phân khoa đại học Sài Gòn tình nguyện nhập ngũ về Quân Vụ Thị Trấn (Trại Lê Văn Duyệt). Gia đình phần đông không được họ thông báo về quyết định tình nguyện nhận nhiệm vụ nguy nan của người lính Nguy nan chết người chứ không như sách báo, thi ca, âm nhạc tô vẽ.

Sĩ quan Đại đội 94/Tiểu đoàn 9 Dù chỉ trong một đêm Giao thừa Mậu Thân 68 đã đồng loạt tử trận tại tuyến chiến đấu nơi khu nhà thờ Tri Bưu Quảng Trị; đơn vị chỉ còn lại một chuẩn úy mới ra trường Thủ Đức do đi phép về tiền trạm đóng ở Huế ăn Tết và Trung úy Tâm đi phép Sài Gòn cưới vợ. Chỉ có lính Sư đoàn 1 Bộ binh mới có khả năng chiếm lại các căn cứ Bastogne, Checkmate mà Thủy quân Lục chiến Mỹ trước đây phải rời bỏ vì không chịu nổi áp lực địch trong mùa Hè 1972.

Trước 1975, những người lính kể trên không một lời tán thán. Không một lần đòi được đền bù, báo ân. Và những giờ phút đầu tiên của ngày 30/4/1975, họ là những người bị bắn ngay trên giường Bệnh viện Đỗ Vinh, Bệnh viện 3 Dã Chiến Sài Gòn nếu có lời chống cự, không di chuyển được do thương trận từ những ngày chiến trận tàn cuộc...

Họ phải sống vì không còn khả năng tay, chân thực hiện lần tự sát; phải sống để chứng kiến con đi nhặt rác, chết vì đạp đinh nhiễm trùng sài uốn ván; vợ mang thân đi khách ở chợ Bà Chiểu bị công an bắt vào trại phục hồi nhân phẩm, chết do lây bệnh phong tình không chữa trị...

Chữ *"nhiệm màu"* nói sao cho đủ, đúng về trường hợp của mỗi Người Lính này (mà không là trường hợp cá biệt/ nhưng là trường hợp tổng quát, chung nhất). Tôi cảm nhận, thấy ra rất rõ điều này từ ngày mới ra trường, sống cùng những *"bác Trung sĩ, Hạ sĩ..."* chung Trung đội, Đại đội; nhìn những đứa con, những người vợ của họ nơi trại gia binh.

Suốt những tháng đầu năm 1968, trong chiến dịch dài hạn bảo vệ vòng đai Sài Gòn, ở Nhị Bình, Gò Vấp, Gia Định, mỗi buổi sáng di chuyển ra khỏi chỗ đóng quân là đụng địch, đạp phải mìn bẫy... Nhưng những người lính ấy vẫn bước tới sau thoáng chớp mắt ưu tư, tiếng thở dài rất ngắn ghìm giữ lại. Miền Nam có được 21 năm tự do - dân chủ trên lưng những người lính này.

Sau 30/4/1975, cả dân tộc (không phân biệt Nam - Bắc) đồng lâm cảnh cùng khốn đọa đày vì không còn Người Lính Bảo Quốc - An Dân. Người Việt Nam biến thành loại tiện dân, phiêu bạt khắp cùng thế giới, nơi các trại tỵ nạn, giữa các đảo hoang vây quanh, dày xéo bởi hải tặc Thái, ngư phủ Mã Lai hung hiểm nếu thoát chết khỏi công an, lính biên phòng cộng sản trong lãnh hải Việt Nam.

Thế nên: Chữ *"nhiệm màu"* sợ nói không đủ đối với trị giá, phẩm chất của Người Lính Miền Nam. Hơn thế nữa, bản thân họ và gia đình đồng lần lâm cảnh huống, chịu đựng chung thân phận bi thảm của mỗi người Việt. Họ gánh phần nặng nhất, đau thương nhất, trước tiên hơn bất cứ ai. Nhiệm Màu - Mystère có âm hưởng tương tự với Misère - Cùng Khốn. Nói có đủ đâu hở Vũ!

Trần Vũ: Nhưng ở đâu ngày 30 tháng 4/1975, các *"nhân vật"* thật của anh, những nhân vật kiêu hùng đã làm chúng tôi say mê? Ở đâu *"Mê Linh"* Mễ, Tiểu đoàn Trưởng Tiểu đoàn 11 Dù? Ở đâu *"Lê Lợi tân thời"* Lê Quang Lưỡng, con beo gấm của Nhảy Dù? Ở đâu Trung tá Nguyễn Văn Đỉnh người đã *"bắt tay"* An Lộc, Thiếu tá Phạm Kim Bằng đã giữ Đồi Gió, Đồi Quốc Tuấn, *"Robert Lửa"* Nguyễn Xuân Phúc, Niên trưởng của Khóa 18 Võ Bị Quốc Gia Đà Lạt? Và ở đâu những

Trung Tá Bùi Quyền đã "đục" thành Quảng Trị, Thiếu Tá Lô "Lọ lọ rượu" đã phá chốt đèo Chu Pao... Tại sao tất cả biến mất? Tại sao tất cả tan hàng? Ở đâu những những "Đích Thân", những Tiểu đoàn Trưởng xuất sắc của Nhảy Dù; những Tiểu đoàn Trưởng Thủy quân Lục chiến hàng đầu của quân lực, những Đỗ Hữu Tùng, Nguyễn Văn Phán và những chi đoàn chiến xa M-48 "hung hãn nhất miền Trung" từng xuất hiện trong Mùa Hè Đỏ Lửa của anh? Và cá nhân Phan Nhật Nam ở đâu, Anh làm gì trong ngày tan nát ấy?

Phan Nhật Nam: Tất cả vẫn còn hiện diện đủ trong ngày 30 tháng 4, 1975 - Tất nhiên chỉ vắng mặt những người đã chết, tránh được sự nhục nhằn của lần sụp vỡ đầu hàng. Vậy chết chưa hẳn đã là điều đau thương, hứng chịu nghiệt ngã. Nhưng những người lính còn sống ấy có thể làm gì khi chính bản thân và đơn vị họ rơi vào chiếc bẫy sập giăng ra từ lần rút bỏ Cao Nguyên miền Trung (15/3); Huế (24/3); Đà Nẵng (29/3); Nha Trang (30/3)... Và cuối cùng, cửa ngõ Đông - Bắc Sài Gòn, Long Khánh (20/4).

Chỉ riêng lần rút bỏ Cao Nguyên, chỉ còn 5 ngàn quân trong 20,000 quân nhân thuộc các đơn vị tiếp vận; 900 lính của năm Liên đoàn Biệt động Quân về đến Tuy Hòa sau 10 ngày tái phối trí lực lượng! 75% lực lượng của Quân đoàn II gồm bộ binh, thiết giáp, chiến xa, truyền tin, công binh... bị tiêu diệt trên 200 cây số đường di tản (*Cao Văn Viên, The Final Collapse, trg 153-155*). Riêng bản thân cá nhân khi (28/3) theo nhân viên cứu trợ đến tại trại tạm cư đèo Rù Rì nhận biết được số liệu có 60,000 dân của 200,000 người từ Cao Nguyên di tản về đồng bằng... 140,000 người kia nay sống chết nơi đâu?

Gặp lại Phan Nhật Nam trên Quốc Lộ Số 1

Dân và lính chết không phân biệt, người dân Huế - Thừa Thiên chết trên *"pháp trường cát"* Thuận An cùng lúc, cùng cảnh, cùng lần với lính Lữ đoàn 258 Thủy quân Lục chiến... Những người lính dựng cờ nơi Cổ thành Đinh Công Tráng, Quảng Trị trong ngày Hè lẫm liệt 1972 nay trần trụi phơi thân dưới đạn pháo, trên sóng nước bãi biển Thuận An. Cũng tương tự như thế, những chốt nhỏ cấp bán Tiểu đội của các Tiểu đoàn 2, 5, 6 Dù hoàn toàn bất lực (như một điều tất nhiên) trước đợt tấn công của một Quân đoàn gồm ba Sư đoàn Bộ binh nặng của Mặt trận B3/Cộng sản từ Ban Mê Thuột cùng ào xuống đồng bằng theo ngã đèo Khánh Dương.

Bản thân mỗi người lính chiến đấu ở cấp tiểu đội, đại đội kia có thể làm được gì? Thậm chí cho tập trung được một lữ đoàn, như trường hợp Lữ Đoàn 1 Dù dưới quyền chỉ huy của trung tá Nguyễn Văn Đỉnh, với Lữ Đoàn Phó Lê Hồng, cùng với Biệt Động quân dưới quyền chỉ huy của Tướng Lê Minh Đảo, Tư Lệnh Sư Đoàn 18 Bộ Binh giữ được mặt trận Long Khánh vài ba ngày cuối cùng cũng phải rút lui theo lệnh của Tổng Thống Thiệu theo Tỉnh lộ 2 về Phước Tuy...

Sự cố ý xé bỏ (các đơn vị tổng trừ bị) này rất dễ nhận ra, nên sau này tại hải ngoại, Tướng Lê Quang Lưỡng, Tư lệnh cuối cùng của Sư đoàn Dù đã có bài viết *"Tại sao Thiệu xé lẻ Sư đoàn Dù... Sư đoàn Nhảy Dù, Ai còn? Ai mất..."*, dẫu ông luôn là người lính thuần thành chứ không là giới sinh hoạt Chính trị.

Trận đèo Khánh Dương trong vài ngày ngắn ngủi (cuối tháng 3/75) vỡ tan Lữ đoàn 3 gồm các Tiểu đoàn 2, 5, 6; trận Phan Rang hai ngày 15, 16 tháng 4, Lữ đoàn 2 bị tràn ngập, Lữ đoàn Trưởng, Đại Tá Nguyễn Thu Lương bị bắt cùng với Bộ Tư lệnh tiền phương Quân khu III.

Những ngày cuối cùng trước khi từ chức, ra nước ngoài, với chức vụ Tổng Thống, ông Thiệu quyết định việc điều động đến cấp Tiểu đoàn bởi lo sợ một âm mưu đảo chính - Mối lo sợ về một mưu định rất có khả năng thực hiện bởi bất cứ một sĩ quan cấp chỉ huy nào.

Triệu Tử Long có thể phò ấu chúa A Đẩu giữa rừng gươm giáo thời Tam Quốc, nhưng Trung Tá Nguyễn Lô với một Tiểu đội lính còn lại làm sao ngăn cản đợt tấn công cuối cùng của chiến dịch Hồ Chí Minh gồm 16 Sư đoàn Bộ binh cộng sản Bắc Việt, chưa kể lính chủ lực miền và du kích địa phương? Cuộc tổng tấn công được cả một khối cộng sản yểm trợ và quốc hội Hoa Kỳ quyết liệt cắt giảm quân viện.

Nhưng dẫu có nhận được vài trăm triệu đô-la kia tất cả cũng đã là vô ích vì không phải đợi đến những ngày sau di tản triệt thoái Cao Nguyên (3/75) mới bày ra cơn hấp hối của miền Nam mà đã nên thành hiện thực từ mặt trận im lặng nơi Dinh Độc Lập với một *"ước tính chiến lược"* qua phiên họp trong hai ngày 9, 10 tháng 12/1974: Sẽ không tăng viện cho Vùng II (Cao Nguyên), chỉ củng cố vòng phòng thủ Nam và Tây Sài Gòn, hướng Tây Ninh (cách Sài Gòn 100 cây số).

Viên gián điệp tình báo chiến lược nơi Dinh Độc Lập (một trong bốn người thân tín của ông Thiệu) khẩn cấp báo về cho Hà Nội trong ngày 20 - Bản báo cáo tuyệt mật này bị văn phòng CIA ở Sài Gòn bắt được nhưng họ *"cũng cùng đành im lặng"* vì nhân viên tình báo kia cũng làm việc cho họ.

Chúng ta có thể suy diễn không sai lầm sau 38 năm mất nước: Chẳng lẽ người Mỹ lại trực tiếp bày vẽ cho cộng sản nên đánh ở đâu? Trận Phước Long sau đó (mở màn 13/12/1974 và kết thúc ngày 28) với sự im lặng "rất có ý nghĩa của người Mỹ" qua thực thi nghiêm chỉnh Tu Chính Án Case & Chuck: "Cấm tất cả hoạt động quân sự của Mỹ vào Đông Dương" được ban thành đạo luật bởi Nixon từ tháng 12/1973.

Toàn tỉnh Phước Long đồng loạt bị lấn chiếm dẫu bộ Tổng Tham mưu đã gởi đến đó Liên đoàn 81 Biệt Cách - Đơn vị dựng nên kỳ tích ở mặt trận An Lộc, 4/1972. Nhưng qua năm 1974 ấy, không còn một phi xuất B52 yểm trợ, cùng lần, Hạm đội 7 bỏ vùng biển Việt Nam quay mũi hướng về Châu Phi. Hạm đội hùng mạnh này cũng đã khóa chặt toàn thể vũ khí, kho máy bay, hệ thống phóng ngư lôi trong lần vỡ trận Hoàng Sa, 19 tháng 1, 1974. Người lính, bản thân mỗi người lính miền Nam làm được điều gì khi đạn bắn đi phải đếm từng viên một.

Sau 30/4/75, 10 Tiểu đoàn Trưởng nhảy dù của 12 Tiểu đoàn tác chiến có mặt tại trại tập trung, ba Lữ đoàn Trưởng đồng nhận án hơn mười năm tù mỗi người. Năm người vượt trại đầu tiên nơi miền Bắc (7/1976) có ba Trung Tá và một Thiếu Tá thuộc Sư đoàn Nhảy Dù - Trung Tá Nguyễn Lô, Tiểu đoàn Trưởng Tiểu đoàn 7 Nhảy Dù bình thản nói trước cột xử bắn: Tôi chịu trách nhiệm tất cả về việc trốn trại. Chúng tôi đã trình diện đi tù, chấp nhận cái chết là điều tất nhiên. Toàn trại ngồi chờ chứng kiến lần xử bắn đồng nghe rõ lời Sông Lô.

Tôi không hề cường điệu khi nói về những người bạn lính của mình - Họ vẫn giữ vững nguyên phần bền bỉ kiên cường trong phận số khắc nghiệt chung. Lẽ tất nhiên không phải tất cả đều ngang tầm kiệt liệt của Sông Lô - Nhưng có hề gì, ba mươi tám năm sau 1975, hôm nay Cờ Vàng Ba Sọc Đỏ vẫn hiện hữu. Ba Sọc Đỏ ấy tượng trưng cho Máu của Người Việt - Có phần lớn máu Người Lính Việt Nam Cộng hòa.

Trần Vũ: *Trưa 30 tháng 4, tôi hãy còn nhớ, sau khi Tướng Dương Văn Minh đầu hàng, trong lòng tôi giận dỗi các anh vô cùng. Gia đình chúng tôi đã tin vào quân đội đến cùng, thầy tôi nhất quyết không di tản vì muốn sát cánh cùng quân đội. Mà như thầy nói, ai cũng chạy hết thì lấy ai giữ nước, nuôi quân đội? Chúng tôi buồn bã vô hạn.*

Tại sao các anh đầu hàng? Vì sao các anh tuân lệnh không một phản ứng? Tôi muốn biết vì sao Người Lính Cộng hòa đầu hàng dễ dàng như vậy, trong một buổi trưa, trong vài giờ đồng hồ, không một chính biến, không một hành động sau cùng. Các anh đã kháng cự suốt hai mươi năm, mà sao không ai truất quyền Dương Văn Minh phút cuối cùng? Sao không lui về Cần Thơ, Phú Quốc kháng cự như Tưởng Giới Thạch đã lui về Đài Loan?

Tôi muốn tin chính ước vọng hòa bình, ý thức nội chiến khiến các anh quyết định chấm dứt tương tàn, chấp nhận tù đày để đất nước thanh bình, nhưng rồi hòa bình không như mong muốn, thống nhất nhưng vẫn phân chia Nam - Bắc, phân chia giai cấp, phân chia "Ngụy Quân và Liệt Sĩ" khiến các anh căm phẫn.

Rất nhiều cựu sĩ quan miền Nam nói với tôi là họ ân hận đã buông súng. Nếu biết trước sau 30 tháng 4 sẽ như vậy, họ sẽ chiến đấu đến cùng, đến chết, không đầu hàng. Còn Phan Nhật Nam? Nếu bây giờ đi lại trên Quốc lộ 1, cùng với Tiểu đoàn 7 Nhảy Dù cũ của anh, đi đầu Đại đội 72 mà anh từng làm Đại đội Trưởng, nhận lệnh buông súng, anh phản ứng ra sao?

Phan Nhật Nam: Bản thân tôi không cố ý làm ra

điều văn vẻ, trầm tư để viết nên văn chương chữ nghĩa khi trả lời câu hỏi này... Nhưng chẳng cần đợi đến sáng 30 tháng 4, 1975 mà tôi đã viết đủ trong *"Ngày Thật Chết Với Quê Hương"* - Cái Chết thật ra đã hiện diện với những báo trước rất cụ thể từ trận Đồng Xoài (6/1965); từ Mậu Thân (1968)... Hằng đêm từ đồi Căn Cứ Nguyễn Huệ (hậu cứ Lữ đoàn 2 Dù) nhìn ra Nghĩa trang Quân đội Biên Hòa... Và gần nhất là đêm tối 15/3/1975 tại Pleiku khi Quân đoàn II bắt đầu lần rút bỏ Cao Nguyên; chiều 25/3 trên đèo Hải Vân (địa giới Thừa Thiên - Quảng Nam) khi Lữ đoàn 1 Dù bàn giao vị trí cho Tiểu đoàn 8 Thủy quân Lục chiến; trong ngày 30/3, khi toàn thành phố Nha Trang câm lắng xuống để nghe tiếng sóng đập vào bờ qua dãy xác chết lắt lay trên bãi cát... Toàn xác chết đàn bà con trẻ.

Nhiếp ảnh viên Kevin Carter, người đoạt giải Pulitzer về phóng sự nạn đói ở Sudan, đã không thể sống nổi sau khi chụp cảnh đứa trẻ hấp hối trước con kên kên chờ móc ruột! Cũng tương tự như thế, những người lính, cụ thể bản thân với chính xác thân, mỗi giác quan với từng giờ, từng ngày suốt từ 13 tháng 3 ở Pleiku cho đến 30 tháng 4 nơi Sài Gòn đồng thấy ra một điều: *Sống là một cái tội! Chết cũng là một sự vô ích.*

Trở lại sự kiện bản thân ở lại Sài Gòn sau 30/4, có nhiều nguyên do khách quan, chủ quan, tích cực và tiêu cực... nhưng bao trùm tất cả là cảm ứng: *Đi Mỹ hay ở lại (chết) ở Việt Nam tất cả cũng là vô ích* - Hẳn nhiều người cũng có ý nghĩ này nhưng không nói ra lời đấy thôi.

Cũng cần nói thêm một phản ứng có thật: Mong được chấm dứt chiến tranh với giá sinh mạng là bản thân mình thì cũng là điều đáng chấp nhận. Và tự an ủi khi ngồi trong toa chở súc vật trên chuyến tàu lên Yên Bái đêm 22/6/1976: Coi như đất nước thanh bình (được) đi chuyến tàu lên miền Bắc! Nhưng tất cả cảm ứng *"tự an ủi/ tự thúc giục này"* dần bị đổ nhào như gặp phải tình cảnh sáng mồng hai Tết Mậu Ngọ (1978) khi đi thu hoạch lúa ở ngọn đồi sau lưng Trại 10 (Yên Bái)...

Người đàn ông dáng thanh lịch dẫu áo quần rách vá, vẻ hư hao, tiều tụy (cung cách của người Hà Nội trước 1954 rất dễ nhận) đi với cô con gái mặt đẹp như ngọc, đầu trần chân đất, quần rách lai tơi tả, sữa non con so thấm ướt ngực áo mỏng theo đoàn tù mót lúa rớt trong buổi sáng đầu Xuân sương mù giá rét miền núi đất Bắc.

Người đàn ông trầm giọng nói trong tiếng khóc bị nén: *"Các ông tội nặng lắm... Con tôi từ năm 1954 đến giờ không có được chén cơm trắng, cháu ngoại tôi từ ngày sinh chỉ uống nước cháo loãng pha muối cầm hơi... Mấy mươi năm chờ đợi các ông từ trong Nam ra với hy vọng được sống cho ra dạng người thế mà cớ sự lại như thế này đây!"*.

Bạn ta ơi! Miền Nam không thể thắng được vì họa chung của cả dân tộc đã nên hình. Tôi không quá mê tín, nhưng ngày 28/3/75 khi đi trên đoạn đường Nha Trang - Cam Ranh dẫm lên cây số đường dài sâu bọ bung lên tự lòng đất nên đã hiểu ra điều: Cơn hấp hối, tận diệt quê hương đã thành sự thật! Bản thân người lính làm gì được? Họ lại là người chết trước tiên.

Trần Vũ: Tất nhiên chúng ta không thể quay ngược quá khứ, nhưng tôi còn nhiều thắc mắc. Trong *Tù Binh và Hòa Bình*, Phan Nhật Nam viết về thân phận người tù sau giao tranh: *Lồng ngực vạm vỡ, nở* nang vì được nuôi dưỡng no đủ của tù binh Bắc Việt theo chính sách giam giữ ở Phú Quốc của Việt Nam Cộng hòa; đối lại, gương mặt thất thần vì sợ hãi, trên thân thể xanh mướt của tù binh Nam Việt Nam khi đợi trao trả ở Lộc Ninh đã tiểu tiện trong quần vì sợ phía cộng sản lập kế giữ lại!

Đã chứng kiến tận mắt ở Ủy ban Liên hợp Quân sự 4 bên như thế, sao anh vẫn quyết định ra trình diện? Chẳng lẽ các sĩ quan miền Nam không tham khảo quân sử, không am tường về Hồng quân cộng sản? 90,000 tù binh Đức tại Stalingrad, duy nhất chỉ còn 5,000 tìm lại về quê quán.

Từ 1946 đến 1954, Việt Minh trao trả 10,754 trên tổng số 36,979 tù binh quân đội Liên Hiệp Pháp, chưa đến 29%. Số còn lại biến mất, không bao giờ còn tin tức. Đó là những số liệu của Bernard Fall, trang 523 trong chương cuối cùng của tập Un coin d'enfer xuất bản năm 1968, mà bản dịch Điện Biên Phủ, Một Góc Địa Ngục của Vũ Trấn Thủ, nxb Công An Nhân Dân đã cắt đi. Tôi muốn hiểu quyết định chấp nhận tập trung này, mà cho đến bây giờ đã ăn sâu quảng vào trong tâm khảm của khá đông những người tù cải tạo hãy còn uất ức.

Phan Nhật Nam: Câu trả lời câu trên coi như cũng có thể dùng trả lời cho câu hỏi này, nhưng thành thật ra thì phải nói như thế này: Thôi thì chấp nhận đi ở tù vài ba năm cho xong chuyện. Có gì cũng được ở lại trên đất nước mình, như quyết định có thật của Boris Pasternak.

Đã sống, chiến đấu cạnh người Mỹ suốt cuộc chiến (Nhảy Dù Việt Nam là đơn vị đầu tiên phối hợp hành quân với các đơn vị Không Kỵ, Nhảy Dù Hoa Kỳ từ 1965), nếu không hiểu biết nhiều thì cũng có được vài nhận định khách quan thế nào là người Mỹ hay quân đội Mỹ. Từ 1973 lại ngồi chung với họ trong Bàn Hội nghị Ban Liên hợp Quân sự ở Tân Sơn Nhất. Nhưng bao trùm tất cả là *"quan niệm"*: Là Người Việt với nhau, *"hy vọng"* sau chiến thắng chung cuộc rồi, người *"Cộng sản Việt Nam"* hẳn cũng không đến nỗi nào? Trời đất! Đã chứng kiến Mậu Thân, 1968 ở Huế nhưng sao lại *"vô tư"* đến vậy? Cũng như đã tự tay đào hệ thống giao thông hào sâu ba thước nơi những cồn cát lẩn khuất sâu trong trại Long Giao trước ngày chuyển ra Bắc (19/6/1976) với tư thế *"hăng say lao động"*! Đứng dưới giao thông hào nhìn lên chỉ thấy một khoảng trời thu nhỏ đúng là của mộ huyệt tập thể!

Sau tháng 2/1979, cũng đào những giao thông hào như thế ở trại Lam Sơn, Thanh Hóa. Người cộng sản Đông - Tây có bao giờ gượng tay khi có những quyết định tương tự trong suốt thế kỷ 20. Nhưng cũng như người Do Thái không hề sợ khi bước vào lò hơi ngạt ở Auschwitz để chết. Sống trước đó đáng sợ hơn. Đau thương thay, dân tộc Việt hình như tê liệt, vô cảm trong cảnh sống này.

Ngay hiện tại ở Hà Nội với những cao ốc hiện đại theo mẫu của Mỹ, nhưng đồng thời khí trời, sông, suối... đồng bị nhiễm độc. Tàu vỏ sắt của Nhật không dám ghé bến sông Đồng Nai vì sợ nhiễm độc, rỉ sét. Nhưng không một người cầm bút nào nói nên thành lời cái họa vô lường này cho dẫu đang trong nước; hải ngoại là tất nhiên vì thiếu chất men từ đất, người quê nhà. Họa hoằn lắm mới có một người như Phạm Lưu Vũ ở Hà Nội viết chuyện Chị Cả Bống được đăng ở thế kỷ 21 miền Nam Cali.

Quả thật không đủ vào đâu, chuyện của Phạm Lưu Vũ viết bằng tiếng Việt, chỉ là một truyện ngắn (quá ngắn so với bi kịch (đúng ra là thảm kịch) của chị Bống), lại bị tịch thu. Ở Sài Gòn mấy người đọc. Nhưng bạn ơi, Thiên Chúa luôn có thật với Người - Tôi ngồi viết những trả lời này nơi đất Mỹ. Tại sao có thể như thế? Những ngày dài suốt thời gian từ 7/9/1981 đến 29/5/1988 tôi chỉ ao ước được đưa bàn tay ra khỏi khung cửa sổ nhà giam để xem gió mát như thế nào!

Tôi thù hận ai đây? Mơ ước gì khi đã hiểu ra điều đơn giản cuối đời: Sự Thật lớn nhất là Cái Chết. En attendant Godot chăng? Không. Con người chỉ chờ Cái Chết. Khác nhau chăng là chúng ta làm gì trong khi chờ lần chung kết kia.

Trần Vũ: 15 năm sau vượt biên, tôi đi lại Quốc lộ 1. Gần như để đối chất cảnh vật với những gì anh viết. Những địa danh, những thước đất hiện ra, lớp đất vàng khè chen giữa những bãi cát xám bên này dãy Trường Sơn. Dọc Quốc lộ từ Hải Lăng lên đến cầu Hiền Lương là những nghĩa trang liệt sĩ san sát.

Vết tích chiến tranh chưa mất. Nhà thờ La Vang tan nát. Phố chính Quảng Trị lỗ chỗ đạn. Khu tập thể tiêu điều ở Thạch Hãn, Cồn Thiên, Cam Lộ... Tất cả ngập dưới cái nóng điên người. Tôi cảm được điều anh đã viết: Nỗi quặn đau dai dẳng không chấm dứt. Rồi tôi tự hỏi: Phan Nhật Nam làm gì trong suốt bao năm ấy, từ lúc ra tù, anh có đi lại Quốc lộ 1 lần nào chưa?

Trong Tù Binh và Hòa Bình anh đã đặt câu hỏi: Hòa bình nghĩ gì, làm gì? Tôi còn nhớ anh ngao ngán với cảnh áo hoa nón đỏ sẽ phải vào ty cảnh sát lãnh thằng ma cô có mụ tài-pán đỡ đầu. Hòa bình đến không giống như chúng ta chờ đón, nên tôi muốn biết anh nghĩ gì, sinh sống ra sao, trong một miền Nam đổi khác, sau khi đi tù về. Anh có phản cảm với tuổi trẻ không biết đến quá khứ. Trước khi sang Mỹ, anh giao tiếp với xã hội như thế nào. Tôi muốn nghe anh kể về những ngày hậu chiến này.

Phan Nhật Nam: Sau 30 tháng 4, 1975 tôi đi dọc đường Số 1 một lần. Lần độc nhất với đôi mắt khép lại để khỏi nhìn. Để đừng thấy. Tôi không nói quá. Đấy là lần trở về Nam trong ngày 29 tháng 5, 1988 sau mười hai năm lưu đày đất Bắc. Tàu vào địa giới miền Nam, qua Đông Hà, Ái Tử, Quảng Trị, La Vang... lúc trời mờ sáng. Tôi biết rõ tàu đang chạy qua những chốn nào. Vốn người gốc Quảng Trị, năm 1966-1967 hành quân từ Thừa Thiên ra Quảng Trị, tôi dẫn quân đi dọc Phá Tam Giang không cần xem bản đồ.

Tàu đến Huế sáng 30 tháng 5 - Ngày Phật Đản. Những năm trước 1968, ngày Phật Đản ở Huế là một Quốc lễ. Chợ Đông Ba không bán thịt; bún gánh chỉ nấu bún chay. Và đêm đến, trên sông Hương người Huế làm Lễ Phóng Đăng. Nhánh sông nhỏ dưới khu Gia Hội bồng bềnh giải ánh sáng lấp lánh trên nước như cảnh thần tiên. Mọi người nói giọng thấp xuống, nhỏ lại, chen tiếng niệm Phật *A Di Đà Phật... Nam Mô Bổn Sư...* Những người hung tợn nhất xóm hóa ra hiền từ, nhân ái. Chỉ một đoạn đường mấy trăm thước của đường Trung Bộ (nơi tôi ra đời, sau 1954 đổi thành Tô Hiến Thành) có đến bốn chùa và nhiều am, miếu. Chùa lớn như Diệu Đế; am Mã Ông Trạng.

Sáng 30 tháng 5, 1988 qua ga Huế (nơi lần cuối đưa mẹ đi Sài Gòn 1960, em Bé ghìm tiếng khóc, thân người gầy gò rung bần bật vì phải xa mẹ), loáng thoáng những người buôn đồ cũ chạy thất thanh giữa tiếng nạt nộ, xua đuổi của công an... *En ơi...*

mấy en ơi... Có mền tù khôn... (không hiểu tại sao họ biết chúng tôi là đoàn tù cuối cùng trở về Nam). Một thoáng ngắn, tôi nhìn ra cửa sổ toa tàu, hướng núi Ngự Bình, nơi có phần mộ mẹ tôi và những người trong gia tộc. Lòng trống rốc. Mắt ráo hoảnh. Lúc tàu rời ga Nam Định tối hôm trước, tôi muốn được bật nên tiếng khóc nhưng khóc không nổi.

Qua đèo Hải Vân, trong đầu loáng thoáng những câu thơ...

Tôi về Hải Vân thân áo tù.
Mười mấy năm dài nhục thấm dư.
Nghe lạ đất trời lạnh vụng biển.
Quê nhà còn không cơn mộng du...

Hiện thực rất chính xác, *"tiên tri"* của Mai Phương (Đỗ Ngọc Yến) viết trên báo Đại Dân Tộc, Sài Gòn: *"Người Nam Hà đầu tiên đến miền Bắc, 4 tháng 3, 1973"*. Nay tôi là *"một trong nhóm người Nam Hà cuối cùng rời miền Bắc từ trại Nam Hà"*. Ngày 25 tháng 3, 1975 tôi đứng trên đèo này với Trung Tá Đỉnh chụp hình người mẹ quê chạy từ Quảng Trị vào Đà Nẵng với xác con nhỏ ủ dưới vạt áo dài (tấm hình về sau đăng báo Độc Lập).

Đến Đà Nẵng vào buổi trưa, tàu đổi toán phục dịch (toán người Nam). Cán bộ áp tải tù ra lệnh đóng cửa sổ toa tàu vì *"sợ dân phẫn nộ ném đá"*. Tàu ngừng khá lâu để xoay đầu máy ra hướng Huế (tôi quen sinh hoạt này từ đầu năm 50, nhà các bạn thân chung trường, chung lớp đều quanh khu nhà ga này). Dưới sân ga có những tiếng hoan hô... *"Hoan hô tướng Lê Minh Đảo... Hoan hô lính Việt Nam Cộng hòa... Hoan hô... hoan hô..."*.

Một người trong toán phục dịch có lẽ do thấy tôi

tương đối trẻ so với những người trong đám tù, thấp giọng thân mật:

- Chú cấp bậc gì mà giờ này mới về?
- Đại úy!
- Trời đất, Đại úy người ta về từ mười năm trước. Mà Đại úy đơn vị chi?
- Đại úy nhảy dù...
- Vậy chú là nhà văn Phan...
- Chú muốn ăn, uống chi... Con đem tới...

Tôi uống hết một két mười hai chai bia cho đến chiều tàu tới ga Hàm Tân. Được tháo cùm tay, bước xuống xiêu ngã trên sân ga, nhìn chung quanh chập chờn... Cây cao su của Tiểu đoàn 7 Dù, lối lên Hố Nai, ngã Ba Tân Hiệp, Biên Hòa... Rừng cao su đặc thù của miền Nam mà tôi ngắm nhìn mê mải ngây ngất từ toa xe lửa buổi đầu đời vào Sài Gòn, 1957. Có người đi tới thấp giọng...

- Ở đây chúng tôi biết cậu về...
- Cậu nhớ tôi không...

Tôi lắc đầu, phần vì hơi bia, phần mệt mỏi đường đi... Thật sự không còn sức.

- Tôi Đông đây... Phan Lạc Giang Đông...

Tôi nhìn người bạn không cảm giác.

Với tâm cảnh như thế, ra tù 1989. Chỉ định cư trú về ở ấp Bình Nhâm, Lái Thiêu, Bình Dương, tôi dựng căn nhà tranh 4x4 thước giữa vườn cây măng cụt, nhà, đất do gia đình, bạn bè ở ngoài gởi về... Bạn lính, Mễ *"Mê Linh"*, Hải *"khều"* của Tiểu đoàn 7; bạn văn, giới viết báo, Đỗ Ngọc Yến; có cả người chưa quen như vợ chồng bác sĩ Dzĩnh bên Canada... Hàng xóm không biết tôi là ai, do có những chiếc lu đựng nước mưa trước hiên nhà, họ đặt nên tên *"Ông Út"* hay *"Út Lu"*. Bạn bè không mấy ai, vì hầu hết đã ra đi, thỉnh thoảng hai người bạn niên trưởng, Như Phong và Doãn Quốc Sỹ (bên kia sông Sài Gòn, vùng Thạnh Lộc, Nhị Bình, nơi chiến trường lớn của năm 1968) đi mobilette qua chơi. Tôi thường đi quanh quẩn trong vườn măng cho dù nửa đêm về sáng, nằm võng ngủ trước hiên nhà, chơi với các con trẻ nhà quê, dạy chúng học, đốt lửa trại, nấu chè đêm trung thu. Nếu phải về Sài Gòn thì cũng lựa lúc ban chiều, trở lại Lái Thiêu vào buổi tối, qua cầu Ông Đụng, cầu Ba Thôn từ ngã xóm Mới đi lên (không đi ngã Quốc lộ 1 qua Thanh Đa, Bình Triệu)...

Sự lựa chọn này có chủ đích: Nơi này, Tiểu đoàn 2 bị đụng trận. Nguyễn Ngọc Khiêm oằn người chết trên cán cứu thương do tôi kéo đi một đầu. Lái Thiêu lại là những ngày bình yên, dễ chịu nhất, mọi việc cần ở Sài Gòn tôi nhờ gia đình thứ hai, Đằng Giao - Chu Vị Thủy giải quyết hộ.

Cũng chỉ thấy vui đôi chút khi ngồi trên gác của căn nhà 104 Công Lý (tên cũ vì không thể nào đọc nên tên mới *"Nam Kỳ Khởi Nghĩa"* mà không khỏi chạnh lòng) trước thương xá Crystal Palace, chung quanh những tranh sơn mài của Đằng Giao. Từ nhà 104 ra đường Lê Lợi không đầy 100 thước nhưng rất nhiều lần tôi không muốn bước ra chốn kia.

Có những thú vui, thói quen sinh hoạt của trước 1975 hoàn toàn bị mất hẳn. Từ những năm 50, tôi đã là khán giả của rạp chớp bóng Morin (Huế và Đà Nẵng); sau này, Mini Rex là nơi nghỉ ngơi thú vị mỗi buổi trưa khi ở Sài Gòn.

Sau 30 tháng 4, 1975, thói quen, thú vui này mất hẳn. Nay 20 năm ở Mỹ cũng không thể phục hoạt. Cứ nhớ thanh âm rền rĩ bài nhạc đệm... *Giải phóng miền Nam*. Sau 30 tháng 4, tại Sài Gòn trong từ những phim ảnh của xưởng phim giải phóng người cứ nổi gai như sắp bị hành hình. Cứ thế, tôi sống từng ngày qua đi không mấy khó khăn so với hơn 8 năm trong bóng tối hầm giam chờ đem đi bắn.

Thật ra cán bộ cộng sản chỉ cốt ý dọa, vì bắn cũng vô ích, mà không có cớ gì để bắn! Cho dù kết án tử hình một người tù cũng chẳng gì khó khăn. Lê Đức Thịnh, chung T4, trại Long Giao (1975-1976), chỉ trong một thư gởi lén cho vợ, viết lời khẳng khái *"Anh không chịu bó tay"* mà phải ra pháp trường do hai ông chấp pháp tên Giáp, tên Dần nào đó ngồi xử trong vòng 10 phút. Vụ xử bắn cốt ý hù dọa. Phải, chỉ để dọa đám tù đã chịu bó tay quy hàng, không hơn, không kém. Còn khi (đã) muốn bắn thì đem bắn ngay xong vất hàng rào bảo rằng trốn trại như lần giết những sĩ quan an ninh quân đội trước khi số tù còn lại của trại Long Giao chuyển ra Bắc (19/6/1976).

Hoá ra câu nói sáng 30/4 khi ném giấy tờ tùy thân, thẻ sĩ quan, thẻ lĩnh lương xuống chiếc cống trước nhà sách Khai Trí: *"Coi như mình đã chết!"* là lời xác định đầy đủ, chung kết. Với tâm trạng này tôi đi Mỹ... *"Tôi đi Mỹ cứ như hắt cặn nước. Tôi đi Mỹ nhẹ tênh vất điếu thuốc. Quê hương gầm gừ khinh miệt. Đất xa trọn chốn lưu đày"*. Trần Mạnh Hảo khi tiễn ra phi trường (5/11/1993) có lời cảm khích: Thế nào ông cũng khóc khi ra khỏi nước!

Thế nhưng tôi đã không biết phi cơ cất cánh lúc nào, ngủ ngay khi vừa ngồi xuống ghế trên máy bay. Nhìn đâu ra Sài Gòn của miền Nam khi toàn phi hành đoàn phát âm giọng Bắc vùng Thanh, Nghệ nghe ngang ngang, cứng cứng; thái độ khinh khỉnh, xấc xược (do biết chuyến bay thuần là người ty nạn đi diện H.O).

Những năm đầu tiên ở Mỹ (1994-1996) tôi luôn ở trên đường xa như nhân vật trong phim Forrest Gump... Cứ nhắm đằng trước mà chạy. Chạy mãi cuối cùng anh ta đứng lại, quay về nhà đã bỏ đi từ khi người vợ lâm tử. Tôi chẳng chạy trốn điều gì, nhưng cũng có lúc tự hỏi: *Anh lái được bao lâu? Anh lái đi đến đâu? Cuối cùng dòng hiu quạnh. Exit ra ngã sầu...*

Khi một mình ngồi nơi một Rest Area nào đó trên Đường 10 vạn dặm xuyên nước Mỹ, chiều mưa lớn ở Lousiana. Tôi làm thơ như cách người ta tập thể dục, tập khí công mỗi ngày. Làm thơ bất cứ nơi đâu... *"Tôi đọc thơ ông. Tự thân trống vơ trống vốc. Nơi phi trường York, vừa rời Houston... Phi trường... Xuống. Không một ai. Chỉ tập thơ ấm trong lồng ngực...".*

Tôi đọc Thơ tuyển của Tô Thùy Yên trong tình cảnh như thế. Từ đó hiểu ra Bùi Giáng phải điên, Tam Ích phải tự tử (1972). Cũng hiểu ra tại sao Nguyễn Chí Thiện không thể làm thơ được nữa. Trước khi chết, bất cứ ai cũng gặp phải tình trạng "flash back" - Nhưng nếu không chết được thì người ta sẽ sống thản nhiên với tất cả mọi hoàn cảnh. Sự Thật lớn nhất là Cái Chết. Không phải triết học như lời của Albert Camus đâu mà đấy là Lý (giản dị) của Nghĩa Sống/Chết, không cần phải lên đến Hy Mã Lạp Sơn tu cách các Đạt Ma mới hiểu ra.

Người Việt ai cũng cảm nhận được một lần, rất nhiều lần nhưng không viết và nói ra như bạn với tôi đang vấn đáp với nhau. Cứ như thế tôi ở Mỹ đến năm thứ mười lăm, đi gần hết các tiểu bang, đất đai trên thế giới... Lên thấu Alaska, xuống tới Nam bán cầu. Bạn còn muốn hỏi gì nữa hay chăng?

Trần Vũ: Câu chuyện đã khá dài, tuy tôi còn muốn hỏi thêm nhiều nữa, nhưng vẫn phải kết thúc. Trước khi chấm dứt, tôi muốn nhắc lại ảnh hưởng mà các tập bút ký chiến trường của anh đã để lại trong tôi. Chúng ám ảnh tôi đến mức tôi nóng ruột khoác lên người sự "nhiệm màu" của Người Lính Cộng Hòa mà anh mô tả.

Tuổi niên thiếu của tôi tràn ngập những buổi trưa của viên Thiếu úy Nam trở về doanh trại, trải tấm nệm lên chiếc giường hai chân chưa dựng, lắng nghe tiếng kèn của người lính gác vang lên giữa xao xác vắng vẻ. Tôi không mê những 7 Năm Ở Lính của Nguyên Vũ, Y Sĩ Tiền Tuyến của Trang Châu, Tiền Đồn của Thế Uyên, Tử Thủ Căn Cứ Hỏa Lực 30 Hạ Lào của Trương Duy Hy hay Vỏ Đạn Cho Con Trai Đầu Lòng của Nguyễn Đình Thiều, nhưng tôi ngã xấp mặt vào thế giới của Phan Nhật Nam. Cho đến bây giờ tôi vẫn không hiểu vì sao thời gian này tôi say mê anh như vậy?

Thế giới của người lính ngồi trên sườn đồi uống bia không đá nhìn xuống con sông bốc mờ sương lam của tân khóa sinh trong chuyến xe lửa đêm lên Đà Lạt lướt đi giữa rừng thông đầy mộng mị, của cả những bực dọc về Sài Gòn dẹp biểu tình gác đường gác chợ như ăn mày hay tiếng khóc não lòng của người dân ngoài Trung trước mái nhà bị bắn sập... Tôi thuộc từng tên nhân vật, từng cấp bậc, từng thâm niên của từng người, thuộc cả tiếng chửi thề "chay me" thất vọng của viên Hạ sĩ Miên đấm vỡ chiếc nón bài thơ khi máy bay rời Phú Bài, thuộc đôi mắt nhẫn nhục vô hình của Trung úy Tạo, Tạo đen của 10 năm quân lao...

Tôi cảm giác những trang bút ký của anh thời ấy giúp tôi sống với mọi người, cảm giác chúng truyền vào người mình nỗi đau của cả một miền đất nước, từ những tàn phá đến giận dữ. Sau này tôi vẫn đọc đi đọc lại Dọc Đường Số 1, Dấu Binh Lửa, Dựa Lưng Nỗi Chết vì cảm giác thật mạnh đang sống với quê hương mình, trên từng thước đất, vào từng ngôi làng, "rờ" từng cái ấp. Có cái gì đó thật con người, cực kỳ cô độc lặng lẽ giữa sắt thép hỗn độn âm vang trong thế giới của anh mà bây giờ phải đọc lại mới hiểu thấu hết tất cả những oan khiên của cuộc chiến vừa rồi.

Anh rất gần với Cột Mốc 125 và Bão Thép của Ernst Junger, ở khía cạnh tiếng nổ của bom đạn, nhưng trong tác phẩm của Junger không có dân chúng, không có những làng mạc với xác những đứa bé chết thâm tím, không có tiếng kêu nặng nhọc của dân lành cố sức đi theo người lính xuôi Nam. Trong ký Phan Nhật Nam, ngược lại, xã hội dân sự hiện diện thường trực trong chiến tranh. Sau này, sang Hoa Kỳ, anh mất đi khá nhiều tố chất con người trong các bài viết, chính vì anh nghiêng nhiều về quân sự, số liệu, ngày tháng, đơn vị, khiến phần tập thể lấn át phần cá nhân.

Trước Phan Nhật Nam, tôi nghiêng về phía Cộng hòa theo truyền thống giáo dục gia đình, sau Dọc Đường Số 1, Dấu Binh Lửa, Mùa Hè Đỏ Lửa, Tù Binh và Hòa Bình tôi trở thành người quốc gia vĩnh viễn. Anh mang trách nhiệm này, đã "biến" tôi thành người quốc gia vì đã dẫn tôi đi qua những thước đất của quê hương ngập tràn tai ương. Đáng lẽ tôi không nên đọc anh để dễ dàng thỏa hiệp với thực tại bây giờ, phải không? Muộn mất rồi. Tôi đã theo anh đi Dọc Đường Số 1.

Phan Nhật Nam: Thật cảm động và rất hãnh diện

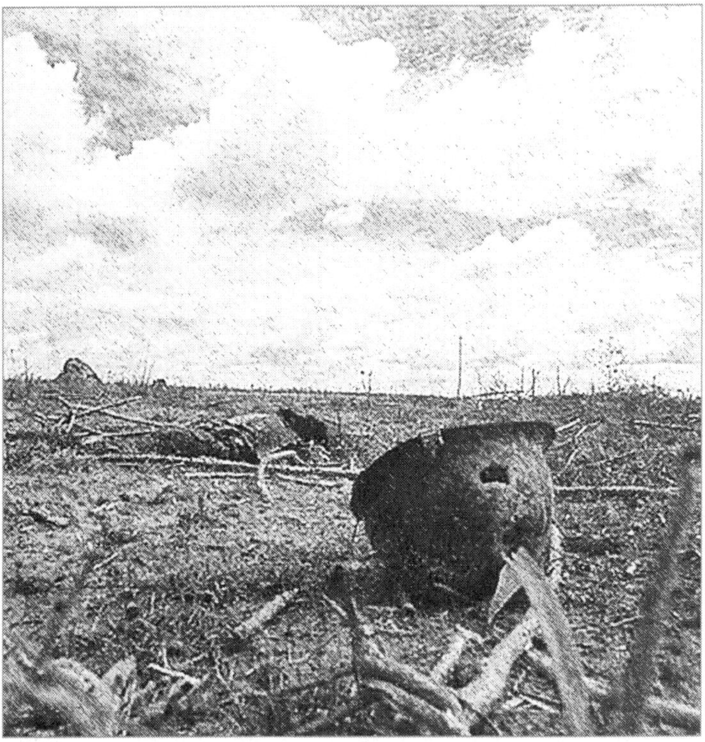

khi biết có một người đọc, nhớ từng lời (do mình viết) như bạn đã tận ân tình đối với chữ nghĩa của tôi. Vì cũng có lần bà vợ tôi (yêu thương nhau từ 1964 chứ đâu phải mới chung sống ngày một ngày hai) nói ra lời chân thật (mà hẳn phải sau nhiều suy nghĩ vì bà ấy vốn kín đáo, nghiêm chỉnh): *Sao ông cứ viết chuyện chiến tranh, tù tội như thế mãi?!* Bạn ơi, tôi trả lời sao đây? Tôi đi đâu nữa? Viết cái gì mới nữa? Tất cả đã thành sự. Chẳng cứ riêng tôi mà hầu như đối với tất cả những người cầm bút. Đây, lấy ví dụ, những *"anh"*, những *"em"* và những *"tôi"*... Bạn chỉ cho tôi xem trong ba cái cột trụ *"tưởng như là quan trọng ghê gớm"* kia có cái nào là *"đáng để nói lên"*?

Bao nhiêu thế kỷ chữ nghĩa, văn chương người ta dùng đến độ đáng sợ cái tam giác (vô phương phá vỡ) ấy. Tuy nhiên, tôi vẫn học, đọc, viết mỗi ngày. Ở Minnesota, tôi là một trong những sinh viên già nhất trường. Cứ như Sisyphe thôi. Nhưng biết đâu trên đường lăn đá lên đỉnh núi hắn ta (bắt buộc) nhận ra mình (Là ai? Làm gì?) với tất cả hùng vĩ đơn độc riêng.

Mở chiếc máy lên, ngồi xuống với bàn gõ là lòng bình an, vui vui... Tôi không hề có nguồn vui lớn. Nói rất thật lòng để chấm dứt. Bạn không muốn hỏi nữa, tôi cũng đã quá mệt. Cám ơn bạn đã đọc kỹ, đã hỏi thật. Thế là đủ vì nhận được phần thúc giục: Ít ra chữ nghĩa (mình viết nên) không đến nỗi vô ích. Một người không cũng đủ. Rất cảm ơn.

Trần Vũ thực hiện qua điện thư
Ngày 8 tháng 10, 2008.
Hiệu đính lại 20 tháng 7, 2013
Sau 20 năm ở Mỹ.

Đôi điều về, người lính-viết văn

Tên đầu tiên **Phan Ngọc Khuê**, sinh 9 tháng 9, 1943. Chánh quán Nại Cửu, Triệu Phong, Quảng Trị.

Đổi thành **Phan Nhật Nam** với ngày sinh mới, 28 tháng 12, 1942, Tại: Sinh quán Phú Cát, Hương Trà, Thừa Thiên-Huế.

Tiểu Học: Mai Khôi (Huế); Saint Joseph (Đà Nẵng); Trung Học: Phan Châu Trinh, Đà Nẵng (1954-1960).

Mười bốn năm lính (1961-1975), Khóa 18 Trường Võ Bị Đà Lạt; qua các đơn vị: Tiểu Đoàn 7, 9, 2 và Lữ Đoàn 2 Nhẩy Dù; Tiểu Khu Bà Rịa, Long An;

Biệt Động Quân; Ban Liên Hợp Quân Sự Trung Ương 4 và 2 Bên.

Mười bốn năm tù (1975-1989) nơi những hầm cấm cố, tử hình, hệ thống trại giam Miền Bắc, với hai đợt kiên giam (2/1979 đến 8/1980; 9/1981 đến 5/1988).

Chỉ định cư trú, quản chế tại Lái Thiêu, Bình Dương, Miền Nam, 1990-1993.

Luôn "Học-Đọc-Viết" từ tuổi 20, 30... hoặc nay, 60,70 dù bất cứ hoàn cảnh, điều kiện nào - Để nói cho đến tận cùng về Khổ Nghiệp của mỗi Con Người đã sống cùng, gặp mặt, chứng kiến, nghe được trên vùng đất Bán Đảo Đông Dương, nước Việt Nam suốt hơn nửa thế kỷ qua, khắp nơi trên thế giới. Thế nên, bởi "Bất Bình Tắc Minh" mà cầm viết, dụng văn chứ không do tài hoa, văn vẻ, thuộc giới trí thức, khoa bảng.

Viết bốn mươi-lăm năm (1968-2013), được Lòng Tin từ Người Đọc do chữ viết, lời nói trung thực với:

-*Dấu Binh Lửa*, 1969 - Tường trình về người và chiến tranh nơi Miền Nam (1960-1968)

- *Dọc Đường Số I*, 1970 - Trên quê hương, dọc con lộ, địa ngục có thật hằng ngày mở ra.

- *Ải Trần Gian*, 1970 - Tự sự hóa qua biến cố chính trị, quân sự ở Huế, Đà Nẵng, Miền Trung, 1966.

- *Dựa Lưng Nỗi Chết*, 1971- Thảm họa Mùa Xuân Mậu Thân (1968) ở Huế được dựng lại với khung cảnh tiểu thuyết.

- *Mùa Hè Đỏ Lửa*, 1972- Thiên Hùng Ca Mùa Hè của Miền Nam trong trận chiến giữ đất, bảo vệ dân.

- *Tù Binh & Hòa Bình*, 1974- Lời báo động khẩn thiết sau Hòa Bình ngụy danh từ Hiệp Định biển lận, ký kết tại Paris 27 tháng 1,1973.

Đến Mỹ cuối năm 1993.

Tiếp tục công việc bị buộc phải gián đoạn từ 1975, tự thân đưa đến Bạn Đọc toàn thế giới, qua 40,000 dặm Đông-Tây, Nam-Bắc bán cầu, vòng quanh quả đất - Nơi nào có Người Việt - Người Lính-Viết Văn phải đi tới, hiện thực công việc: "Dựng lại chân dung đích thực về Dân-Lính của quốc gia tên gọi QLVNCH. Với:

- *Những Chuyện Cần Được Kể Lại*, 1995 - Về Khổ Nạn Việt Nam không dấu hiệu chấm dứt từ 1975.

- *Đường Trường Xa Xăm*, 1995 - Tâm bút của người luôn trên đường đi.

- *Đêm Tận Thất Thanh*, 1997 - Thơ viết giữa vũng tối không cùng của hơn mười tám năm (1975-1993), nơi Long Giao, Long Khánh; Hoàng Liên Sơn, Thanh Hoá.. ở Lái Thiêu, Bình Dương, miền Nam.

- *Mùa Đông Giữ Lửa*, 1997 - Bút ký sau ba năm ở Mỹ để nhắc nhở bản thân, bằng hữu, những thế hệ nối tiếp hằng giữ Lửa Mùa Hè 1972 - Ngày vững tay súng Bảo Quốc-An Dân.

- *Peace and Prisoner of War* – Nhà Xuất Bản Kháng Chiến, 1987.

Sách đã xuất bản, dự định phổ biến trong Thế Kỷ 21:

- *The Stories Must Be Told*, 2002, Bút ký tường trình cùng người đọc thế giới về phận nghiệp đau thương, vô vàn của Dân Tộc Việt.

- *Mùa Hè Đỏ Lửa* - Tái bản lần thứ 30 sau ba-mươi năm (1972-2002) do đích thân người viết sửa chữa, hiệu đính về Ngày Hè Lẫm Liệt nơi Miền Nam.

- *Những Cột Trụ Chống Giữ Phương Nam* - Ký Sự Nhân Vật - Về những Người hằng trải thân giữ vững lực Chiến Đấu Chính Nghĩa suốt nửa thế kỷ trên toàn cõi quê hương.

- *Ải Trần Gian* - Tái bản lần thứ Nhất kể từ lần tuyệt bản năm 1970, 1975 do những chế độ cầm quyền tại Miền Nam, của Việt Nam tịch thu, tiêu hủy.

- *Dựa Lưng Nỗi Chết* - Tái bản lần thứ Nhất tại hải ngoại.

- *Chuyện Dọc Đường*, 2007 (Phần I), Những câu chuyện nghe ra, thấy được, sống cùng.. với thảm

cảnh mỗi người Việt Nam trên quê hương, khắp nơi trên thế giới, ở đất Mỹ sau 1975.
- *A ViệtNam War Epilogue*, 2013. Ấn bản Anh Ngữ gởi đến thế hệ người Việt trẻ thông điệp về chiến tranh Việt Nam.

Tiếp tục hoàn chỉnh:
- *Phận Người –Vận Nước* – Nhà Xuất Bản Sống, 2013. Tường trình về phận nghiệp mỗi Người Việt, toàn Dân Tộc đã phải mang nặng, đang chịu đày ải suốt cuộc chiến 1945-1975.
- *Chuyện Dọc Đường* - Nhà Xuất Bản Sống, 2013, hoàn chỉnh.

Cố gắng hoàn tất:
- *Tội Ác & Tội Lỗi* - Tiểu thuyết cố gắng tìm tới ngọn nguồn Sự Ác và Mối Tội.
- *Những Chuyện Không Thật* - Chuyện hằng ngày hiện thực những việc không thực với mỗi phận con người.
- *Thơ Viết Trong Lửa* - Thơ viết hằng ngày. Thơ sống hằng ngày.
- Để kết thúc với *Đá Nát Vàng Phai* - Trường thiên tiểu thuyết về mỗi phận mệnh của tất cả chúng ta hằng dự phần cùng vận nước.. 1954, 1963, 1968, 1972.. 1975.. 2000.. Và tiếp tục.. Nếu còn sống và có điều kiện làm việc.

MONG NGƯỜI ĐỌC HÃY THÚC DỤC LÒNG THÀNH CÙNG NGƯỜI VIẾT TRÊN PHẦN ĐƯỜNG CUỐI ĐỜI CÒN LẠI QUÁ XA.

Nước Mỹ, Tiểu Bang California,
Sinh Nhật 70 tuổi: 9 Tháng 9 (1943-2013)
Kính Tường Trình
Phan Nhật Nam

MỤC LỤC

Dẫn Nhập. Viết từ trái tim lửa   7
Phần 1. Theo Cùng Mệnh Nước Nổi Trôi   12
1. Lịch sử từ năm 1945 cần được viết lại   13
2. Huế trong lửa mùa Xuân   33
3. Một Mùa Hè Lẫm Liệt Trên Quê Hương   55
4. Hiệp Định Không Có Hòa Bình   109
5. Ngày 30 Tháng Tư,
Lần Thật Chết Với Quê Hương   125

Phần 2. Những Cột Trụ Chống Giữ Quê Hương 138
1. Cổ Kim Như Danh Tướng,
NGÔ QUANG TRƯỞNG   139
2. Hào Kiệt Nước Nam Không Đời Nào Thiếu.
Tướng Quân NGUYỄN VĂN HIẾU   183
3. Từ Thiếu Sinh Quân nên Người Lính Lớn.
Thiếu Tướng TRƯƠNG QUANG ÂN   225
4. Chân dung cần phải viết lại   241

MỤC LỤC...

Phần 3. Trên Ranh Giới Sống/Chết	260
1. Ai nằm vùng? Ở đâu?	261
2. Ba cuốn sách. Không đủ một nửa sự thật!	273
3. Như Phong, như gió thổi qua...	313
4. Tháng Ba, đọc lại Cao xuân Huy	331
5. Vụ án Trần Quang Trân...	343
9. Kết Từ... Gặp lại Phan Nhật Nam	355
Đôi điều về, Người Lính-Viết Văn	394
Phan Nhật Nam	399

Nhà Xuất Bản SỐNG

15751 Brookhurst St., N⁰ 225. Westminster, CA 92683
Phone 714-856-4635 * 714-531-5362
Email: tuanbaosong@gmail.com

ĐÃ XUẤT BẢN:
1. Tuyển tập thơ Lê Giang Trần "TRẠM NGƯỜI QUÁ BƯỚC"
2. CƯỜI ĐỂ SỐNG - TẬP 1
3. Thơ Nguyễn Thị Khánh Minh "KÝ ỨC CỦA BÓNG"
4. THƠ NGÔ TỊNH YÊN & KIỀU MỘNG HÀ "THIỀN NHẸ VÀO ĐỜI"
5. CHUYỆN DỌC ĐƯỜNG - PHAN NHẬT NAM
6. PHẬN NGƯỜI VẬN NƯỚC - PHAN NHẬT NAM
7. TUYỂN TẬP THƠ * VĂN * HỌA * NHẠC: DU TỬ LÊ - TÔI VỚI NGƯỜI CHUNG MỘT TRÁI TIM
8. MÙA HÈ ĐỎ LỬA - PHAN NHẬT NAM (TÁI BẢN, CÓ HIỆU ĐÍNH)
9. DẤU BINH LỬA - PHAN NHẬT NAM (TÁI BẢN, CÓ HIỆU ĐÍNH)

CÁC TÁC PHẨM SẼ XUẤT BẢN:
1. MẸO VẶT TRONG ĐỜI SỐNG: Tuyển chọn những mẹo vặt thiết thực trong đời sống, được sắp xếp theo từng trang mục, giúp độc giả dễ dàng tìm kiếm khi cần.
2. NHÀ VĂN PHAN NHẬT NAM: NXB SỐNG sẽ tiếp tục tái bản các tác phẩm nổi tiếng trước và sau năm 1975 của tác giả (có hiệu đính và sửa chữa):

* DỰA LƯNG NỖI CHẾT   * ẢI TRẦN GIAN
* TÙ BINH & HÒA BÌNH
* TUYỂN TẬP CỦA CÁC NHÀ VĂN VIẾT TRONG LỬA....

Made in the USA
Lexington, KY
24 October 2019